வித்துகளின் கனா

திரைநாயகிகளின் கலகக்குரல்

குலசேகர்

வித்துகளின் கனா	:	திரைநாயகிகளின் கலகக்குரல்
ஆசிரியர்	:	குலசேகர்
	:	© ஆசிரியருக்கு
முதற்பதிப்பு	:	நவம்பர் 2024
அட்டை வடிவமைப்பு	:	பி.எஸ். வம்சி
வெளியீடு	:	வம்சி புக்ஸ்
		19, டி.எம்.சாரோன்,
		திருவண்ணாமலை - 606 601
		9445870995, 04175 - 235806
அச்சாக்கம்	:	மணி ஆப்செட், சென்னை - 600077
விலை	:	₹ 400/-
ISBN	:	978-93-93725-82-0

Vithukkalin Kana	:	Revolting voices of Heroines
Author	:	Kulasekar
	:	© Author
First Edition	:	November 2024
Cover Design	:	B.S. Vamsi
Published by	:	Vamsi books
		19.D.M.Saron,
		Tiruvannamalai - 606 601
		9445870995, 04175 - 235806
Printed by	:	Mani Offset, Chennai - 600 077
Price	:	₹ 400/-
ISBN	:	978-93-93725-82-0

www.vamsibooks.com - e-mail: kvshylajatvm@gmail.com

பன்முக படைப்பாளுமை கொண்ட, மனிதம் தோய்ந்த பிரபஞ்ச நேசத்தை சஹிதா என்கிற கதாபாத்திரமாக படைத்துக்காட்டிய, நடுமையின் நாயகியாகிற, செல்லும் இடமெல்லாம் மகோன்னத வாசத்தையும் பரவசத்தின் கதகதப்பையும் நீக்கமற நிறைக்கும் புன்னகை பூந்தேவதை கே.வி. ஷைலஜாவிற்கு...

நன்றி

எழுத்தாளர் கே.வி. ஷைலஜா
கவிஞர் பிரியா பாஸ்கரன்
'விகடகவி இணைய வார இதழ்'
ஆசிரியர் மதன்
பொறுப்பாசிரியர் ராம்
மற்றும்
இயக்குநர் என். குமார்

குலசேகர்

இதுவரை சிறுகதை, குறுநவால், நாவல், கவிதை, கட்டுரை, உலகத் திரைக்கதைகளின் நாவல் வடிவம் என 95 நூல்கள் எழுதியிருக்கிறார்.

டி.வி.ஆர் நினைவு சிறுகதை விருது, புதிய பாதை - நீலமலை தமிழ்ச்சங்கம் சிறுகதை விருது, லில்லி தேவசிகாமணி இலக்கிய விருது, விமர்சகர் வெங்கட்சாமிநாதன் நினைவு இலக்கிய விருது, சௌமா விருது, கவிக்கோ அப்துல் ரஹ்மான் விருது, திருப்பூர் கனவு இலக்கிய விருது பெற்றிருக்கிறார். இவரது சிறுகதைகள் வங்கமொழியில் பேராசிரியர் முத்தையா அவர்களால் மொழிபெயர்க்கப்பட்டு 'பிரேமாந்தர்' இதழில் வெளியிடப்பட்டிருக்கிறது.

உலகின் சிறந்த திரைக்கதைகளை இந்தியத்தன்மைக்கேற்ப நாவலாக எழுதி இலக்கியமாக்கி இருக்கிறார். மெட்ரோ நாவல் என்கிற மாத நாவல் இதழுக்கு பொறுப்பாசிரியராக இருந்து ஒவ்வொரு மாதமும் ஒரு தலைசிறந்த உலகத்திரைக்கதையை தேர்ந்தெடுத்து நாவலாக்கி இருக்கிறார்.

திரைப்படத்துறையில் இணை இயக்குநராக, இயக்குநர் கே.பாக்யராஜ், ராஜன் சர்மா டி.எஃப்.டி, ரேவதி, வஸந்த்,

ராதாகிருஷ்ணன் பார்த்திபன் போன்றவர்களிடம் பணிபுரிந்திருக்கிறார். ஆவணப்படங்கள் இயக்கி இருக்கிறார். உலக சினிமா என்கிற தொடரை கேப்டன் தொலைக்காட்சிக்காக எழுதி இயக்கி இருக்கிறார். இயக்குநர் செழியனுக்காக '2151 - ஓர் இரவில்' என்கிற திரைக்கதையை எழுதித் தந்திருக்கிறார். அது விரைவில் திரைப்படைப்பாக ஆக்கம் கொள்ள இருக்கிறது.

சக உயிரியின் ஆழ்மனக் குரல்

பெண் என்பவள் தெய்வம். பெண் என்பவள் குடும்பத்தின் அடையாளம். பெண் என்பவள் ஒழுக்கத்தின் சின்னம். பெண் என்பவள் கற்புக்கரசி. பெண் என்பவள் அடக்கத்தின் அடையாளம் என்று நீண்ட பட்டியலிட்டு ஒரு கூண்டுக்குள் அடைக்கும் உத்தியைக் காலங்காலமாகச் செய்து கொண்டிருக்கிறது இச்சமுதாயம்.

இன்னும் ஒரு படி மேலே சென்று தொல்காப்பியர் கூறிய ''அச்சமும் நாணும் மடனும் முந்துறுதல், நிச்சமும் பெண்பாற் குரிய என்ப.'' என்பதைத் தவறுதலாகப் புரிந்து கொண்டு ஒரு பெண் கொஞ்சம் உரக்கச் சிரித்து விட்டாலே அச்சம், மடம், நாணம், பயிர்ப்பு எல்லாம் இருக்கிறதா எனச் சாடுவதையும், கிண்டலடிப்பதையும் கேட்டு உள்ளோம். முதலில் இந்நூற்பாவை தொல்காப்பியர் எங்கு வைத்துள்ளார் எனப் பார்க்க வேண்டும்.

அச்சம் என்றால் பயம். மடம் என்றால் முட்டாள், நாணம் என்றால் வெட்கம், பயிர்ப்பு என்றால் அசுத்தம், அருவருப்பு அல்லது கூச்சம். சங்க இலக்கிய வகுப்பில் எப்போதோ படித்த, விவாதித்த காட்சியொன்று ஞாபகம் வருகிறது.

ஒரு 'காதல் களவியியல்' காட்சி. தலைவன் தலைவி தனிமையில் இருக்கிறார்கள். அப்பொழுது மனைவி, கொஞ்சும் கணவனிடம்,

"அச்சோ.. பசங்க வருவாங்க விடுங்க.." இது ஒரு பொய் அச்சம். இது ஒரு வகை.

அடுத்தது பல்லியைப் பார்த்தால் ஒரு விளக்குமாற்றால் தள்ளி விடும் அதே மனைவி, காதல் களவியலில் அதே பல்லியைப் பார்த்ததும் "ஐயோ! பல்லி.." என அலறுவது, பயப்படுவது, ஒரு மழலை மாதிரி பிதற்றி, கண்ணைப் பொத்திக்கொள்வது மற்றொரு வகை.

சில சமயம் மனைவி, "பிள்ளை இல்லாத இடத்தில் கிழவன் துள்ளி விளையாடுவான்.." எனச் சொல்வது பொய் நாணம். காதலுக்கும் வயதுக்கும் சம்பந்தம் இல்லை எனக் காட்டுவதுதான்.

அச்சம், மடம், நாணம் மூன்றும் பொதுவாக காதலுக்குச் சுவை சேர்க்கின்றன. தன் தலைவன் அல்லாத வேறு ஓர் ஆடவன்/அந்நியன் கெட்ட எண்ணத்துடன் தொடும்போது உண்டாகும் இயல்பான அருவருப்பு உணர்ச்சி பயிர்ப்பு. இந்த உணர்ச்சி பொதுவானது; அதாவது ஆணுக்கும் உண்டு. இது தான் தொல்காப்பியம் களவியலில் சொல்வது. இது பொதுவாகச் சொல்லப்படவில்லை என்பதையும் அறிக. இந்த நான்கு குணமும் பெண்ணுக்கு வேண்டும் என்றால் எப்போது வேண்டும்? இதைச் சரியாகப் புரிய வேண்டாமா? இது சொல்லப்பட்ட 'இடம், பொருள், காலம்' அறிய வேண்டும். அதை விட்டு பொருளைச் சிதைத்து, மாற்றி என்னென்னவோ பொருளெல்லாம் சொல்லி வைத்தாகிறது.

காமம் குறித்தான பேச்சைப் பெண் அவ்வளவு எளிதாக நமது சமுதாயத்தில் பேசி விட இயலாது. அது ஆணுக்கான பரம்பரைச் சொத்தாகக் கருதப்படுகிறது. பசி என்பது எப்படி ஓர் உணர்வோ, அப்படித்தான் காமம் என்பது ஓர் அடிப்படையான, இயற்கையான, மனிதருக்கே உரித்தான ஓர் உணர்வு. இதனைத்தான் உளவியலின் உளப்பகுப்பாய்வுச் சிந்தனை முறையை நிறுவிய, ஆஸ்திரிய உளநோய் மருத்துவர் சிக்மண்ட் ஃபிராய்ட், எல்லா வகையான

நடத்தைக்கும், பாலியல் இச்சை தான் காரணம் என்கிறார். தன்னுடைய விருப்பத்தை ஓர் ஆணோ, பெண்ணோ பாலியல் ரீதியாக வெளிப்படுத்துகிறார்கள்.

காமம் என்பது மனம் சார்ந்த விடயம். மனம் என்பது ஆணுக்கும் பெண்ணுக்கும் ஒன்றே. அதில் இருபாலருக்கும் வரையறைகளைத் தனித்தனியே கட்டமைத்து ஒரு எல்லைக்கோட்டுக்குள் சுருக்கும் பொழுது, பெண்களின் சிறகுகள் துண்டிக்கப்பட்டு அதில் தன்னை இருத்திக் கொள்ளும் சூழலுக்குத் தள்ளப்படுகிறாள். அப்படி வெளிப்படுத்தும் பெண்ணைத் தவறாகப் பார்க்கக்கூடிய சமூகத்தில் தான் அந்தப் பெண் இருக்கிறாள், கட்டுப்பாடுகள் விதிக்கப் படுகின்றன. இந்தக் கட்டுப்பாட்டை மீறும் பொழுதில் தவறான நடவடிக்கைகளுக்கும், செயல்பாடுகளுக்கும் தள்ளப்படுகிறாள்.

நமது இந்திய, குறிப்பாகத் தமிழ்ச் சமூகத்தில் பெண்ணுக்கும் ஆணுக்கும் வகுத்திருக்கும் கட்டுப்பாடுகள் வெவ்வேறானவை. அப்படி வேறானவையாக இருந்தாலும் அவை சமமாக உள்ளனவா என்பது மில்லியன் டாலர் கேள்வி. இந்தப் பாகுபாடு சாதாரண பெண் முதல், உயர் பதவியிலிருக்கும் பெண் வரையும் உள்ளது. மேலும் திரைப்படக் கதாநாயகிகளாக வலம் வரும் பெண் கதாபாத்திரங்களிலும் அந்தப் பாகுபாடு திணிக்கப்பட்டு காட்சியாக்கப்படுகின்றன. வாழ்க்கையில் நிகழ்வதையும், அனுபவத்தில் காண்பதையும் தானே திரையில் கொண்டு வருகிறார்கள். காட்சிகளாக முன் வைக்கும் பொழுதில் அவை இன்னும் மாபெரும் சிந்தனைகளைத் தட்டி எழுப்புகின்றன.

சரியா தவறா? நியாயமா அநியாயமா? நடுநாயகமாக ஓர் அலசல் தேவைப்படுகிறது. அதனைக் குறித்தான கருத்துகளை முன் வைக்கும் தேவை உள்ளது. அதனைக் குறித்தான பகிர்தல் அவசியமாகிறது. அதனை ஆவணமாக்கும் முயற்சி பெரும் பங்கு வகிக்கிறது.

அதனைத்தான் வெகு நேர்த்தியாக, 30 கட்டுரைகளில் தனது பார்வைகளை குலசேகர் ''வித்துகளின் கனா - திரைநாயகிகளின் கலகக் குரல்'' தொகுப்பில் நமது முன் வைத்துள்ளார்.

கற்பு என்பது என்ன? எதை வைத்து கற்பு என்பது அளவிடப்படுகிறது? கற்பு பெண்ணுக்கு மட்டும் உரிய அடையாளமா? ஓரவஞ்சனையின் அடையாளமா? எதற்கு இந்த சொல்லாடல் பெண் உலகில் திட்டமிட்டு வீசப்பட்டிருக்கிறது? கற்பென்பது இருபாலருக்கும் பொதுவான ஒன்றா? எதை வைத்து கற்பு எடை போடப்படுகிறது..? மனதையா அல்லது உடம்பையா? இரண்டையும் வைத்தா..? கேள்விகள் சரங்களாய் விழுகின்றன.

'முதல் மரியாதை' படத்தின் நாயகி பொன்னாத்தா கதாபாத்திரத்தைப் பற்றிய குலாவின் எழுத்துகள். அதன் நாயகி வடிவுக்கரசி உண்மையில் வஞ்சிக்கப்பட்ட ஒரு ஜீவன். கல்யாணம் ஆகியும் பிரம்மச்சாரியாய் இருக்கும் சிவாஜியை பார்த்துப் பரிதாபப்பட்ட எத்தனை பேர், உடலுறவு என்றால் என்ன எனத் தெரிந்த பிறகும் திருமணத்திற்குப் பின் தாம்பத்தியம் வாழ்நாள் முழுக்க மறுக்கப்பட்டு இருக்கும் வடிவுக்கரசியைப் பற்றி யோசித்துப் பார்த்திருப்பார்கள்..?

படத்தில் சிவாஜிகணேசன் கதாபாத்திரம் சொல்லும் ஒரு வசனம்.. ''ச்சீ.. அதனால தான் உன்னை எப்பவுமே தொட்டதில்லை..'' இது ஆணாதிக்கத்தின் அடியாழத்தில் உறைந்திருக்கும் கெக்கலிப்பு எனக் குலா சொல்லி இருப்பது நூற்றுக்கு இருநூறு சதவிகிதம் உண்மை.

''வடிவுக்கரசி ஒரு தடவை தன் காதலனோடு கூடிய ஒற்றை விசயத்திற்காக, சிவாஜிக்கு வாழ்க்கைப்பட்டு இன்று வரை காமத்தின் வாசனை காட்டப்படாமல் தண்டிக்கப்படுகிறவராகவே வாழ்ந்திருக்கிறார்.'' காரணம், அவளை உடலால் தீட்டுப்பட்ட வளாகவே சிவாஜி பார்த்தது என்கிற யதார்த்தத்தை நேர்த்தியாகச்

சொல்லி இருக்கிறார் குலா. தாம்பத்ய சுகம் மறுக்கப்பட்டதால் தானே கட்டுப்பாடற்ற வடிவுக்கரசியின் கோபச் சீற்றங்கள்.

பெண் என்பவள் தின்பண்டமா, கெட்டுப் போக? ஆணுடலுக்கு தீட்டு என்பது இல்லையா? அப்படியிருந்தால் கல்லாய்ச் சமைந்திருக்கும் அகல்யாவிற்கு நிகராக இந்திரக் கல்லும் அல்லவா இலக்கியத்தில் இடம் பெற்றிருக்கும் என்கிறார் குலா.

வடிவுக்கரசியின் சத்யராஜ் உடனான முதல் காதலுக்கு கம்பன், ஷேக்ஸ்பியர் வரிகளை ஒப்பிட்டிருக்கிறார். கலித்தொகை, குறுந்தொகை தலைவிகளின் கண்டதும் காதலை முன்னிறுத்துகிறார். அதை எல்லாம் ஏற்றுக்கொள்ளும் நாம் ஏன் பொன்னாத்தா கதாபாத்திரமான வடிவுக்கரசியின் காதலைக் கொச்சைப் படுத்துகிறோம் எனக் கேட்கிறார். ஆணாதிக்க மனோநிலை என்கிற பதிலையும் அவரே தருகிறார். சம நோக்கோடு சீறி எழும் குலாவின் கேள்விகள் அபாரம். இதுபோல பொன்னாத்தாக்கள் இன்னும் ஆயுள் தண்டனை அனுபவித்துக் கொண்டு தான் இருக்கிறார்கள்.

"Men and women have roles - their roles are different but their rights are equal." - Harri Holkeri சொன்ன சொற்றொடரை புரிந்து திருமண பந்தத்தில் ஈடுபட்டால் வடிவுக்கரசிகள் இனியாவது உருவாகாமல் இருக்கலாம்.

'தி கிரேட் இண்டியன் கிச்சன்' மலையாளப் படம். இந்தப் படத்தின் கதாபாத்திரம் நான் வளர்ந்த கிராமத்தில் கண்கூடாகப் பார்த்த பெண்மணிகளை ஒத்திருந்த கதாபாத்திரம். ஒரே ஒரு வித்தியாசம் கல்வி. கதாநாயகி படித்தவர், எங்கள் ஊர் பெண்கள் மழைக்குக் கூட பள்ளியில் ஒதுங்காதவர்கள். அது போலவே அந்தப் பெண்களின் கணவர்களையும் ஒப்பிடலாம். கல்வி கற்றவர்களாக இருந்தாலும், இல்லாவிட்டாலும் ஆணின் மனநிலையில் ஒரு விடயத்தில் மாற்றமில்லை. அது என்னவென்றால்..

ஆணாதிக்க சமூகத்தில் பெண் நுகர்பவர் அல்ல.. நுகர் பொருள் மட்டுமே.

பெண் மட்டுமே தனது ஆசாபாசங்களை விட்டுத்தர வேண்டும் என்பது இங்கே எழுதப்படாத சட்டம். மன்னிப்பதும் விட்டுக்கொடுப்பதும் பெண்ணுக்கான செயலென எதிர்பார்க்கும் ஆண் மனம். காதலின் நிழல் துளி கூட இல்லாமல் இயந்திர கதியில் உடலுறவு கொள்ளும் கணவனின் இச்சையை நிறைவேற்றும் மனைவி. சமையல் அறையில் அம்மி, உரலுக்கு நிகராக வேலை செய்யும் ஒரு சாதனம். இதுதான் இந்த படத்தின் நாயகி நிலமை. இனியாவது பெண்ணின் உணர்வுகளை ஆணுலகு புரிந்து கொள்ளுமா என குலா முடித்திருக்கும் விதம் அருமை.

மெக்சிகன் எழுத்தாளர் Miguel Angel Ruiz சொன்ன "Respect is one of the greatest expressions of love." என்கிற சொற்றொடர் நினைவுக்கு வருகிறது. இப்படி இருந்தால் காதலின் நிழலில் பெண்ணும் ஆணும் இளைப்பாறி இளைப்பாற்றலாம்.

'திருமணத்திற்கு முன் - திருமணத்திற்குப் பின்' கட்டுரையில் இப்படி வருகிறது. அவசியம் செயல்படுத்த வேண்டியது. திருத்திக்கொள்ள வேண்டியது..

"இங்கே பெரும்பாலான பெற்றோர்களுக்கும், ஆசிரிய ஆசிரியைகளுக்கும் தான் முதலில் கவுன்சிலிங் மற்றும் முறையான பாலியல் கல்வி கற்றுக் கொடுக்க வேண்டிய தேவை இருக்கிறது. காரணம், அவர்கள் தானே இளைய தலைமுறையினரின் ஆளுமைப் பண்புகளை வடிவமைப்பதில் தெரிந்தோ, தெரியாமலோ முக்கியப் பங்காற்றுகிறார்கள்."

குலா சொன்ன இந்தக் கருத்தை அரசாங்கம் நிச்சயம் செயல்படுத்தவேண்டும். பள்ளியில் உடற்கூறு குறித்தான பாடங்கள் விளக்கமாக கற்றுத்தரப்படுவதில்லை. மாணவர்களையே படிக்கச்

சொல்லி விடுவார்கள். கற்றுத்தருவதும், கருத்துக்களைப் பகிர்ந்து கொள்வதுமே தயக்கமான செயலாகக் கருதப்படுகிறது. ஆண் மாணவர்களுக்குச் சொல்லிக்கொடுக்கப்படும் தகவல்கள் பெண் மாணவர்களுக்குச் சொல்லிக் கொடுக்கப்படுவதில்லை ஆக, திருமணம் என்கிற பந்தத்தில் இணையும் போது பாலியல் சம்பந்தமாக பெண்ணுக்கு இருக்கும் கல்வி அறிவு, ஆணை விடக் குறைவு தான் என்பதை அழகாக கூறியுள்ளார் குலா.

பெண்ணானவள் சமையலுக்கும், படுக்கை அறைக்கும் தான் லாயக்கு எனச் சொல்லாமல் சொல்லும் இழிவு நிலைமைகளையும், எப்படி திருமணமான கதாநாயகிகள், நாயகி அந்தஸ்திலிருந்து அக்கா, அம்மாவாக பதவி இறக்கம் செய்யப்படுகிறார்கள் என்பதையும் நுட்பமான தேடலோடு எழுதி இருக்கிறார். பெண்ணின் வெர்ஜினிட்டியை ஆராயும் சமுதாயம் ஆணின் வெர்ஜினிட்டியை ஆராய்வதில்லை

'ஃபயர் பிராண்ட்' மராத்தியப் படத்தின் திரை நாயகி குறித்தான கட்டுரையில் திரைப்படக் காட்சிகளை மீண்டும் காகிதத்தில் எழுத்துச் சித்திரத்தில் உருவாக்கியிருக்கும் குலாவிற்கு சபாஷ். அதில்.. ''பதின்பருவத்தில் நடந்த பலாத்காரம் அவரின் விருப்பத்திற்கு மாறாக நடந்தது. இப்போது அவரிடம் சமூக ஒப்புதல் பெற்றுக்கொண்டு அதே பலாத்காரம் நடத்தப்படுகிறது.'' என சுனந்தா கதாபாத்திரத்திரம் குறித்தான வாசகம் நெஞ்சைக் கனக்க வைக்கிறது.

''தாய் வழிச் சமூக மனநிலை கொண்ட பழங்குடி இனத்தைச் சேர்ந்த பெண்மணி அவள். அங்கே பெண் உடல் அரசியல் ஒரு பொருட்டாகவே எடுத்துக் கொள்ளப்படுவதில்லை. அதனால் உடமை மனநிலை அங்கே இல்லை.'' அபாரம் எனக் கைதட்ட வைக்கிறது.

''ஒரு வன்புணர்வுக்கு ஆட்பட்ட பெண், இன்னொரு தருணத்தில் சந்திக்கிற ஒரு மென்புணர்வு அவளின் அந்த மனத்தடையையும்,

அது ஏற்படுத்தியிருந்த மனத்தடையிலிருந்தும் எப்படி அவளை விடுவிக்கிறது என்பதை இயக்குநர் அருணா இந்த படைப்பில் அவருக்கே உரிய பாணியில் எடுத்துக் காட்டியிருக்கிறார்.'' என்கிற குலாவின் வரிகளை வாசிக்கும்பொழுது மாய ஆஞ்சலோவின்.. "Each Time A Woman Stands Up for Herself, Without Knowing It Possibly, Without Claiming It, She Stands Up for All Women." என்கிற மேற்கோள் நினைவிற்கு வருகிறது. இதில், For all Women என்றால் For all Human எனச் சொன்னதாகப் பார்ப்பதே அறமாக நினைக்கிறேன். இந்த மேற்கோளுக்கு எடுத்துக்காட்டாக பெண் இயக்குநர் அருணா தெரிகிறார். அவருக்கு ஒரு பெரிய பூங்கொத்தையும், அணைப்பையும், நெஞ்சார்ந்த பாராட்டுகளையும் வணக்கத்தையும் ஒட்டுமொத்த உலகப் பெண்கள் சார்பாகத் தருகிறேன்.

'அவள் அப்படித்தான்' படத்தை எத்தனை ஆண்டுகள் ஆனாலும் மறக்க முடியாது. ''பெண்களும், ஆண்களுமே பதின்பருவத்தில் ஏதோ ஒரு வகையில் பாலியல் துன்புறுத்தலுக்கு நூற்றுக்கு தொண்ணூறு சதவீதம் ஆளாக்கப்படவே செய்கிறார்கள்.'' குலாவின் கூற்று சத்திய நிதர்சனம். அதுவும் இந்தத் துன்புறுத்தல்கள் பெரும்பாலும் தெரிந்த நபர்களாலும் உறவுகளாலுமே நடைபெறுகின்றன. மஞ்சு கதாபாத்திரத்தில் வரும் ஸ்ரீப்ரியா இப்படிப்பட்ட அவலநிலைகளைச் சந்திக்கும் நபர்.

இந்தப் படத்தின் சாராம்சத்தை நுட்பமாக தனது பார்வையில் குலா, ''ஒரு பெண் தன்னுடைய அறிவால், ஆற்றலால், தான் யாருக்கும் உசத்தியும் இல்லை, தாழ்த்தியும் இல்லை; தான் தனித்துவமானவள். தானே தன்னை தன் படிப்பால், வேலையால், அறிவால் காத்துக் கொள்ள இயலும் எனத் தி மாக நம்புகிறவள் இதன் நாயகி மஞ்சு.'' GÚ A i U÷Põi mk UPõmk Á x GÚUS .. "The strongest actions for a woman is to love herself, be herself and shine amongst those who never believed she could." - Unknown என்கிற விசயத்தை நினைவுபடுத்துகிறது. மஞ்சுவிற்கு வெகுவாக பொருந்தும் இது.

ஒவ்வொரு பெண்ணும் இதைக் கனவிலும் நினைவு வைத்திருக்க வேண்டும். ரத்தத்தில் ஊற விட வேண்டும். நாடி நரம்புகளில் உணர வேண்டும். அப்படி இருந்தால் குலா இந்தக் கட்டுரையை முடித்திருக்கும் விதமாக, "ஒரு நாள் பெண் சமூகம் சமத்துவத்தின் வேட்கையை முழுமையாகப் புரிந்து, எழுச்சி கொண்டெழும்." என்கிற நம்பிக்கை, தன்னிச்சையாக, இயல்பாக, உறுதியாக நடக்கும் என்பதில் எந்த சந்தேகமுமில்லை. "அப்போது, எண்ணற்ற பெண்களுக்கு இந்த ஆணாதிக்க சமூகம் தந்திருக்கிற துரோகங்களுக்கும் ரணங்களுக்கும் பதில் சொல்லியே ஆக வேண்டிய தருணம் வரும்." என்கிற குலாவின் தரிசனம், ஒட்டுமொத்த பெண் இனத்தின் எதிர்பார்ப்பையும் பூர்த்தி செய்யும்.

'தி பிரா' கட்டுரையில், "பெண் உடம்பை ஆபாசமாக்குவது அவர்கள் அணிகிற உடைகள் அல்ல. ஆபாசப்பார்வையே பெண் உடம்பை ஆபாசமாக்குகின்றன." எனக் குறிப்பிடுவதாகட்டும்.. 'வஜ்டா' கட்டுரையில் கதாநாயகிக்கு, "இந்த சமூகத்தை அலட்டிக்கொள்ளாமல் எப்படி எதிர்கொள்வது என்கிற சூட்சுமம் இயல்பிலேயே தெரிந்திருக்கிறது தான்." என்கிற கருத்தை முன்மொழிவதாகட்டும்.. ஆரவல்லி கட்டுரையில், "ஆரவல்லி எழுப்பிய கேள்விகள் மட்டும் காணாத விடை தேடித்தேடி காற்றில் ஏக்க அலைகளாய் இப்போதும் அலைந்து கொண்டு தான் இருக்கின்றன." என வருத்தப்படுவதாகட்டும்.. முலகாரம், லென்ஸ், பார்ச்ட், புதிய பாதை, ஸ்லீப்பிங் பார்ட்னர், சிந்து பைரவி, சிப்பிக்குள் முத்து போலத் தொகுப்பில் உள்ள மொத்தக் கட்டுரைகளும் பெண்ணின் உள்மன உணர்வுகளைத் துல்லியமாக அலசுகின்றன.

சமநிலையிலிருந்து திரை நாயகிகளின் தீராச் சிந்தனைகளை எழுதிய குலாவின் 'பேனா முள்' துடிதுடிக்கின்ற சத்தம் இதயத்தில்

ஒலிக்கிறது. ''வித்துகளின் கனா, திரைநாயகிகளின் கலகக்குரல்'' நூல் திரைப்பட கதாநாயகிகளை நடுநாயகமாகப் பார்ப்பது மட்டுமல்ல. ஒரு பெண்ணின் பாலியல் உணர்வுகள், சமுதாயத்தின் ஊடான வக்கிரத் திணிப்புகள், வன்புணர்வுகள், சமத்துவ சமுதாயம் இங்கே உள்ளதா என்கிற கேள்விகளின் அடித்தளத்தில், பரந்துபட்ட விசாலமான பார்வைகளின் ஆக்கமாக இந்தப் படைப்பு அமைந்துள்ளது. இதில், உள்ள ஒவ்வொரு கட்டுரையையும் நிகழ்கால பெண்களின் அவலங்களையும், அனுபவங்களையும், தனது பார்வையில் உணர்ந்த அனுபவங்களோடு இணைத்து எழுதி இருக்கிறார். குலசேகர் ஆணாக இருந்தாலும் பெண்ணின் வலிகளைத் தனது உயிரில் உணர்ந்து சொல்வதில் தனித்து நிற்கிறார்.

சகமனிதராய், சகநண்பராய், சகஉயிரியாய். ஆரம்பித்த இடத்திற்கே வருகிறேன். கற்பு என்றால் என்ன? கற்பு என்பதற்கு பல்வேறு பொருள்கள் சொல்லப்படுகின்றன. அகராதியில் திருமணமான பெண்ணின் ஒழுக்கம் காக்கும் உறுதி. தொல்காப்பியர், ''வரைதலின் பின் இன்னவாறு ஒழுகுதல் வேண்டும் என இருமுது குரவரால் கற்பித்தலின் கற்பாயிற்று.'' என்கிறார். ''ஒவ்வொருவரும் வாழ்க்கையில் தாம் கற்றவாறு நெறி பட வாழ்தலே கற்பு'' என்று முடிவாகச் சொல்கிறார் தொல்காப்பியர். மேலும் ''கற்பு என்பது இல்லாத ஒன்று, அது ஒரு கற்பிதம்; அதை வலியுறுத்த வேண்டிய அவசியமில்லை,'' என்கிற அறிவுசார் முற்போக்குச் சிந்தனைப் பார்வை இருபாலினத்திற்குள்ளும் அறம் சமன்பட வேண்டிய அவசியத்தையே வலியுறுத்துகிறது.

மர்லின் மன்றோ, ஷரோன் ஸ்டோன், ஷோபா, சுஜாதா போன்ற பல திரைநாயகிகள் ஏற்று நடித்த கதாபாத்திரங்கள் பற்றியும், அவர்களின் வாழ்வில் நிகழ்ந்த அகநெருக்கடிகளுக்கு பின்னணியில் உள்ள சமூகப் பார்வை பற்றியும் 'வித்துகளின் கனா, திரைநாயகிகளின்

கலகக்குரல் - பாகம் 2' எழுத வேண்டும் என்கிற ஆவலையும் குலாவிற்கு முன் வைக்கிறேன்.

இந்தத் தொகுப்பில் தன்னை அல்லது தனக்குத் தெரிந்த எங்கோ ஒரு மூலையில் வசிக்கிற பெண்ணை, எப்பொழுதாவது சந்தித்த பெண்ணை, கேள்விப்பட்ட பெண்ணை என, ஒவ்வொரு கதைமாந்தரோடும் ஒப்பிட்டுப் பார்க்கலாம். நம்மை ஆராய்ந்து கொள்ள, நமது பார்வைகளை திசைதிருப்ப, மாற்றி அமைத்துக் கொள்ள இந்தக் கட்டுரைகள் உதவி செய்யும் என்று நம்புகிறேன்.

"'Change is the only constant in life'' - கிரேக்கத் தத்துவஞானி ஹெராக்ளிட்டஸ் சொன்னது. அதுபோல குலாவும் 'மாறுதல் என்பது மாறாத விதி' கட்டுரையில், 'அடுத்த நூற்றாண்டில் இங்கே பெண்கள் ஆண்களுக்குரிய அத்தனை உரிமைகளையும் சமூக, பொருளாதார, அதிகார, அரசியல் பகிர்வில் பெற்று ஆண்பெண் சமத்துவ சமுதாயத்தைக் கோலோச்சுவார்கள். அங்கே மனிதம் ததும்பும். மானுடம் மகிழ்ச்சிப் பெருவெளியில் துள்ளித் திரியும்.' என்று குறிப்பிட்டிருப்பதை நம்புவோமாக. அப்படியான நம்பிக்கையோடு பெண்ஆண் இருபாலரும் அதை நோக்கியதான முன்னெடுப்புகளை நிகழ் கணங்களில் நிகழ்த்துவோமாக.

பெண் என்பவள் ஆதித்தாய். பெரும் சக்தி, அவள் வெகுண்டெழுந்தால் பூமி தாங்காது. அவளை சக உயிரியாய் போற்றுவோம். இந்தத் தொகுப்பு பலரிடம் சென்று சேரவும், பெரும் தாக்கத்தை உண்டாக்கவும், குலாவிற்கு மனம் நிறைந்த அன்பின் வாழ்த்துகள்.

பிரியா பாஸ்கரன்
Sterling Heights, Michigan.
Priya@Baskarans.com

வான் மழையிலிருந்து நம்பிக்கையின் ஒரு துளி

இந்த பிரபஞ்சத்தின் ஆகப்பெரும் சக்தியான பெண்ணை நன்கு உணராத, அவளை இரண்டாம் பட்சமாக அவளையே நம்ப வைக்கும் சமூக சூழலில் கலையும் சினிமாவும் இலக்கியமும்தான் அவளுடைய அகத்தைப் பார்த்துக் கொண்டிருக்கிறது. பார்க்கவும் சொல்லிக் கொடுக்கிறது.

நண்பர் குலசேகர் எழுதிய ''வித்துகளின் கனா'' புத்தகம் பெண்மையைத் தூக்கிப்பிடித்து ஆனந்த கூத்திடும் புத்தகமாக வந்திருக்கிறது. தமிழக, இந்திய சூழலில் பெண் கதாபாத்திரங்கள் எவ்வளவு உன்னத திரைப்படங்களாக இயக்குனர்களால் படைக்க முடிந்திருக்கிறதென்று உணர்த்தி உக்கிரமான மகா சக்தியின் முன் படையல் வைத்திருக்கிறார். எந்த இயக்குனரையும் குறை சொல்லாமல் அவர் இப்படி படம் எடுத்திருக்கலாம் என்றோ இந்த கதாபாத்திர்த்தை இப்படி கையாண்டிருகலாமென்றோ எதுவுமே சொல்லவில்லை. முழுவதுமாக பெண் மனோபாவத்தில் வாழ்க்கையைப் பார்த்து அவள் குரலாகவே காத்திரமாகப் பேசியிருக்கிறார். அதுவே இந்த படைப்புக்கான ஆரோக்கியமான சூழலாக நான் பார்க்கிறேன்.

இந்த புத்தகத்தை வாசித்த பின்பு, குலசேகர் குறிப்பிட்டிருக்கும் பல திரைப்படங்களைத் தேடி எடுத்து நான் பார்ப்பதற்காக சேமித்து வைத்திருக்கிறேன்.

இந்த புத்தகம் முழுவதும் பெண் கதாபாத்திரங்களை மட்டும் அவர் சொல்லவில்லை. பெண்ணைப் பற்றிய தன் பார்வையை, தன் சார்பைப் பகிர்ந்து கொள்கிறார். படங்களின் கதையை விவரித்துக் கொண்டே வரும் குலசேகர், அதிலிருந்து தனி வழி பிரிந்து , பெண் பற்றிய தன் நிலைபாட்டினை சொல்லும்போது சன்னதம் வந்து ஆடியிருக்கிறார். திரைப்படம் சார்ந்த கருத்துகளல்லாமல் சில கட்டுரைகள் தன் மனநிலையை, தன் கருதுகோள்களைப் பதிவு செய்யும் கட்டுரைகளாக இந்த புத்தகத்தில் இடம் பெற்றிருக்கின்றன. ''பெண் ஒரு பண்டம், அவளை விரும்புகிறபோது விரும்புகிற விதத்தில் பயன்படுத்தலாம். விரும்பாதபோது ஓரமாய் ஒதுக்கி வைத்துவிடலாம்'' என்ற வாக்கியம் கேட்டு கேட்டு அலுத்துப் போனாலும் அதில் எத்தனை உண்மை உள்ளது? நினைக்க நினைக்க வலிக்கிறது. பல நேரங்களில் பல பெண்களைப் பார்க்கும்போது அழுத கண்களுடன் நிலை தடுமாறி நம்மை நிற்க வைக்கிறது இல்லையா? அப்படியான நேரங்களில் குலசேகர் தன் தனித்துவமிக்க மொழியால் தன் நிலைபாட்டினை தீர்க்கமாக நிலைநிறுத்துகிறார்.

குழந்தைகளுக்கு பள்ளியிலிருந்தே பாலியல் கல்வியை அறிமுகப்படுத்தாமலும் உடற்கூறு வகுப்பில் கூட அது மிகவும் சொல்லக்கூடாத வார்த்தைகளை பேசுவது போலவும் ஆண் பெண் சமத்துவத்தை பேசவே கூடாத தலைப்பு போலவும் அவர்களை நடத்தி நம் சந்ததிகளை மொத்தமாக குறைபட்டவர்களாக மாற்றிவிடுகிறோம். அவர்களுக்கு நட்புக்கும் காதலுக்கும் வேறுபாடு தெரிவதில்லை, உடலுக்கும் மனசுக்குமுள்ள தொடர்பும் தெரிவதில்லை. மிக

ஊசலாட்டமான மனநிலையை குழந்தைகளுக்கு, குழப்பத்திலேயே வாழும் பெரியவர்களும் சமூகத்தை செதுக்கும் சிற்பிகளுமாகிய ஆசிரியர்களும் சேர்ந்தே கொடுத்து அவர்களை மூளியாக்குகிறார்கள். குறைபட்ட சிற்பங்களாய் அவர்கள் இந்த சமூகத்தை குறிப்பாக பெண்களை நிர்மூலகமாக்கிக்கொண்டே இருக்கிறார்கள்.

நமக்கு கிடைக்காததை அழித்துவிட வேண்டுமென்ற மனநிலையெல்லாம் வேரிலிருந்து வருவதுதானே. பெற்றவர்களின் குறைபட்ட தாம்பத்தியம், குழந்தமையிலிருக்கும் கோளாறு, விரும்பப்படாத சூழல் எல்லாம் சேர்ந்து யார் வீட்டுப் பெண்ணையோ துன்புறுத்தும் மனநிலைக்கு தள்ளப்படும் ஆண்களை என்னவென்று சொல்ல... ஒரு பக்கம் பரிதாபமாகவும் ஒரு பக்கம் அப்படியே அழித்து விடும் காளியின் கோபமுமாகத்தான் வருகிறது.

''பெண்கள் மகிழ்ச்சியாக இல்லாத சமூகத்தில் ஆண்கள் மகிழ்ச்சியாக இருக்கவே முடியாது என்பது ஏனோ ஆணாதிக்க சிந்தனையில் ஊறிப்போயிருக்கிற ஆண்களுக்கும் , ஏன் அந்த கற்பிதத்தில் சிக்குண்டிருக்கிற பெண்களுக்குமே தெரிவதில்லை'' என்று குலசேகர் எழுதுவதில் எவ்வளவு சத்தியம். ஆண்களுக்குப் புரிவதேயில்லை பெண்களின் மகிழ்வில், நிறைவில், மலர்ச்சியில்தான் இந்த உலகம் மலர்ந்து மணம் வீசுமென்று அவர்களுக்குப் புரிவதேயில்லை. தாய் வழிச் சமுதாயத்தில் பெண்ணை அடிக்கும் அடிமைப்படுத்தும் வரலாறே இல்லை என்பது எவ்வளவு நிதர்சனம். ஆனால் அந்த வாழ்வு மீண்டும் வருமா? ஏற்றதாழ்வுகளில்லாத சம மரியாதையுடன் பெண் நடத்தப்படும் நாட்கள் மீண்டும் கிடைக்குமா?

ஆண்டாண்டு காலமாய் பெண் உடல் மீதும் மனம் மீதும் நடத்தப்படும் வன்முறைகளைப் பற்றி பேசிக் கொண்டேயிருக்கிறோம், ஆனாலும் அது தீர்ந்தபாடில்லை.. ஓய்ந்தபாடில்லை. இனி வரும் நாட்களிலாவது பெண் குழந்தைகள் நன்றாக நடத்தப்படவேண்டும், நடத்தப்படுவார்களென்ற நம்பிக்கை துளிர்விடுவதையும் இந்த சமயத்தில் தவிர்க்கமுடியவில்லை. ஏனென்றால் பெண் தன்னை உணர ஆரம்பித்து விட்டாள். தன் பலம் மறந்த யானையாய் அவள் யாரிடமும் யாசகம் கேட்பதில்லை. ஒதுங்கி நிற்பதில்லை. தன்னை முன்னிலைப்படுத்த ஆரம்பித்து விட்டாள். அவள் வென்றே தீருவாள்.

குலசேகரின் இந்தப் பணி வெறும் படங்களை அறிமுகப் படுத்துவதோ, அதைப்பற்றி விவாதிப்பதோ அல்ல. அதன் வழி அவர்தன் நிலைப்பாட்டினையும் நம்முடன் பகிர்ந்து கொள்கிறார். வித்துகளின் கனா வெறும் கனவாக இல்லாமல் நம் வாழ்நாளிலேயே சிற்றோடையாய் மாறி பெரும் ஆற்று வெள்ளமாய் ஆர்ப்பரித்து, வரும் வழியெங்கும் தடைகளைத் தாண்டி, பெருக்கெடுத்து ஓட வாழ்த்துகிறேன்.

எளிமையான அன்போடு,

கே.வி. ஷைலஜா

திரைப்படங்களை பார்ப்பதற்கு முன்..

இந்த தலைப்பின் பின்புலம் பற்றி பார்ப்பதற்கு முன்னால், இந்த கட்டுரைகளின் நோக்கம் குறித்தும், அதற்கான முன்வரலாறையும் பார்த்து விடலாம்.

பிரபஞ்சம் எங்கும் சக்தி மயமாக சாசுவதமாய் இருந்திருக்கிறது, வெற்று வெளி விரிவடைவதும் சுருங்குவதுமாக ஊடாடியபடி இருக்கையில் நிகழ்ந்த சக்தி விரிவாக்கம், அந்த படலத்தின் மீது நிகழ்த்திய அழுத்தத்தின் காரணமாக, ஒரு ரஸவாத கணத்தில் பெரு வெடிப்பு நிகழ்கிறது,

பால்வெளி மண்டலங்களில் கேலக்சி என்கிற கோடானுகோடி நட்சத்திர குடும்பங்கள் மளமளவென உருவெடுத்து இருக்கின்றன. ஒவ்வொரு நட்சத்திரமும் ஒரு சூரியன். அப்படியொரு நட்சத்திரம் தான் சூரியன். அந்த நட்சத்திர குடும்பத்தில்தான் ஒரு துணைக் கதாபாத்திரமாக நாமிருக்கிற பூமி வருகிறது.

இந்த சூரியக் குடும்பங்கள் பால்வெளி மண்டலத்தில் நீந்தியபடி ஒன்றை விட்டு ஒன்று விலகிச் சென்று கொண்டே இருக்கின்றன. அவை இப்போது எந்த வேகத்தில் விலகிச் செல்கிறதோ, அதே வேகத்தில் வந்த பாதையிலேயே பழைய இடத்திற்குத் திரும்பிச் செல்வதாக இருந்தால் தோராயமாக 13,700 கோடி ஆண்டுகள்

தேவைப்படும். இந்த பின்னோக்கிப் பயணிக்கிற காலக் கணக்கை வைத்துக் கொண்டு அளவீடு செய்கிறபட்சம், ஆக்கமும் அழிவுமற்ற, ஆதியும் அந்தமுமற்ற முடிவிலியாக இருக்கிற சக்தியின் படலத்திலிருந்து பிரபஞ்சமானது 13,800 கோடி ஆண்டுகளுக்கு முன்பு தோன்றியிருக்கலாம் என அறிவியலாளர்கள் கணக்கிட்டிருக்கிறார்கள்.

நமது சூரியக் குடும்பத்திலிருந்து பூமி 4,500 கோடி ஆண்டுகளுக்கு முன்னால் தோன்றிய போது, அங்கே சக்தி உயிரற்ற நிறைகளாக, நிறைகளின் வடிவங்களான திடம், திரவம், வாயு ஆகியவற்றின் தொகுப்பாகவே, பல்லாயிரம் கோடி ஆண்டுகள் இருந்திருக்கின்றன. 3,800 கோடி ஆண்டுகளுக்கு முன்னர்தான் உலகில் முதன்முதலில் ஒரு செல் உயிரி உருவாகி இருக்கிறது.

இங்கே முதலில் தோன்றிய உயிர், பெண். தன்னை இரண்டாக்கித் தன்னிலிருந்து இரண்டு உயிர்களை ஒரு அமீபாவினால் உருவாக்க முடிகிறதென்றால் அது பெண்ணாகத் தானே இருக்க முடியும். அப்படியாக தோன்றிய முதல் பெண் தனக்குள்ளேயே இனவிருத்திப் பண்பை கொண்டிருந்திருக்கிறாள்.

அதனை எளிமையாக புரிந்து கொள்வதென்றால் ஹெர்மாபுரடைட் என்கிற விசயம் பற்றி ஒரு சில வரிகள் பார்ப்பது அவசியம்.

மண் புழு. அதன் உடம்பு பல அடுக்குகளை கொண்டிருக்கும். ஒவ்வொரு அடுக்கிலும் ஒரு ஆணுறுப்பு ஒரு பெண்ணுறுப்பு இருக்கும். அவை பாலுறவு கொள்ள விரும்புகிற போது, அது தன்னைத்தானே வளைத்து நெளித்து, ஒரு அடுக்கில் உள்ள ஆணுறுப்பை இன்னொரு அடுக்கிலுள்ள பெண்ணுறுப்பிற்குள் செலுத்தி உறவு கொண்டு, தன்மகரந்த சேர்க்கை முறையில்

வம்சவிருத்தி செய்து கொள்கிறது. அதனால் அங்கே பாலியல் வன்முறைகள் ஏற்படுவதில்லை. ஈவ் டீஸிங் போன்ற பாலியல் வன்முறை, உருவக் கேலி என்று எதுவும் அங்கே நிகழ்வதில்லை.

அதிலிருந்து பரிணாம வளர்ச்சியின் நீட்சியாக, முதுகெலும்பில்லாத பிராணிகள், பிற்பாடு முதுகெலும்புள்ள பிராணிகள் என பலவிதமான உயிர்கள் தோன்றுகின்றன. 'இன்வெர்ட்டபிரட்டா' பிராணிகளுக்கு எலும்பு இருக்காது. ரத்தம் வெள்ளையாக இருக்கும். உதாரணம் கரப்பான் பூச்சி நசுங்கி மரிக்கும் போது வெண் திரவத்தைக் கண்ணுற்றிருக்கக் கூடும். 'வெர்ட்ட பிரேட்டா' பிராணிகளுக்கு ரத்தம் சிவப்பாக இருக்கும். காரணம் அவற்றிற்கு எலும்பு உண்டு. எலும்பு மஞ்சை சிகப்பணுக்களை உற்பத்தி செய்வதால் அதன் ரத்தம் சிகப்பாக இருக்கிறது.

உயிரினங்கள் ஓரறிவு என்கிற தொடுவுணர்விலிருந்து படிப்படியாக இரண்டறிவு, மூன்றறிவு, நான்கறிவு, ஐந்தறிவு என்று வளர்கையில் கேட்கும் திறன், வாசனை நுகரும் திறன், சுவையறியும் திறன், பார்க்கும் திறன் என்று பல்வேறு திறன்களை உள்ளடக்கிய உயிரினங்களை பரிணாம வளர்ச்சியின் நிமித்தம் இயற்கை உருவாக்கத் தொடங்குகிறது.

இப்படியாகக் கிட்டத்தட்ட 50 லட்சம் ஆண்டுகளுக்கு முன்பாக, இரண்டு கால்களில் நடக்கிற மானுடம் உருவாகி இருக்கிறது. அப்போதே பகுத்தறிவு என்கிற ஆறாம் அறிவு உதயமாகி, படிப்படியாக மிகமிக மெதுவாகவே வளர ஆரம்பித்து இருக்கிறது. இவையெல்லாம், தொல்லியல், மானுடவியல் ஆய்வுகளின் நிரூபணம்.

அப்படித் தோன்றிய மனிதர்களின் மூளை மிகமிக மெதுவாகவே வளர்ச்சியடைந்திருக்கிறது. அதுவரை அவர்களுமே விலங்குகளைப்

போலவே வாழ்ந்து வந்திருக்கிறார்கள். 50 ஆயிரம் ஆண்டுகளுக்கு முன்பு வரை மரங்களில்தான் ஜாகை. அந்தக் காலக்கட்டங்களுக்குப் பின்னரே படிப்படியாக நாகரீக மானுடம் உருவாக தொடங்கி இருக்கிறது. அதனாலேயே தூங்கிக் கொண்டிருக்கும் போது, இப்போதும் சமயங்களில் எங்கிருந்தோ கீழே விழுகிற மாதிரி ஒரு உணர்வு ஏற்பட்டு, பக்கத்தில் இருப்பதைப் பற்றியபடியே விசுக்கிடலோடு விழித்தெழுகிற அனுபவம் அவ்வப்போது நிகழ்கிறது.

காரணம் ஆதியில் ஹோமோசெபியன் என்கிற மானுடம் சிம்பன்சி குரங்காக மரங்களில் வாழ்ந்த காலத்தில், தூக்கக் கலக்கத்தில் கீழே விழ நேரிடும். அப்போது பெரிய மிருகங்களுக்கு இரையாகவும் நேரிடும். அந்த அச்சவுணர்வே இப்போதும் நம்மைத் தூக்கத்திலிருந்து அப்படி எழுப்பிக் கொண்டிருக்கிறது.

நம் ஆதி வீடு வனம். நம் ஆதி வீடு மரம். நம் மூதாதையர்கள் பறவைகளும், மிருகங்களும் தான். அவற்றின் பண்புகள் இப்போதும் ஏதோ ஒரு வகையில் நமக்குள் விரவியிருப்பதை உணர முடிவதில் இருந்து, நம்மால் மேலே சொன்ன வார்த்தைகளின் உண்மையை உணர்ந்து கொள்ள முடியும்.

நம்முடைய மூதாதையர் குரங்கு, அதற்கும் முந்தைய மூதாதையர் பறவைகள் மற்றும் விலங்குகள். அதற்கும் முந்தைய மூதாதையர் ஓரறிவுத் தாவரமான மரங்கள். அதற்கும் முந்தைய மூதாதையர் ஜடப்பொருட்கள். அதற்கும் முந்தைய மூதாதையர் அப்படியான நிறைகளை உருவாக்கிய ஆதியும் அந்தமும் அற்ற சக்தி என்கிற ஆற்றல்.

கிட்டதத்தட்ட ஐம்பது லட்சம் ஆண்டுகளுக்கு முன், மானுடம் தோன்றிய காலத்திலிருந்து மக்கள் பின்பற்றி வந்திருக்கிற வாழ்வியல் முறைதான் தாய் வழிச் சமூகம்.

அதில் அந்தந்த பிராந்தியத்தைச் சேர்ந்த மனிதர்கள் குழுக்களாக வாழ்ந்திருக்கிறார்கள். அவர்களுக்குத் தலைமையேற்று வழிநடத்தியது ஒரு பெண். அங்கே தலைவன் கிடையாது. ஒரு குழுவிற்கு ஒரு தலைவி. அவள் அந்தக் குழுவை வழிநடத்திச் சென்றிருக்கிறாள். அங்கே வாரிசுகள் கிடையாது. தாய் என்கிற ஒற்றை உறவைத் தவிர, வேறு உறவுகள் கிடையாது.

அதனால் பாசம் என்பது கிடையாது. அன்பு மட்டுமே உண்டு. தலைவி அந்தக் காலத்திலேயே ஜனநாயக முறைப்படி, அனைவருக்கும் சமமான உரிமைகளை, சுதந்திரத்தை, கொண்டாட்டத்தை வழங்கி இருக்கிறாள். அவர்களின் வாழ்வியல் கோட்பாடு என்பது கட்டற்ற காதல், கட்டற்ற காமம், கட்டற்ற சுதந்திரம், கட்டற்ற மகிழ்ச்சி அவ்வளவே. அது அங்கே சாத்தியப்பட்டிருந்ததற்கு முக்கிய காரணம், அவர்கள் பறவைகளைப் போல வாழ்ந்திருக்கிறார்கள்.

சுமார் நான்காயிரம் வருடத்திற்கு முன்பு வரை தாய் வழிச் சமூக வாழ்க்கை முறை தான் தொடர்ந்திருக்கிறது. அப்படி வாழ்ந்த மக்களிடம் சாதிகள் இல்லை. மதங்கள் இல்லை. எந்த விதமான பேதங்களும் இல்லை.

வன்முறை இல்லை. குடும்ப அமைப்பு இல்லை. அதிகாரப் பகிர்வில் ஏற்றத்தாழ்வுகள் இல்லை. வனாந்தரங்களே காய் கனிகளின் ஆதாரம். அதனால், விவசாயம் இல்லை. மிதமிஞ்சிய சேமிப்பு இல்லை. பணம் இல்லை. பேராசைகள் இல்லை. உடமை மனநிலை இல்லை. பொய் இல்லை. போட்டி இல்லை. பொறாமை இல்லை. இயற்கையைக் கொண்டாடி இயற்கையாகவே வாழ்ந்திருக்கிறார்கள். ஆண்களும் பெண்களும் அனைத்திலும் சமவுரிமை கொண்டிருந்திருக்கிறார்கள். ஒன்றாகவே வேட்டைக்குச்

சென்றிருக்கிறார்கள். எல்லா வேலைகளையும் பகிர்ந்தும், சேர்ந்துமே செய்திருக்கிறார்கள்.

பறவைகள் ஒரு நாளும் விதைப்பதுமில்லை. அறுவடை செய்வதுமில்லை. ஒருபொழுதும் பட்டினியில் வாடியதுமில்லை. அவை நிகழ் கணத்தில் மட்டுமே வாழ்கின்றன. அப்போதைக்கு அப்போதைக்கான உணவை மட்டுமே தேடுகின்றன. வனமும் அவற்றிற்குத் தேவையானதை வழங்கிக் கொண்டு தான் இருக்கின்றது.

ஆண் தேனீக்கள் இனப்பெருக்கத்திற்காக மட்டுமே பயன்படுத்தப்படுகின்றன. ராணிதேனீ தான் அத்தனை நிர்வாகத்தையும் திறம்பட மேற்கொள்கிறது.

அவற்றுள் ஆணாதிக்க மனோநிலை இல்லை. இப்போது உள்ள அதிகாரச் சமனற்ற குடும்ப அமைப்பு முறைகள் அங்கே இல்லை. கூடி வாழ்கின்ற கூட்டு வாழ்க்கை. லிவிங் டுகெதர் வகைமை. இருவரும் விரும்புகிற வரை சேர்ந்திருக்கின்றன. விருப்பம் மட்டுப்படுகிற போது, பரஸ்பரம் வந்தனித்து விட்டு, மனத்தடைகள் கொள்ளாமல் விலகிச் சென்று, வேறு இணையை தேடிக் கொள்கின்றன. சேர்ந்து வாழ்கிற வரை உண்மையாக வாழ்கின்றன.

அவை எதையும் எதிர்பார்ப்பதில்லை. முட்டையிட்டு, குஞ்சு பொறித்து, வளர்த்து, சிறகு முளைத்ததும் பறக்கவும், இரை தேடவும் கற்றுத் தருகின்றன. அதன் பிறகு அவற்றை தனியாகப் போய் தனக்கான இணைகளை தேடிக்கொண்டு சுதந்திரமாக, சொந்தக் காலில் நின்று வாழும்படி அனுப்பி வைத்து விடுகின்றன.

மானுடம் விவசாயத்தை கண்டுபிடிக்கிறது. அப்போதுதான் நிலவுடமை சமுதாயம் தோன்றுகிறது. அதிலிருந்து தான் பெண்கள் படிப்படியான சமன்நிலையிலிருந்து பின்னுக்கு நகர்த்தப்படுகிறார்கள். சமையலறைக்குள் பாதுகாப்பாய் சிறை

வைக்கப்படுகிறார்கள். அதிலிருந்தே, பெண் உடம்பு ஆணின் உடமைப் பொருளாக, மாற்றப்படுகிறது.

பூம்புகார் தமிழ் கலாச்சாரம் பத்தாயிரம் ஆண்டுகள் முந்தையது. அதனை சுனாமி மூலம் கடல் கொண்டு விட்ட பிற்பாடு, சமீபத்தில் பிபிசி அகழ்வாராய்ச்சி செய்து பல அரிய புகைப்படங்களை எடுத்து வந்து, ஆய்வு நடத்தி, ஆவணமாக்கியிருக்கிறது.

அப்படியாக இருந்திருந்த பூம்புகார் தமிழ்க் கலாச்சார வாழ்வியலில் சாதிகள் இருக்கவில்லை. மதங்கள் இருக்கவில்லை. இயற்கையையே வழிபட்டிருக்கிறார்கள். அவர்கள் மழையை வழிபடுகிறவர்களாக இருந்திருக்கிறார்கள். காரணம் இது வெப்பநாடு. அங்கே பேதங்கள் இருந்திருக்கவில்லை. வறுமை இருக்கவில்லை. வன்முறை இருக்கவில்லை. பேராசை இருக்கவில்லை.

பலவிதமான தொழில்கள், தொழில்நுட்பங்களை கண்டடைந்திருக்கிறார்கள். மருத்துவம், சாலைகள், அனைவருக்குமான சமத்துவக் கல்விச் சாலைகள் என அப்போதே ஒரு நாகரீக சமூகத்திற்கான அத்தனை கூறுகளோடும் இருந்திருப்பதை அறிய முடிகிறது.

நிலவுடமை சமுதாயத்தின் எச்சமாக ஆணாதிக்க சமுதாயம் உருவெடுக்கிறது. அதற்குப் பிறகு ஆரியம், இசுலாமியம், கிறித்தவம் எல்லாம் இங்கே வருகின்றன. ஆரியர்கள் நெருப்பை வணங்குகிறவர்கள். அவர்கள் குளிர் பிரதேச நாடுகளில் இருந்து இங்கு வந்து குடியேறியவர்கள்.

அவர்களுக்குள் கோத்திரம் பார்க்கிற பண்பு உண்டு. கோத்திரம் என்பது நட்சத்திர வகைமை. பின்னாளில் அதிலிருந்த பெரும்பாலானவர்கள் இங்கிருந்த தொன்மக் குடிகளோடு கலந்து ஐக்கியமாகி விட்டார்கள் என்றாலும், ஒரு சிலர் மட்டும் அப்போது

கால்நடைகள் நிறைய வைத்துக்கொண்டு மேய்ச்சலுக்காக வந்தவர்கள், அதனால் செல்வாக்கு பெற்று அதிகார மையங்களாக மாற ஆரம்பிக்கிறார்கள்.

அதன் பிற்பாடு தான் தொழில் முறையில் பிரிக்கப்பட்ட மக்கள், பிற்பாடு மனு ஸ்மிருதியின் மூலம் பிறப்பாலேயே சாதி கொண்டவர்களாக இங்கே மானுடம் படிப்படியாக மாற்றப்படுகிறது.

இப்படியாக உலகத்திலேயே. இந்தியாவில் மட்டும் சாதிகள், இன்னுமொரு கூடுதல் பேதமாய் திணிக்கப்படுகிறது. வரலாறுகள், காதைகள், காப்பியங்கள், காவியங்களில் இடைச்செறுகல்கள் அரங்கேறுகின்றன. அவற்றில் பெண்களுக்கான அதீத கட்டுப்பாடுகளும், பிரத்யேக ஒழுக்க நியமங்களும் புகுத்தப்படுகின்றன.

அப்படித்தான் பெண் உடல் தடை அரசியல் உருவாகிறது. பெண் என்பவள், அந்தக் குடும்பத்தில் உள்ள ஆண், சம்பாதிக்கிறதில் உபரியாக சேகரமாகிற பொருளை, செல்வத்தை அவனின் உயிரணுவில் உருவாகிற வாரிசிடம் ஒப்படைக்க வேண்டிய இடைத்தரகராக மாற்றப்படுகிறாள்.

அதற்காக பெண்களுக்கு மட்டும் கற்பு என்கிற உடம்பு சார்ந்த புனித வாத சித்தாந்தம் உண்டாக்கப்படுகிறது. அதன் நிமித்தமாகவே, பெண்களுக்கான கல்வி மறுக்கப்படுகிறது. பணி மறுக்கப்படுகிறது. சமையல் மட்டுமே அவர்களின் பிரதானப் பணியாகத் திணிக்கப்படுகிறது.

இரண்டாம் உலகப்போருக்குப் பின்பு தோன்றிய தொழில் புரட்சியின் காரணமாக ஏராளமான தொழிற்சாலைகள் மேலை நாடுகளில் தோன்ற ஆரம்பிக்கின்றன. அப்படியாக முதலாளித்துவச் சமுதாயம் உருவாகிறது. அந்த நேரத்தில் அதற்கான வேலையாட்கள்

போதுமான அளவிற்கு கிடைக்கவில்லை. ஏராளமான ஆண்கள் யுத்தத்தில் கொல்லப்பட்டிருந்ததே காரணம்.

அப்போது பெரும் சம்பளம் தந்து வீட்டிற்குள் அடைந்து கிடந்த பெண்களை வெளியே கொண்டு வர வேண்டிய தேவை முதலாளித்துவ வர்க்கத்திற்கு தேவையாகிறது. கெட்டதில் நடந்த நல்லது அது.

அப்படியாகவே மேலை நாட்டுப் பெண்கள் வீட்டை விட்டு வெளியே வருகிறார்கள். சொந்தக் காலில் நிற்கிறார்கள். படிக்கிறார்கள். பெண் உடல் தடை அரசியல் நிமித்தம் பெண்களுக்கு மட்டும் விதிக்கப்பட்டிருந்த கற்பு என்கிற கற்பிதத்தை தங்களின் அகராதியில் இருந்து தூக்கி எறிகிறார்கள்.

அங்கே ஒரு பெண் வயதுக்கு வந்ததும், ஆண் நண்பனோடு டேட்டிங் போகவில்லை என்றால், அந்தப் பெண்ணை மனோதத்தவ நிபுணரிடம் அழைத்துப்போய், என்ன பிரச்னை என்று பரிசோதிக்கும்படி பெற்றோர்களே கேட்கிற அளவிற்கு அங்கே பெண் உடல் தடை அரசியலில் இருந்து விடுபட்டு விட்டார்கள்.

அதனாலேயே காமத்தை ஆபாசமாகப் பார்க்கிற பார்வை அங்கே கணிசமாக வடிந்து விட்டிருக்கிறது. பெண்கள் அங்கே ஆண்களுக்கு இணையாக எங்கும் தனியாகப் பயணிக்கிறார்கள். ஆண்களின் சமூக, பொருளாதார, அரசியல் அதிகார பகிர்வுகள் என அத்தனையிலும் சரிபாதி பெறுகிற ப்பாதையில், பயணித்து, படிப்படியாக அதனை நெருங்கிக் கொண்டும் இருக்கிறார்கள்.

உலகமயமாக்கலுக்குப் பிறகு, இங்கேயும் அந்த மாற்றங்கள், ஆங்காங்கே நடக்க ஆரம்பித்திருக்கிறது என்றாலும், பரவலாக அது குறித்த புரிதல் சென்று சேர இன்னும் காலம் தேவைப்படுகிறது.

இங்கே ஆணாதிக்க மனோநிலையானது, எத்தனையோ விசயங்களில், பெண்களை ஓரவஞ்சனையோடே நடத்திக் கொண்டிருக்கிறது. அதற்குக் காரணம் நாம் பறவைகள் மற்றும் தாய் வழிச் சமூகம் கற்றுத் தந்திருக்கிற நல்ல கூறுகளை அடுத்தது வளர்ந்த படிநிலை சமூகத்திற்குக் கடத்திச் செல்லத் தவறி விட்டது தான்.

குடும்ப அமைப்பு உருவெடுத்ததும், பெண்களை இரண்டாம் தர பிரஜைகளாக ‘பேட்ரியார்கி’ என்கிற ஆணாதிக்க சமுதாயம் மாற்றத் தொடங்கி விட்டது. இந்தக் குடும்ப அமைப்பானது ஆண்களையே பிரதானப்படுத்துவதாக இருக்கிறது. பெண்களுக்குச் சமபங்குச் சொத்துரிமை என்பது இன்னும் செயல்பாட்டில் இழுபறியாகவே இருக்கிறது. கல்வி இன்னும் ஆண்களுக்கே பிரதானபடுத்தப்படுகிறது. உத்தியோகம் புருச லட்சணம் என்கிற பழமொழி அப்படியாக வந்தது தான். பெண் கஷ்டப்பட்டு படித்து, உத்தியோகம் பார்க்க நேரிட்டாலும், சம்பளத்தை, கணவனின் கையில் தந்து விடுவதும்,க் அதோடு கூடுதலாக வீட்டு வேலைகளையும் பார்க்க வேண்டிய நிலையே பெரும்பாலும் இங்கே நீடிக்கிறது.

குடும்ப அமைப்பில் பெண்ணை, பெண் உடல் அரசியல் கண்கொத்திப் பாம்பாகக் கண்காணிக்கிறது. பெண் ஒவ்வொரு பருவத்திலும் யாரோ ஒரு ஆணை அது தமையனோ, தந்தையோ, கணவனோ, மகனோ, பேரனோ, பேரனுக்குப் பேரனோ என்று சார்ந்தே இருக்கும்படி இந்த ஆணாதிக்க சமூக அமைப்பு நிர்பந்திக்கிறது.

அவர்களால் தனித்துச் செயல்பட முடியாது என்று பெண்களுக்கு பலவிதங்களில் கடிவாளம் போட்டுக் கொண்டே இருக்கிறது. எங்கே செல்வதாக இருந்தாலும், ஆண் துணை இல்லாமல் பெண் செல்வதை அதிகப்பிரசங்கித்தனம் என்றே இந்தச் சமூகம் அவதானிக்கிறது.

குடும்ப அமைப்பில் அக்காவை ஊர் சுற்றும் தம்பி கட்டுப்படுத்துவான், புத்தி சொல்லுவான், அடிப்பான், உதைப்பான். அவள் அதைச் சகித்துக் கொண்டாக வேண்டும்.

தோசையம்மா தோசை; அரிசி மாவும், உளுந்து மாவும் கலந்து சுட்ட தோசை. அப்பாவுக்கு நான்கு அம்மாவுக்கு மூன்று அண்ணனுக்கு இரண்டு தங்கைக்கு ஒன்று என்று குழந்தைப் பாடல் கற்றுக் கொடுப்பதிலேயே பெண்களின் உணவு அளவு ஆண்களுக்கு வழங்கப்படுவதை விட, குறைத்தே வழங்கப்பட வேண்டும் என்கிற நியமம் கடைப்பிடிக்கப்படுகிறது. உண்டி சிறுத்தல் பெண்டிர்க்கு அழகு என்கிற பழமொழி அப்படித்தான் இங்கே வந்தது.

அதிகாரப் பகிர்வில் ஆண் பெண் இடையே ஏற்றத்தாழ்வு கொண்டிருக்கிற இந்த குடும்ப அமைப்பில், பெண் அவள் விரும்புகிற மாதிரி உடை அணிந்து கொள்ள முடியாது. வெளி இடங்களுக்குச் செல்ல முடியாது. சத்தமாகச் சிரிக்கக் கூட முடியாது. பொம்பள சிரிச்சா போச்சி என்று பாட ஆரம்பித்து விடுவார்கள்.

சீறும் பாம்பை நம்பலாம், சிரிக்கும் பெண்ணை நம்பக் கூடாது என்பார்கள். பெண் பொய்யானவள். அவள் மனதில் உள்ளதை கண்டுபிடிக்கவே முடியாது என்றெல்லாம் கதைப்பார்கள்.

விரும்பிய படிப்பைப் படிக்க முடியாது. விரும்பிய வேலையைப் பார்க்க முடியாது. விரும்பிய இணையைக் காதலித்து, கரம் பிடிக்க முடியாது என்று அவளின் வாழ்க்கைக்குள் எண்ணற்ற முடியாதுகளை பழமையோடிப் போன ஆணாதிக்க சமுதாயம் புதிதுபுதிதாய் விதைத்துக் கொண்டே இருக்கிறது.

அதற்கு திரைப்படங்களில் உள்ள திரைநாயகிகளும் விதிவிலக்கல்ல. அவர்களின் கதாபாத்திரங்களை உருவாக்கும் படைப்பாளிகள் சூழ்நிலை காரணமாகவோ, கூடுதல் லாபம் ஈட்டும்

பொருட்டோ, யார்யாரையோ திருப்திப்படுத்த வேண்டிய நிர்பந்தத்தின் பொருட்டோ, சிறுமைப் படுத்துகிறார்கள்.

இந்தத் தொடரில் இடம் பெறுகிற கட்டுரைகளில் நடுநாயகத்தோடு அதன் பரிமாணங்களைச் சற்றே ஆழமாக, சுவாரசியம் குறையாமலே பார்க்கலாம். அதில், அர்த்தநாரீசப் பார்வையோடு ஊடாடும் பெண் மனவுணர்வுகளின் நியாயங்களையும் தரிசிக்கலாம்.

இந்த குடும்ப அமைப்பு மறுசீரமைப்பிற்கு உட்படுத்தப்பட வேண்டியிருக்கிறது. அப்போது தான் ஆண் பெண் இடையே சமஅளவிலான அதிகாரப் பகிர்வு ஏற்பட வாய்ப்புண்டு. அதில்லாத வரை, குடும்ப அமைப்பில் நிம்மதி என்பதை ஆணாதிக்க மனநிலை கொண்டவர்கள் கிஞ்சித்தும் நினைத்துக்கூடப் பார்க்க முடியாது. எந்த ஒரு பெண்ணும் தன்னை மகிழ்ச்சியாக இருக்க விடாத குடும்பத்தை, அதற்குக் காரணமாக இருக்கிற குடும்ப அங்கத்தினரை மகிழ்ச்சியாக இருக்க விட்டதாக சரித்திரம் இல்லை. ஆண்பெண் இடையே சமத்துவமான அதிகாரப் பகிர்வு சாத்தியப்படுகிறபோதே ஆணும், பெண்ணும் உண்மையான மகிழ்வை எட்ட முடியும்.

அதற்குத் தடையாக இருப்பது, ஆணாதிக்க மனோநிலை. இங்கே உள்ள மக்களை, ஆணாதிக்க மனோநிலை கொண்ட ஆண்கள், சமத்துவ மனோநிலை கொண்ட ஆண்கள், ஆணாதிக்க மனோநிலை கொண்ட பெண்கள், சமத்துவ மனோநிலை கொண்ட பெண்கள் என்று நான்கு வகையாகப் பிரிக்கலாம்.

இதில் ஆணாதிக்க மனோநிலை கொண்ட ஆண்கள் இயல்பிலேயே உருவானவர்கள். ஆணாதிக்க மனோநிலை கொண்ட பெண்கள் காலங்காலமான பழக்கப்படுத்துதலுக்கு உட்படுத்தப்பட்டு, தங்களையும் அறியாமல், மறைமுகமாக ஆணாதிக்க ஆதரவு மனோநிலைக்கு நகர்த்தப்பட்டவர்கள்.

இவர்களை, தயிர்ச் சோறு சாப்பிட பழக்கப்படுத்தப்பட்ட சிங்கத்தோடு ஒப்பிடலாம். அந்தச் சிங்கத்தை காட்டில் விட்டால் அது அங்கே வாழ அஞ்சும். அதற்கு மறந்து போயிருக்கிற சுதந்திரமான வனவாழ்க்கை மீண்டும் பழக்கப்படுத்தப்பட்டாக வேண்டும்.

அப்படியாக ஆண்களைச் சார்ந்தே வாழ பழக்கப்படுத்தப் பட்டிருக்கிற பெண்கள், நிகழ்கால சுயநல தேவைகளின் நிமித்தம் அதே மூச்சுமுட்டும் வாழ்க்கைக்குள் முகமூடி இட்டு ஒளிந்து கொண்டிருக்கலாம். அவர்களுக்குள் விதைக்கப்பட்டிருக்கிற இந்த அறியாமைகளைக் களைந்து அவர்களுக்குள் கட்டற்ற சுதந்திரத்தின் ருசியை அனுபவித்துணரச் செய்வதென்பதும் இந்தப் பயணிப்பின் முக்கியமான படிநிலைகளே. அப்படியான முயற்சிகளில், ஒரு முயற்சியாகவே இந்த கட்டுரைத் தொடரைப் பார்க்கலாம்.

இங்கே குறிப்பிடப்பட்டுள்ள மேட்ரியார்க்கல் சொசைட்டி என்கிற தாய் வழிச் சமூகத்தில் மனிதர்கள் பேராசை என்றால் என்னவென்றே தெரியாதபடி மகிழ்ச்சியாக வாழ்ந்தார்கள். பின்னர் வந்த பேட்ரியார்க்கல் சொசைட்டி என்கிற தந்தை வழிச் சமுதாயத்தில் லௌகீக சௌகர்யங்கள் அதிகரிக்க ஆரம்பித்தன. அதே அளவிற்கு மனதில் மகிழ்ச்சி அதிகரித்ததா என்றால் இல்லை என்பதே மானுடம் அளிக்கிற பதிலாக இருக்கிறது.

தாய் வழிச் சமூகத்தில் உள்ள உணர்வார்ந்த, அறம் சார்ந்த, ஏற்புடைய கூறுகளை எடுத்துக்கொண்டு, தந்தை வழிச் சமூகத்தில் உள்ள சமத்துவத்திற்கு ஒவ்வாத கூறுகளை விடுத்து, பிற்பாடு இரண்டையும் இணைத்து, புதிய சமுதாயத்தை தோற்றுவித்திருக்கிற பட்சம், உணர்வுகளில் சௌகர்யமும், மகிழ்வும் சரிவிகிதத்தில் கிடைத்திருக்கும்.

வாழ்க்கையை இப்போதும் அனுபவித்து எளிமையில் மகிழ்ந்திருப்பவர்கள் ஆதி பூர்வகுடிகளான பழங்குடியினரும், பறவைகளும் தான்.

அதைத் தான் பெரியார் இப்படி குறிப்பிட்டிருக்கிறார். ஒரு முறை அவர் பேசும் போது, மனைவி, கணவனின் உடமை அல்ல. அவரவர்கள் அவரவர்களுக்கு மட்டுமே உடமை. என் மனைவி என்னுடைய சொத்து அல்ல என்றிருக்கிறார்.

அப்படியானால், உங்கள் மனைவியை ஒரு நாள் என்னோடு மகிழ்ச்சியாக இருக்க அனுப்பி வைக்க முடியுமா என்று யாரோ ஒருவர் கேட்டு விட்டு கூட்டத்திற்குள் ஒளிந்து கொண்டு விட்டார்.

பெரியார் பதட்டமேயில்லாமல் இப்படி சொல்கிறார். 'அதை நீங்கள் என்னிடம் கேட்டு என்ன பயன்? மணியிடம் போய் அல்லவா கேட்க வேண்டும்.. அவர்களுக்கு அதில் விருப்பம் இருந்தால், உங்கள் விருப்பத்தை நீங்கள் நிறைவேற்றிக் கொள்வதில் எனக்கென்ன ஆட்சேபனை இருக்க முடியும்' என்றிருக்கிறார்.

இது தான் பறவைகளிடமும், ஆதி பழங்குடியினரிடமிருந்தும் சமன் விரும்புகிற மானுடம் கற்றிருக்கிற பண்பு.

இங்கே இடம் பிடித்திருக்கும் ஒவ்வொரு கட்டுரையும், ஏதாவது ஒரு வகையில் முக்கியமான திரைப்படங்களில் வருகிற குறிப்பிட்ட திரைநாயகியை மையமாக வைத்து, அதில் ஊடாடுகிற அல்லது ஊடாட வேண்டிய நவீன பெண்ணிய பார்வையின் வழியில் பறவை பாய்ச்சலோடு பயணித்திருக்கிறது. இதில் இடம்பெறும் கட்டுரைகள் நிச்சயம் உங்கள் மனதில் மாற்றுச் சிந்தனையை எழுப்பும் என்று அறத்தின் மீதான நம்பிக்கை நிமித்தம், திடமாக நம்புகிறேன்.

உள்ளே.....

1. முதல் மரியாதை.. 39

2. நாட்டாமை 50

3. சிறை / சோலா 58

4. இந்தியன் 69

5. லென்ஸ் 80

6. தி கிரேட் இன்டியன் கிச்சன் 90

7. சிந்து பைரவி 98

8. சிப்பிக்குள் முத்து 107

9. பார்ச்ட் 118

10. சாரா 128

11. சிலீப்பிங் பார்ட்னர் / வெப் தொடர் 138

12. புல்புல் சிங்ஸ் 151

13. திருமணத்திற்கு முன் - திருமணத்திற்கு பின் 159

14. மன்னன் 172

15. செக்சன் 375 182

16. ஃபயர் பிராண்ட் 197
17. தி பிரா 211
18. உயரே 233
19. பூட்டாத பூட்டுகள் 248
20. செல்லுலாய்ட் 259
21. வஜ்டா 267
22. ஆரவல்லி 279
23. முலகாரம் / ஆவணப்படம் 288
24. சத்தம் போடாதே / கேளடி கண்மணி ... 297
25. ஜீவன் சந்தியா 304
26. சகல கலா வல்லவன் / புது வசந்தம் /
தண்டிக்கப்பட்ட நியாயங்கள் / ஆஸ்த்தா ... 312
27. அவள் அப்படித்தான் 321
28. புதிய பாதை 331
29. டோட்டா பட்டாக்கா ஜட்டம் மால் 337
30. சதிலீலாவதி 344
மாறுதல் என்பது மாறாதது 350

முதல் மரியாதை

1

இந்தப் படம் ஏகோபித்த பாராட்டைப் பெற்று, வசூலையும் வாரிக் குவித்த படம். இதன் கதாசிரியர் ஆர்.செல்வராஜ். ரஷ்ய எழுத்தாளர் தாஸ்தாயேவ்ஸ்கியின் வாழ்க்கையில் நடந்த காதல் சம்பவத்தை மையமாக வைத்து, இந்தக் கதையை உருவாக்கி இருப்பார். தாஸ்தாயேவ்ஸ்கி அன்பிற்காக ஏங்கிக் கொண்டிருக்கிற 48 வயது விதவன். அன்னா கிரிகோரியெவ்வனா பதினெட்டு வயது பருவ மங்கை. அவர்கள் இடையே காதல் அப்படி காட்டாறாய் பாய்கிறது. காரணம், அன்னாவிற்கு தாஸ்தாயேவ்ஸ்கியின் படைப்புகள் மீது, அவரை சந்திப்பதற்கு முன்பே அப்படியொரு காதல். அவர்கள் திருமணம் செய்து கொள்கிறார்கள். அவர்களின் திருமணத்திற்கு பின்பே தாஸ்தாயேவ்ஸகி மிகவும் பிரசித்தி பெற்ற 'சூதாடி, குற்றமும் தண்டனையும், கரமசோவ் சகோதரர்கள்' போன்ற படைப்புகளை படைக்கிறார்.

சிவாஜிதான் தாஸ்தாயேவ்ஸ்கி. அன்னாதான் ராதா. தாஸ்தாயேவ்ஸ்கி ஒரு தனிக்கட்டையாக இப்போது இருந்து கொண்டிருக்கிறார். ஆதியிலிருந்தே அவருக்குள் தேக்கி வைக்கப்பட்டிருந்த பேரன்பையும், பெருங்காதலையும் ஒப்புக்கொடுக்க ஒரு பெருங்கருணை கொண்ட பெண் இதயத்தை இடைவிடாமல் தேடிக்கொண்டே இருக்கிறது அவர் மனது.

உள்ளுணர்வில் அப்படியொரு மாயக் கற்பனையில் அவர் ரகசியமாக திளைத்துக் கொண்டிருக்கிற போது தான், அந்த கற்பனையின் நிஜ நாயகியான அன்னா அவர் முன் ஒரு சுருக்கெழுத்தராக அறிமுகமாகிறார். அதனைத் தொடர்ந்து அவரின் ரசிகையாக இருந்தவர், எப்படி காதலியாக, மனைவியாக மாறினார் என்பதை ஒரு சிறுகதையாகவே எழுதி இருக்கிறேன்.

தாஸ்தாயேவ்ஸ்கி விதவனாகிறதற்கு முன்னால் அவரோடு வாழ்ந்த முதல் மனைவி மேரி ஒரு கைம்பெண் தான். அவர் மீதும்

தாஸ்தாயேவ்ஸ்கி காதல் கொண்டு தான் திருமணம் செய்கிறார். அந்த பெண்மணி, குடிகாரக் கணவனால் ரொம்பவே நொந்து போயிருந்தவள். கையில் குழந்தையோடு காதல் பித்தோடு தன்னை நாடி வந்த தாஸ்தாயேவ்ஸ்கியை ஏற்றுக் கொள்கிறாள். அவருக்கிருந்த அதே காதல், அதே அளவிற்கு மேரியிடம் இருக்கவில்லை. குடித்துக் குடித்தே துயரத்தில் மரித்துப்போன முதல் கணவனின் நினைவுகள் காரணமாக இருக்குமா? தெரியாது. தாஸ்தாயேவ்ஸ்கியின் இரண்டாவது மனைவி அன்னா, தாஸ்தாயேவ்ஸ்கி அன்னாவை எப்படியாக நேசித்தாரோ, அப்படியாகவே அன்னாவும் அவரை நேசித்தார்.

தாஸ்தாயேவ்ஸ்கியை பொறுத்த வரை இரண்டு பேரிடமும் எல்லோரையும் நேசிப்பது போலவே நேசம் கொண்டிருந்தார். அவரின் அகராதியில் வெறுப்பிற்கு இடமே இல்லை. அதுவே அவரின் குணவார்ப்பு.

இப்போது முதல் மரியாதை கதைக்குள் வரலாம். வடிவுக்கரசி சிவாஜியின் முறைப்பெண். பண்ணையார் மகள். அந்த பண்ணையாரின் அக்கா மகன் தான் சிவாஜி. ஏழை. படிக்காதவர். ஆடு, மாடு மேய்த்துக் கொண்டு திரிந்தவர். மாமாவின் பேச்சுக்கு மறுபேச்சு பேசத் தெரியாதவர்.

இதற்கிடையே, வடிவுக்கரசி வத்தலக்குண்டு சந்தையில் ஒரு இளைஞனை பார்க்கிறார். பார்த்ததும் காதல் பற்றிக் கொள்கிறது. அது, அந்த இளைஞனான சத்யராஜின் குழந்தையை தன் மடியில் வாங்கிக் கொள்கிறது வரை செல்கிறது.

இடையில் ஒரு தகராறில், சம்பந்தப்பட்டவன் எதிர்பாராதவிதமாக மரித்து விட, சத்யராஜ் ஆயுள்தண்டனைக் கைதியாக சிறைச்சாலைக்குச் சென்று விடுகிறார். இந்தச் சூழ்நிலையில் ஆபத்பாந்தவனான சிவாஜியிடம், தாய் மாமா ஒரு வரம் கேட்கிறார்.

நடந்த நிகழ்வுகள் அத்தனையையும் ஒளிவுமறைவு இல்லாமல் சிவாஜியிடம் கூறுகிறவர், தன்னுடைய குடும்ப விசயம் ஊர் வாய்க்கு அவலாகாமல் இருக்க வேண்டுமென்றால், வடிவுக்கரசியை சிவாஜி திருமணம் செய்து கொள்வதைத் தவிர, தனக்கு வேறு வழி தெரியவில்லை என்று சிவாஜியின் காலில் விழுகிறார்.

உடனே சிவாஜி அந்தத் திருமணத்திற்கு சம்மதிக்கிறார். தன் மரியாதைக்குரிய மாமா தன் கால்களைத் தொட்டதால், அவர் வாழ்நாள் முழுக்க செருப்பு அணியாமலேயே இருக்கிற அளவிற்கு மாமா மீது மதிப்பு கொண்டிருக்கிறார்.

சிவாஜியும், வடிவுக்கரசியும் ஒப்புக்குத் தான் கணவன் மனைவியராக இருக்கிறார்கள். இப்படியாகவே இருபத்தைந்து வருடங்கள் நகர்ந்து விடுகிறது.

அதன் பிற்பாடு, சிவாஜிக்கும், அங்கே பஞ்சம் பிழைக்க வரும் ராதாவிற்கும், அவருக்கும் இடையில் காதல் அரும்புகிறது. அந்தக் காதல் கதை நேர்த்தியாகவே சொல்லப்பட்டிருக்கிறது.

ஆனால், சிவாஜி ஏற்றிருந்த கதாபாத்திரத்தின் குணவார்ப்பில் ஒரு கரும்புள்ளி உறுத்திக் கொண்டே இருப்பதும், அதனுள் உறைந்திருக்கும் ஆணாதிக்கக் கூறுகளும், அதனை உற்று அவதானிப்பவர்களுக்குத் தெரியவே தெரியும். அதைப் பற்றி இங்கே பார்க்கலாம்.

ஒரு கட்டத்தில், சிவாஜி வாய்த் தகராறு முற்றி, வடிவுக்கரசியை கீழே தள்ளி மிதித்தபடி, 'அதனால தான், உன்னை இதுவரை தொட்டதே இல்ல' என்று ஒரு வரியை தன்னையும் அறியாமல், தன்னுடைய கதாபாத்திரத்தின் குணவார்ப்பையும் மறந்து, கொட்டி விடுவார்.

அப்படியென்றால் என்ன அர்த்தம்? வடிவுக்கரசி ஏற்கனவே ஒரு இளைஞனைக் காதலித்து, அதன் நிமித்தம் வயிற்றில் குழந்தை வாங்கி வந்தவள், அவளைத் தொட்டு குடும்பம் நடத்த சிவாஜிக்கு மனது வரவில்லை என்பது தானே. அவர் அன்னக்காவடியாக, படிப்பறிவில்லாதவராக இருக்கலாம். இருந்தால் தான் என்ன? அவர் ஆண் அல்லவா? பிறகெப்படி யாரோ ஒரு ஆண் தொட்ட, ஒரு பெண்ணைத் தொட அவரின் மனது இடம் கொடுக்கும்? ஆணாதிக்கக் கூற்றுப்படி, பெண் என்பவள் உடம்பால் செய்யப்பட்ட பொருள் தானே? அவள் ஆணின் உடமை தானே? அப்படியானால், ஆணாதிக்க மனோநிலையில் தன்னையும் அறியாமல் ஊறித்திளைத்திருக்கிற பொதுப்புத்தி கொண்ட சராசரி மனிதர் தானா சிவாஜி ஏற்றிருக்கும் அந்தக் கதாபாத்திரம்?

சிவாஜி கதாபாத்திரம் தன் தாய் மாமா மீது மதிப்பும், மரியாதையும் வைத்திருக்கிற பாத்திரம் என்பது உண்மையானால், 'என் மகெ அறியாம ஒரு காரியம் பண்ணிப்புட்டா, நீ தான் மருமகனே அவளுக்கு ஒரு வாழ்க்கை குடுக்கணும்' என்று அவர் முன் வைத்த வேண்டுதலுக்கு, உண்மையாகவே மதிப்பளிக்கிறவராக அவர் இருந்திருக்கிற பட்சம், வடிவுக்கரசியின் மனதை தன் அன்பால் படிப்படியாய் மாற்றி, அவரை மகிழ்ச்சியாக வைத்திருந்திருக்க வேண்டும். அல்லது, வடிவுக்கரசியின் மனதில் சத்யராஜ் தான் இருக்கிறார் என்கிறபட்சம், சத்யராஜ் வருகிற வரை வடிவுக்கரசியுடன் நட்பாக இருந்து விட்டு, அவர் வந்ததும் இருவரையும் சேர்த்து வைத்திருக்க வேண்டும். அவர் இரண்டையும் செய்யத் தயாராக இல்லை. அப்படியென்றால், அவர் தன் தாய் மாமன் மீது வைத்திருக்கிற மதிப்பு அசலா? நகலா? தங்கமா? தங்க முலாம் பூசப்பட்டதா?

சிவாஜி கதாபாத்திரம் கல்யாணம் பண்ணியும் காளைமை கழியாமல் பிரமச்சாரியாகவே வாழ்கிறார் என்று நினைத்து தானே ராதா அவர் மீது கழிவிரக்கம் கொள்கிறார். பின்னாளில் அந்த கழிவிரக்கமே காதலாக உருவெடுக்கிறது. அப்படித் தானே அவர்களின் குணவார்ப்புகள் சிருட்டிக்கப்பட்டிருக்கும்.

ராதாவிற்கு சிவாஜி மீதிருந்த அதே கரிசனம் வடிவுக்கரசி மீது சிவாஜிக்கு ஏன் வரவில்லை? வடிவுக்கரசியும் ஒரு தடவை தன் காதலனோடு கூடிய ஒரே விசயத்திற்காக, சிவாஜிக்கு வாழ்க்கைப்பட்டு இன்று வரை காமத்தின் வாசனை காட்டப்படாமல் தண்டிக்கப்படுகிறவராகவே வாழ்ந்திருக்கிறார். அவருக்கு தாம்பத்ய சுகம் அவரால் மறுக்கப்பட்டிருக்கிற விசயம், சிவாஜி சொல்கிற அந்த ஆவேசக் கூற்றிலிருந்தே உணர முடிகிறது. காரணம், அவரின் ஆணாதிக்க மனோநிலை, அவளை உடலால் தீட்டுப்பட்டவளாகவே பார்க்கிறது. அவரின் ஆணாதிக்க மனது அவரைத் தொடுவதையே அருவருப்பாகப் பார்க்கிறது. இயற்கையாக நடக்க வேண்டிய காமம் குறித்த விசயங்கள் வலுக்கட்டாயமாக சிவாஜி கதாபாத்திரம் வெறுத்து ஒதுக்கியதாலே கூட, வடிவுக்கரசி கதாபாத்திரம் சிவாஜி கதாபாத்திரம் மீது சிடுசிடுவென இருந்திருக்கலாம்.

இது வன்முறை இல்லையா? ஒரு ஆண்மையுள்ள ஆண் எந்தச் சூழ்நிலையிலும் ஒரு பெண்ணின் மீது உடல் ரீதியான வன்முறையை நிகழ்த்துவானா? கை நீட்டி ஒரு பெண்ணை அடிக்கிறவன் எப்படி ஒரு நேர்மையான ஆண் மகனாக இருக்க முடியும்?

இங்கே ஒடுக்கி வைக்கப்படுகிற வடிவுக்கரசியின் காமம், பேசு பொருள் ஆகவே இல்லை. காரணம், அவள் பெண். ஐந்து வயதில் திருமணம் முடிக்கப்பட்டு, வயதுக்கு வராமலே ஒரு சில வருடங்களில் விதவையாக்கப்பட்டு, வாழ்நாள் முழுக்க தாம்பத்ய சுகம் அனுபவிக்காமலேயே, அந்த வெக்கையைச் சுமந்து கொண்டே

மரித்துப் போன பெண்கள் தான் இங்கே ஏராளம். இளம் வயதில் கணவன் இறந்து போனதால் சதி என்கிற பெயரில் உயிரோடு எரியூட்டப்பட்ட பெண்கள் எத்தனை எத்தனை?

கடத்திச் சென்ற மனைவியை மீட்டு வந்த ராமன், அக்கினிப் பிரவேசம் மேற்கொள்ளச் சொல்லி சிதை ஏற்றுவதும், அதன் பிறகும், சில சலவைத் தொழிலாளர்கள் புறம் பேசிக்கொள்கிற வார்த்தைகளை நம்பி, கடைசி வரை சீதையைத் தனிமைச் சிறையில் வாழ வைத்த கதையைக் கொண்டாடும் பூமியில், பெண்கள் வேறு எப்படி நடத்தப்பட முடியும்?

ஒருவன் ஒரு பெண்ணை பலாத்காரம் செய்து விட்டால், அவள் கெட்டுப் போய் விடுகிறாள் என்கிறது சமூகம். அகலிகை கதையைத் தான் சொல்கிறேன். அவள் என்ன உடமையா? அவள் என்ன பண்டமா? கெட்டுப் போவதற்கு. கெட்ட எண்ணத்தோடு செயல்பட்ட இந்திரன் தானே கெட்டுப் போயிருந்திருக்க வேண்டும். ஆண் தான் இங்கே கெட்டுப் போகவே முடியாதே? கௌசிக முனிவர்களால் கற்களாய் உயிரோடு சமைந்திருக்கிற அகல்யாக்கள் இங்கே எண்ணிலடங்காதவர்கள். நிலைமை இப்படி இருக்க, பொன்னாத்தாக்களெல்லாம் எம்மாத்திரம்?

பொன்னாத்தா என்கிற வடிவுக்கரசிக்கு சத்யராஜோடு வந்தது காதலா? கண்டதும் காதல் வரக்கூடாதா? அண்ணலும் நோக்கினான் அவளும் நோக்கினாள் என்று கம்பர் சொல்வது பொய்யா? இல்லை.. காதலுக்குக் காரணம் இருக்க முடியாது. இருந்தால், அது காதலாகவே இருக்க முடியாது என்று ஷேக்ஸ்பியர் சொன்னது பொய்யா?

குறுந்தொகை, கலித்தொகை போன்ற சங்க இலக்கியங்களில் இப்படியான எத்தனை எத்தனை காதல் நிகழ்வுகள் அரங்கேறி இருக்கின்றன. பிறகேன் இப்போது வடிவுக்கரசியின் முதல்

பார்வையில் வெடித்து வரும் அந்தக் காதலை நிகழ்காலச் சமூகம் கொச்சையாகப் பார்க்கிறது? அதற்கான ஒற்றை வரி பதில். ஆணாதிக்க மனோநிலை. அவ்வளவு தானே.

என்னுடைய இருபத்திரண்டாவது வயதில் மைசூர் சுற்றுலா சென்றிருந்தேன். அப்போது தசரா காலம். பிருந்தாவனில் மக்கள் கூட்டம் வெள்ளத்தில் அலைமோதியது. உள்ளே நண்பர்களோடு பயணிக்கிறேன். தேர் அசைகிறது போல நெறுக்கமாய் நிற்கிற மக்கள்திரள் நத்தை நடையில் ஊர்ந்துஊர்ந்து முன்னேறியது. அப்போது ஒரு மார்வாடி குடும்பம் என் முன்னால் நடந்து சென்று கொண்டிருந்தது. அதில் ஒரு இளம்பெண். வயது பதினெட்டு இருக்கலாம். தோற்றப்பொலிவோடு இருந்த அந்த பெண்ணின் முகத்தில் வெகுளித்தனம் மிளிறியது. என்ன காரணத்தாலோ அந்தப் பெண் அவளின் குடும்பத்தாரை விடுத்து, ஒரு அடி பின் வந்து என்னோடு சேர்ந்து கொண்டாள். என்னை அவ்வப்போது உரசியபடி, ரகசியமாய் பார்த்து கண்களில் புன்னகைத்தபடி வந்தாள். எனக்கு அந்த அனுபவம் புதிய அனுபவம். கூட்டத்தைத் தாண்டியும் கூடுதலாக வியர்த்துக் கொண்டு வந்தது. அந்தப் பெண்ணின் சுண்டு விரல் என் விரல்களுக்குள் ஊடாடுகிறது. நாங்கள் ஒருவரையொருவர் பார்த்துக்கொண்ட கணத்தில் எங்கள் உலகம் அத்தனை மகிழ்ச்சிக்குரியதாக மாறிப்போனது. இந்தப் பக்கத்தில் உடன் வந்த நண்பர்களில் ஒருவன் அதைக் கவனித்து விட்டு, சற்றே கொச்சையாய், 'மச்சி.. அந்தப் பொண்ணு உன்னைத்தான்டா பாத்திட்டே இருக்கா.. நம்பர் வாங்கு..' என்று முணுமுணுத்தான். அவனின் குறும்பான சிரிப்பு வெளிப்படுத்திய அந்தத் தொனி எனக்குப் பிடிக்கவில்லை. நாங்கள் கிட்டத்தட்ட ஒரு மணி நேரத்திற்கும் மேலாக நெருக்கமாய் நடந்து கொண்டே வந்தோம். அவள் சுவாசத்தை நான் உணர்ந்தேன். என் சுவாசத்தை அவளும் உணர்ந்திருப்பாள். அவளின் அப்பா அந்த

பெண்ணை முன்னால் வரச் சொல்லி கன்னடத்தில் சொல்ல, அவள் முன்னால் சென்று விட்டு, சில நிமிடங்களிலேயே மெல்லமெல்ல மெதுவாகி என்னோடு வந்து சேர்ந்து கொண்டாள். அந்த நேரம் பார்த்து, சற்றும் எதிர்பாராமல் சொல்லாமல் கொள்ளாமல் அப்படியொரு அடைமழை. உடனே அவளின் தந்தை அவளையும் அழைத்துக்கொண்டு ஓட ஆரம்பித்தார். கூட்டம் சிதறி ஓடத் தொடங்கியது. அவள் திரும்பித் திரும்பி பார்த்துக் கொண்டே சென்று கூட்டத்திற்குள் கரைந்து போனாள். அப்போது அவள் கண்கள் கலங்கி இருந்ததா? அதை எனக்குள் உணர்ந்தேன். சில நொடிகள் என்னை மறந்து அப்படியே அடைமழையில் நின்று விட்டேன். அதற்குள் கூட்டம் முட்டித் தள்ள, நானும் திசை மறந்து ஓட ஆரம்பித்தேன். தூரமாய் எங்கள் சுற்றுலா வாகனம் நின்று கொண்டிருந்தது. அதன் பின்பக்கம் வந்து சிறிது நேரம் தண்ணீரை வழித்து வழித்து விட்டேன். கண்ணீர் முட்டிக்கொண்டு வந்தது. வடிவுக்கரசிக்கும் அப்படியொரு அனுபவமாக தான் சத்யராஜை சந்தித்தபோது, இருந்திருக்க வேண்டும்.

பொன்னாத்தாவிற்கு வந்த காதல் காலத்தின் கால அளவீட்டை வைத்து அதனை மதிப்பீடு செய்ய வேண்டிய அவசியமில்லை. இந்த இடத்தில் எதற்காக பொன்னாத்தா என்று அவளை அழைக்கிறார்கள் என்றொரு துணைக் கேள்வி கேட்டுப் பார்க்கலாம்? மலைச்சாமி எப்போதும் மலைச்சாமி தான். ஆனால், ஐம்பது வயதைத் தாண்டி விடுகிற பொன்னு என்கிற பெயருடன் ஆத்தா என்கிற பதம் சேர்ந்து கொள்கிறது. அல்லது அம்மாள் என்கிற பிற்சேர்க்கை வந்து ஒட்டிக் கொள்கிறது. காரணம், அவள் பெண். அவள் நடுவயது கடந்து விட்டால், அவள் வாழ்க்கையில் பாலுறவு பிரதானமல்ல.. காமம் பற்றி அதற்குப் பிறகு அவள் நினைத்துப் பார்க்கக் கூடாது என்பதை மறைமுகமாக குறிப்பதற்காகவே இப்படி பெயருக்கு பின்னால் ஒரு

கட்டத்தில் ஆத்தா, அம்மாள் முதலான பிற்சேர்க்கைகளை இணைக்கிறது இந்த ஆணாதிக்க சமூகம்.

சிவாஜி கதாபாத்திரம் ஆணாதிக்க மனோநிலை இல்லாதவராக இருக்கிற பட்சம், இப்படியொரு வசனத்தைக் கனவிலும் உதிர்த்திருக்காது.. 'ச்சீ.. அதனால தான் உன்னை எப்பவுமே தொட்டதில்லை..' இது எத்தனை ஆணாதிக்கத்தின் உச்ச கெக்கலிப்பு. எத்தனை குரூரம். அவள், ஒரு ஆணோடு அகஸ்மாத்தாக, கூட நேர்ந்த காரணத்திற்காக, அவளை வாழ்நாள் முழுவதும் தொடாமல் வதைத்திருப்பது தான் அறமா?

இத்தனைக்கும் ஆயிரம் தான் வீட்டிற்குள் உரசல் இருந்தாலும், ஒரு சமயம் ஜனகராஜ் முதன்முதலாக சிவாஜி, ராதாவிற்கு இடையிலான தொடுப்பு பற்றி ஜாடைமாடையாக சொல்கிற போது, வடிவுக்கரசிக்கு அப்படி பற்றிக்கொண்டு வரும். சிவாஜிக்காக அப்படி வரிந்து கட்டிக் கொண்டு பேசுவார்.

ஆணாதிக்க மனநிலை கொண்ட சிவாஜிக்கு அத்தனை அருவருப்பாக இருந்திருக்கிற பட்சம், வடிவுக்கரசியை கல்யாணம் செய்ய இயலாது என்று சொல்லி இருந்திருக்க வேண்டும். அது தானே குறைந்தபட்ச நாகரிகம். அப்படிச் சொல்லாமல், அவரை கல்யாணம் செய்து கொண்டு விட்டு, ஒரு கணவனுக்குரிய முக்கியமான கடமைகளில் ஒன்றான தாம்பத்ய உறவை ஆற்றாமல், அவளை வாழ்நாள் முழுவதும் துடிதுடிக்க வைத்திருப்பதென்பது எந்த வகையில் நியாயம்? அப்படி ஒருவேளை சிவாஜி கதாபாத்திரம் மறுத்திருந்தால், ஆணாதிக்க மனநிலை இல்லாத யாரோ ஒரு எளியவன் ஒருவன் அவளைத் திருமணம் முடித்திருக்கக் கூடும். வடிவுக்கரசியின் வாழ்க்கையும் மகிழ்ச்சியாக நகர்ந்திருக்கும்.

இங்கேதான் தாஸ்தாயேவ்ஸ்கியின் அணுகுமுறையை உற்றுநோக்க வேண்டியிருக்கிறது. அவர் கைம்பெண்ணான தன்னுடைய முதல் மனைவி மரியா நோய்மையில் மரிக்கிற வரை, தன்னைப் போல் அவள் தன்னை அத்தனை தூரம் நேசிக்கவில்லை என்றாலும், அவர் அவளையும் எந்தவித பெண் உடல் அரசியலை மனதில் எடுத்து வராமல், முழுமையாகவே நேசித்திருந்திருக்கிறார்.

இங்கே சிவாஜி ஏற்றிருந்த மலைச்சாமி கதாபாத்திரம் நேர்மையான, இளக்கமான கதாபாத்திரம்தான். அதற்கான பல காட்சிகளும் அந்தப் படத்தில் இடம் பெற்றே இருக்கின்றன. ஆனாலும், வடிவுக்கரசியிடம் அவர் அப்படி ஆணாதிக்க ஆவேசத்தோடு நடந்து கொண்டது, அந்தக் கதாபாத்திரத்தில் இப்போதும் நீக்க முடியாத ஒரு கரையாகவே ஓரத்தில் படிந்திருக்கிறது என்பது மறுக்க முடியாத உண்மை.

இங்கே இப்படியான பெண்கள் எவ்வளவோ இருக்கிறார்கள். அவர்களின் உணர்வுகள் கவனிக்கப்படுவதில்லை.. மதிக்கப்படுவதில்லை என்பதோடு, மூன்றாந்தரமாக மதிப்பீடு செய்யப்பட்டு, கொச்சைப்படுத்தப்பட்டு உதாசீனப்படுத்தப்பட்டு வருகிறதென்பதே நிதர்சனம்.

நாட்டாமை

2

ஒன் நாட்டாமைய வேற எங்கயாவது வச்சுக்க.. இந்த நாட்டாமை தானெ வேணாங்கறது.. உன் நாட்டாமைய விட மாட்டியே.. என்று பேச்சுவாக்கில் நாட்டாமை என்கிற பதத்தை பல இடங்களில் பயன்படுத்தி இருப்போம்.

நாட்டாமை என்பது ஜனநாயக முறைப்படி தேர்தல் நடத்தி தேர்ந்தெடுக்கிற பதவி அல்ல. அது வழிவழியாக பரம்பரை பரம்பரையாக வழங்கப்படுகிற ஒரு கௌரவப் பதவி. ஆனால், அந்த பதவி அந்த ஊரையே ஆட்டிப் படைக்கிற வல்லமை கொண்டது. ஊரில் உள்ள நாட்டாமைகள் எல்லோரும் ஆண்களே. உண்மையில் நாட்டாமை என்பது ஆணவம். அதன் உட்பொருள் அகம்பாவம்.

ஒரு பதவி தானாக கிடைக்கிறது என்றால் அது மன்னராட்சியில் தான் பரம்பரை பரம்பரையாக ரத்த வழித்தோன்றல்களுக்குக் கிடைக்கும். மன்னராட்சி ஒழிக்கப்பட்டு, ஜனநாயக ஆட்சி முறை வந்து விட்டாலும், இந்த நாட்டாமை இன்னும் பல இடங்களில் இருக்கவே இருக்கிறது.

அப்படியான நாட்டாமைகளுக்கு வெற்றிலை பாக்கு மென்று துப்புவதற்கு ஏதுவாக பித்தளைச் செம்பை தூக்குவதற்கு ஒரு பணியாள் அமர்த்தப்பட்டிருப்பார். பின்னாலிருந்து விசிறி விட ஒரு ஆசாமி. எடுபிடிக்கு ஒரு நபர். இப்படி ரகளையாக அவர் பஞ்சாயத்து பண்ணுவார். அவர் தான் பதினெட்டு பட்டிக்கும் உயர்நீதிமன்ற, உச்சநீதிமன்ற நீதிபதி. அவர் வைத்தது தான் சட்டம். அவர் சொன்னது தான் தீர்ப்பு.

இதில் எங்கே ஆணாதிக்கம் வந்தது என்று தோன்றுகிறதா? எந்த நாட்டாமையாவது தன்னுடைய பரிவட்டத்தை அடுத்த தலைமுறைக்குக் கடத்துகிற போது, அறிவில் சிறந்த ஏதாவது ஒரு மகளுக்கு வழங்கி இருக்கிறாரா? அந்தப் பதவி ஆண்களுக்கானது என்பது அறிவிக்கப்படாத சேதி. அப்படியென்றால் அதில் ஆணாதிக்கம் துளிர்க்காமல் இருக்குமா?

ரத்தபாசம் என்பது நிர்பந்தமிக்கது. குறுகலானது. ரத்தபாசத்தைக் கடந்து அறத்தின் பக்கம் நின்று செயல்பட்டதாலேயே விதுரனும், விபீசணனும் அத்தனை திறமை இருந்தும் இதிகாசங்களில் கண்டுகொள்ளப்படவில்லை. காரணம், அவர்கள் எந்த குழுவின் பக்கமும் சேராமல், அறத்தின் பக்கம் நின்றவர்கள். ரத்தபாசத்தை விட அறமே பெரிதென வாழ்ந்தவர்கள். தங்களுக்கு அதனால் எந்த புகழும், கிரீடமும் கிடைக்காதென்பதை தெரிந்தும், விருப்பத்தோடு ஏற்றுக் கொண்டவர்கள். ஆணவம் அற்றவர்கள். ஆணாதிக்க மனோநிலை அற்றவர்கள்.

மகாபாரத்தில் குருசேத்திர யுத்தம் துவங்க இருக்கிற வேளையில் தனக்கு எதிர் முகாமில் இருப்பவர்கள் எல்லாம் தன்னுடைய உறவினர்கள் என்பதைக் கண்ணுறும் அர்ஜுனனுக்கு போர் செய்ய மனம் வரவில்லை. தன் கையாலேயே எப்படி தன்னுடைய உறவினர்களை மாய்க்க முடியும் என்று மருகுகிறான். அதற்கு கண்ணன் காரணம் கேட்கிறான். அவனும் மனதில் உள்ளதைச் சொல்லி, இத்தனை வன்முறை தேவையா? என்கிறான். உண்மையில் இப்போது நீ சொல்வது தான் உண்மையான வன்முறை.. வன்முறையின் உச்சம் என்கிறார். அர்ஜுனன் அதிர்ந்து போய் பார்க்கிறான்.

கண்ணன் சொல்கிறான். நீ உயிர்கள் கொல்லப்பட இருப்பதற்காக வருந்துவது அன்பின் நிமித்தத்தினால் அல்ல. பாசத்தின் நிமித்தம். பாசம் ரத்தசம்பந்தத்தினால் வருவது. அது அறத்திலிருந்து அனைவரையும் வழுக்கிவிட செய்யக்கூடியது. குறுகலானது.

அன்பு விசாலமானது.. பாரபட்சம் பார்க்காதது. எதிர்பார்ப்பு அற்றது. அது அறத்தின் பக்கம் நின்று செயலாற்றுவது.

இப்போது நீ என்ன செய்கிறாய்? பாசத்தின் பக்கம் பரிவு காட்ட நினைக்கிறாய். அறத்தை அடியோடு மறந்து நிற்கிறாய். ரத்தபாசமே கொடிய வன்முறை நோக்கி இழுத்துச் செல்கிறது. பேரன்பு அறத்தை

நோக்கி அழைத்துச் செல்கிறது. இங்கே கொலைகள் கொலைகள் அல்ல. அநீதியின் தர்மமா? அறத்தின் தர்மமா? என்பதே பிரதானம். எதன் பக்கம் நிற்கப்போகிறாய். ரத்தபாசம் என்கிற வன்முறையின் பக்கமா? அறத்தை காக்கும் பேரன்பின் பக்கமா? என்கிறான். அர்ஜுனன் தெளிவடைகிறான் என்று ஒரு காட்சி உண்டு. ரத்தபாசம் எப்படியெல்லாம் பொதுவாழ்வில் பங்கத்தை ஏற்படுத்தவல்லது என்பதை உணர்த்துகிற காட்சி. விதுரன், விபீசணன் போன்றவர்கள் ரத்தபாசத்திற்கு ஆட்படாமல் அறத்தின் பக்கம் நின்றவர்கள் தான்.

அப்படியாக இந்த திரைப்படத்தில் ஒரு கதாபாத்திரம் வருகிறது. அந்த கதாபாத்திரம் தான் நாட்டாமை சரத்குமாரின் தந்தையான நாட்டாமை விஜயகுமார். அவர் தன்னுடைய தங்கையின் கணவன் செய்த குற்றத்திற்காக சிபியாய் இருந்து அறத்தின் பக்கம் தீர்ப்பு சொல்ல, உடனே தங்கையின் கணவனாலேயே சுட்டுக் கொல்லப்படுகிறார்.

எப்படிப்பட்ட உறவுகள், இப்படியாக, ஆணவமும், ஆணாதிக்க மனோநிலையும் கடந்து நிற்கின்றன? நட்பும், நேசமும்,. ரத்த பாசத்திற்கு அப்பாற்பட்டவை. அவை பேரன்பினால் கட்டி எழுப்பப்படுபவை.

அப்படியான பேரன்பு ஆதிகாலத்தில் தாய் வழிச் சமூகத்தின் கூறாக இருந்தது. அதன் பிற்பாடு, அதே மாண்பு இப்போதும் இருப்பதென்பது, ஓசையற்று, பறவையைப் போல எளிமையான வாழ்க்கை வாழ்ந்து கொண்டிருக்கிற பழங்குடியினரிடம் இருக்கிறது.

தமிழ்நாட்டில் உள்ள ஏழு மாவட்டங்களில் வாழும் பழங்குடியினர் வாழ்க்கை பற்றிய ஆவணப்படத்தை தமிழ்நாடு அரசிற்காக எடுத்தோம். அந்தத் தருணத்தில் அவர்களோடு நெருங்கிப் பழகுகிற வாய்ப்பு நிறையவே வாய்த்தது. இங்கே சொத்துகள் சேர்க்கிற பழக்கமில்லை. உடைமை மனநிலை இல்லை. ஆணாதிக்க மனோநிலை இல்லை.

அவர்கள் பறவையைப் போல அன்றாடம் உழைக்கிறார்கள். தேன் எடுக்கிறார்கள். கைவினைப்பொருட்கள் செய்து விற்கிறார்கள். தாய் வழிச் சமூக மரபின்படி, ஒரு பெண் வயதுக்கு வந்து விட்டால், பிடித்த இளைஞனோடு காதல் செய்ய, மீன் பிடி விளையாட்டு என்கிற நிகழ்வை நிகழ்த்த அனுப்பி வைக்கப்படுகிறாள். அங்கே மலையடிவாரத்தில் தெளிந்தோடும் ஓடைக்குள் இறங்கி பெண் தாவணி முந்தானையை அந்த அரும்பு மீசை இளைஞனிடம் தருவாள். இருவருமாய் சேர்ந்து மீன் பிடிப்பார்கள். மீன் பிடித்துக்கொண்டே அவன் தன் பருவச் செழிப்பை ரசிப்பதை ஓரக்கண்ணில் கண்டு அவள் லயித்திருப்பாள். பழங்குடியினர் இப்படியாக பிடித்த ஆண்களோடு 'டேட்டிங்' செல்வதற்கென இந்த விளையாட்டை உண்டாக்கி வைத்திருக்கிறார்கள்.

வெள்ளியங்கிரி பழங்குடியினர் தேன் எடுக்கிறார்கள். காடுகளில் மூங்கில் வெட்டிக்கொண்டு வந்து கூடை நெய்கிறார்கள். கைவினைப்பொருட்கள் செய்கிறார்கள். மாலை ஆனதும் வட்டமாக ஆண்களும், பெண்களும் கைகோர்த்துக் கூடி நின்று கொள்ள, தாங்களே உருவாக்கிய இசை வாத்தியங்களைக் கொண்டு நடுவில் சிலர் ரகளையான இசை ஆலாபனைகளை நிகழ்த்த, சுற்றியிருக்கிற ஆண்களும், பெண்களும் உற்சாக மிகுதியில் ஆடித் திளைக்கிறார்கள். சூரியன் மயங்கியதும் தங்களின் குடிலுக்குள் சென்று விடுகிறார்கள்.

அங்கே பெண் உடல் தடை அரசியல் என்பதே இல்லை என்பதை உணர முடிந்தது. உதாரணத்திற்குச் சொல்ல வேண்டுமென்றால், அங்கே ஒரு மத்திய வயது ஆணுக்கு ஊதாக்கண் இருப்பதை கவனித்தேன். அதே மாதிரி கண்களோடு அவனுக்கு ஒரு பையன் இருந்தான். அதே போல ஒரு மத்திய வயது பெண்ணிற்கு அவளைப் போலவே பழுப்பு நிறக் கண்களோடு அச்சில் வார்த்த மாதிரி ஒரு

பெண்ணும், ஊதா நிற கண்கள் கொண்டு இன்னொரு பெண்ணும் இருந்தார்கள். அந்தப் பழுப்பு நிறப் பெண் இந்தக் குடிலில் குடும்பமாக வசித்தாலும், பிடித்திருந்தால் வேறு ஆணோடு உறவு கொண்டு விட்டு இங்கே வருவதில் அங்கே எந்தத் தடையும் இருப்பதில்லை. அப்படியாக அவள் அந்த ஊதாக் கண் ஆசாமியோடு உறவு வைத்துக்கொண்டு, தன் குடிலுக்குத் திரும்பி வந்திருக்கிற விசயத்தை அதிலிருந்து சுலபமாக அவதானிக்க முடிகிறது. அதனால் எல்லாம், இங்கே துளி பிரச்சனை ஏற்படுவதில்லை. எங்கும், எதிலும் ஆண் பெண் இடையே சரிநிகர் சமானம் தான்.. மகிழ்ச்சி தான்.. கொண்டாட்டம் தான்..

நாட்டாமை திரைப்படத்திற்கு வருவோம். மிகப் பெரிய வணிக வெற்றியை ஈட்டித் தந்த வெகுஜன திரைப்படம். இதில் நாட்டாமை தன் தம்பி மனைவியாக வருகிற மீனாவிடம் ஒரு காட்சியில், 'ஏம்மா.. போயி ஒரு செம்புல தண்ணி கொண்டா..' என்பார். அதற்கு அவள், உங்களுக்கு வேணும்னா, நீங்க போயி எடுத்துக் குடிங்க என்பார்.

அவருக்கு அவரைச் சுற்றி சேவகம் செய்ய நிறைய பேர் தேவைப்படுகிறார்கள். மற்றவர்கள் கீழே நிற்க, அவர் சிம்மாசனத்திலும், ஊஞ்சலிலுமே உட்கார்ந்து பரிபாலனம் செய்கிறார். அவர் சொல்வதற்கு யாரும் மறுபேச்சு சொல்வதில்லை. அப்படியென்றால் அங்கே ஜனநாயகம் எப்படி இருக்கும்? எப்படி அங்கே ஆணவம் இல்லாமல் இருக்கும்?

அவர் மனைவியாக வருகிற குஷ்பு அவருக்கு ஒரு அடிமை விசுவாசி. தம்பி சரத்குமார் இன்னொரு அடிமை விசுவாசி. அண்ணன் நாட்டாமை சொல்வதற்கு மறுபேச்சு பேசத் தெரியாதவர்கள். வாயிருந்தும் குரலற்றவர்கள்.

இப்படி யோசித்துப் பார்ப்போம். நாட்டாமை, நாயகி மீனாவிடம் தண்ணீர் கொண்டு வரும்படிச் சொல்கிற மாதிரி, மீனா தனக்குத்

தண்ணீர் தேவைப்பட்டால், நாட்டாமையிடம் கொண்டு வரும்படி சொன்னால், அவர் கொண்டு வந்து தருவாரா? அப்படி ஒருவேளை கொழுந்தியாள் மீனா அப்படி கேட்கிறபட்சம், நாட்டாமையின் ஆணாதிக்க மனோநிலை எப்படியெல்லாம் சீறியிருக்கும் என்று நினைத்துப் பார்க்கவே முடியவில்லை.

ஒருவேளை அப்படி நாட்டாமை தண்ணீர் கொண்டு வந்து தருகிறவராய் இருந்தால், நிச்சயம் மீனாவும் அவர் கேட்டவுடன் தண்ணீர் கொண்டு வந்து தந்திருப்பார். அவர் படித்த, சொந்தக் காலில் நிற்கிற திராணியோடு இருக்கிற பெண். அதனால், அவர் அவருக்கே உரித்தான வழியில், அவருக்கு ஒரு பாடம் புகட்டியதாகவே பார்க்க முடிகிறது.

உடனே நாட்டாமைக்கு ஆதரவாக, மீனாவின் கணவன் சின்ன நாட்டாமை, நாட்டாமையின் மனைவி அனைவரும் வரிந்துக் கட்டிக்கொண்டு வருவதன் மூலம், தங்களின் அடிமைத்தனத்தை பட்டவர்த்தனப்படுத்துகிறார்கள்.

நாட்டாமையை அப்படி படு இயல்பாக மற்றவர்களை வேலை ஏவ வைப்பது எது? மீனா என்பவர், அந்த வீட்டு மருமகள். மருமகள் என்பவள் சம்பளம் வாங்காத பணிப்பெண் என்கிற மனநிலை இருப்பதாலேயே அப்படிக் கேட்க முடிகிறது. அல்லது அவரைச் சுற்றி இருக்கிற ஒரு வேலையாளிடம் சொல்லி, தண்ணீர் கொண்டு வரச் சொல்லி இருக்கலாம். அவரே அதை செய்து கொள்ள முடியாதபடிக்கு, அவர் புரையேறி துடித்துக்கொண்டும் இருக்கவில்லை. அந்த இடத்தில், ஒரு வகையில் மீனா ஆண் பெண் சமத்துவ மனநிலையை, தன்னையும் அறியாமல் நிறுவி விடுகிறார்.

இதே நாட்டாமை, தம்பியாக வருகிற சரத்குமார் மீது தவறான தீர்ப்பு தந்து ஊரை விட்டே ஒதுக்கி வைக்கிறார். அந்தத் தவறான

தீர்ப்பின் காரணமாக ஊருக்கு ஒதுக்குப்புறமாக தம்பி சரத்குமாரும், மீனாவும் ஒரு குடிலில் கிடந்து அல்லல் படுகிறார்கள். எது அவரை தீர விசாரிக்காமல் தீர்ப்பு வழங்க வைக்கிறது. தான் பிடித்த முயலுக்கு மூன்று கால் தான் என்கிற தான்தோன்றித்தனம் தானே? அந்த சின்னஞ்சிறுசுகளை எது இப்படி கஷ்டப்பட வைக்கிறது. தன்னையும் அறியாமல், தம்பி தனக்குள் விரித்துக் கொள்கிற பாசம் என்கிற அடிமை வலை தானே? அவன் தனக்கு கட்டுப்பட்டவன். அதனால் அவன் குடும்பமும் தனக்கு கட்டுப்பட்டது என்றே நாட்டாமை நம்புகிறார்.

ஒரு வகையில் இப்படிப்பட்ட நாட்டாமையிடமிருந்து தன் கணவன் பிரிந்து வந்தது ஒரு வகையில் நல்லதே. அவரின் அடிமைத்தனத்திலிருந்து அவருக்கு ஒரு வகையில், அது விடுதலையே என்று கூட மீனா நினைத்திருக்க கூடும். அதனாலேயே, வசதியான வீட்டில் வளர்ந்திருந்த அவர், ஊருக்கு ஒதுக்குப்புறமான அந்த குடிலில் வாழ்வதை அசௌகர்யமாக எடுத்துக் கொள்வதில்லை. சௌகர்யத்தை விட மகிழ்ச்சி பிரதானமானது என்பதை அவர் உணர்ந்தே இருக்கிறார்.

தவறான தீர்ப்பு கொடுத்தது அறிந்ததும் உயிர் துறப்பதென்பது எப்படி அதற்குத் தீர்வாகும்? கொழுந்தியாளை ஒரு பெண் என்பதாலேயே, சுயமரியாதையோடு நடத்த தெரியாத நாட்டாமை, தனக்கே தெரியாமல் தனக்குள் ஒளிந்திருக்கிற ஆணாதிக்க மனோபாவத்தால், தம்பி மனைவியின் தன்மானத்திற்குப் பங்கம் ஏற்படுத்தியதை உணர்ந்து, மனம் திருந்தி, அதற்காக வருந்தியிருந்தால், இன்னுமே அர்த்தமுள்ளதாக இருந்திருக்கும். ஆண்,பெண் இருபாலரும் சமூக, பொருளாதார, அரசியல் அதிகாரப் பகிர்வில் சமநிலை எய்தும் காலம் வருகிற வரை அதற்காகக் காத்திருக்க வேண்டியிருக்கும்.

சிறை / சோலா
3

ஸ்டாக்ஹோம் சின்ட்ரோம் மனநிலை என்பது இங்கே பெண்கள் பலருக்கும், அவர்கள் அறியாமலேயே அவர்களுக்குள் ஊடாடி இருக்கிறது. அதற்குப் பின்புலத்திலிருந்து இயக்குகிற காரணிகள் என்று பார்த்தால், பெண் உடல் தடை அரசியல் மற்றும் அது குறித்து ஏற்படுகிற சமூக அச்சம் ஆகிய இரண்டும் தான்.

சில பெண்கள் வளர்கிற சூழ்நிலையைப் பொறுத்து பலவிதமான மனத்தடைகளுக்கு ஆட்படுவார்கள். ஆண்களும் தான். ஒப்பீட்டளவில், பெண்களுக்கான பாதிப்பு இங்கே அளவிட முடியாத அளவிற்கு அதிகம். ஒவ்வொரு பருவத்திலும், ஒவ்வொரு காலக்கட்டத்திலும் பெண் ஆணுக்கு: கட்டுப்பட்டவள். ஆணைச் சார்ந்து மட்டுமே இருக்க வேண்டியவள் என்பதை இந்தச் சமூகம் விடாமல் வலியுறுத்திக் கொண்டே இருக்கிறது. தொடர்ந்த பழக்கப்படுத்தலால், அது தான் உண்மையோ என அவர்கள் மனதில் ஒரு மாயத் தோற்றத்தை விதைக்க முற்படுகிறது. அப்படிப்பட்ட சூழலில், பெண் தன்னை தற்காத்துக் கொள்வதாய் நினைத்து, அவளுக்கே தெரியாமல், இந்த ஸ்டாக்ஹோம் சின்ட்ரோம் என்கிற மனநோய்மைக்கு ஆட்பட்டு விடுகிறாள்.

சில பெண்கள் திடீரென இவனைத் தான் கட்டிக் கொள்வேன் என திடுதிப்பென எவனோ ஒருவனைக் கூட்டிக்கொண்டு வந்து நிற்பார்கள். உண்மையில், அவர்கள் குடும்பத்தில் அன்பை அனுபவித்தே இருக்க மாட்டார்கள். முதன்முதலில் ஒரு ஆடவன் அவளைப் பார்த்து, அன்பு பாராட்டுவதாகச் சொன்னதும், அப்படியே அவனைக் கப்பென பிடித்துக் கொள்வார்கள்.

மறுபடியும் படத்தில் அப்படித்தான் ரோகிணியின் கதாபாத்திரம் பின்னப்பட்டிருக்கும். அவர் ஒரு நடிகை. அவருக்கு அப்பா யார் என்றே தெரியாது. உண்மையில் அது ஒரு பிரச்சனையே அல்ல. ஆனால், இந்தப் பழமைவாத சமூகம் பிரச்சனையே இல்லாத அந்த

விசயத்தை ஊதிஊதிப் பெரிய பிரச்சனையாக்குகிறது. அதன் விளைவாக ஏற்படுகிற மனஉளைச்சலுக்கு அந்தப் பெண் அவசியமே இல்லாமல் ஆட்படுத்தப்படுகிறாள்.

அதனால், அவளுக்குள் அப்பாவின் வயதை, அப்படியான ஒரு பிம்பத்தின் தன்மையை ஒத்த, பாதுகாப்பாக உணரத்தக்க ஒருவரை காதலித்துக் கரம் பிடிக்க வேண்டும் என்கிற உந்துதல் ஏற்படுகிறது. அப்படியாகவே பிரபலமான நடிகையாக இருக்கிற ரோகிணி அப்பா வயதை ஒத்த இயக்குநரான நிழல்கள் ரவி மீது காதல் வயப்படுகிறார்.

அப்படியான மனநிலையில் உள்ளவர்களுக்கு அதைத் தவிர வேறு எதுவுமே மனதில் பதிவதில்லை. எவ்வளவு சொன்னாலும் ஏறாது. அவர்களுக்குத் தேவை அட்வைஸ் அல்ல. அவர்களுக்குத் தேவை, அவர்களைப் புரிந்து கொள்கிற இதமான தோழமை. அப்படியாக அவர்களின் உணர்வுகளை புரிந்து கொண்டு அதன் பக்கம் நின்று பேசிப்பேசி படிப்படியாக அவர்களை யதார்த்த மனநிலையின் பக்கம் அழைத்து வர வேண்டும். அதற்கு மிகுந்த பொறுமை வேண்டும். மனோதத்துவ நிபுணர்களின் கவுன்சிலிங் கூட தேவைப்படலாம். அப்படிப் பொறுமையாகக் கையாளாதபட்சம், விசயம் இன்னும் சிக்கலாக மாறிப் போக வாய்ப்புகள் அதிகம்.

ஒரு வகையில் பாதுகாப்பற்ற மனநிலையிலேயே இந்தச் சமூகம் பெண்களை வைத்திருக்கிறது. அப்படியான பெண்கள் அந்த பாதுகாப்பற்ற மனநிலையிலிருந்து தப்பிக்க இப்படியான விபரீதமான, விசித்திரமான, வினோதமான முடிவுகளை மிக இயல்பாக எடுக்க நேரிடுகிறது.

ஒரு வகையில் தன் கையாலேயே தன் கண்ணை குத்திக் கொள்வது மாதிரியான காரியத்தில் ஈடுபடுவார்கள். அது தான் சரியெனவும் தோன்றும். இந்த மனநிலையைத் தான் ஸ்டாக்ஹோம் சின்ட்ரோம் என்று அழைக்கிறார்கள்.

சிறை என்றொரு படம். அதில் லட்சுமியை ராஜேஷ் என்கிற ரவுடி பலாத்காரம் செய்து விடுவார். அவள், கணவனைச் சார்ந்தே அது நாள் வரை வாழ்ந்திருக்க பயிற்றுவிக்கப்பட்டவள். ஆச்சாரம் பார்க்கக் கூடிய அவளின் கணவனோ அவளை நிராகரித்து விடுகிறான். இந்த சூழ்நிலையில் அவள் அடுத்து என்ன செய்வதென்று புரியாமல் விழித்துக் கொண்டு இருப்பாள். அந்த பாதுகாப்பற்ற சூழலில் அவள் அப்படியொரு விசித்திரமான முடிவை எடுப்பாள்.

நேராக, தன்னைப் பலாத்காரம் செய்த ரவுடியின் வீட்டில் போய் உட்கார்ந்து கொள்வாள். என் வாழ்க்கையை இப்படிச் செய்தது நீ தானே? நீ தான் என்னைக் காப்பாற்ற வேண்டும். இனிமேல் இங்கு தான் இருப்பேன் என்று ஒரே பிடியாய் நிற்கிறாள். அவனால் அவளின் அழுகையைத் தாண்டி தனக்குள் எழுகிற குற்றவுணர்ச்சியின் நிமித்தம் எதுவும் செய்து விட முடிவதில்லை.

அவளுக்கு வெளியே இருந்து அவளின் நடவடிக்கைகளை பார்க்கிறவர்களுக்கு இந்த அணுகுமுறை அதிர்ச்சியாகவே இருக்கும். அவளுக்குள் பயணித்து, அவளைப் பின்தொடர்கிறவர்களுக்கே, அவளின் அந்த நேரத்தைய செயல்பாடுகளின் பின்புலம் புரிபடும். அப்படி புரிபடுகிறவர்கள் மட்டுமே அவளுக்கு மனம் கொடுக்க முடியும். அப்படியாக அவளோடு ஒத்திசைந்து பயணிக்கிறவர்களுக்கு மட்டுமே அவள் செவி மடுப்பாள்.

ஆண்களுக்கும் ஸ்டாக்ஹோம் சின்ட்ரோம் பிரச்சனை, சமூகப் பாதுகாப்பு உணர்வு குறித்து உறவுகளில் எழக்கூடும். ஆனால், பெரும்பாலும், பெண்களுக்கே இந்த மனோவியல் சிக்கல்கள் நிகழ்கின்றன. சமூகச் சூழலே அதற்கான காரணி. பெண்களைச் சமமாக நடத்தாத ஆணாதிக்கச் சமூக மனநிலையே அத்தனைக்கும் காரணமாக இருப்பது போல, இதற்கும் காரணமாக இருக்கிறது.

சிறை பிடிக்கப்பட்ட இடத்திற்குள்ளேயே விடியலை தேடுகிற மனோவியல் மனநிலை தான் இந்த ஸ்டாக்ஹோம் சின்ட்ரோம். இந்த மனநிலையில் தான் பல குடும்ப பெண்கள் அடைக்கலம் தேடிக் கொண்டிருக்கிறார்கள். அவர்கள் புன்னகை என்கிற முகமூடியை அணிந்து கொண்டு உலா வந்து கொண்டிருந்தாலும், உள்ளுக்குள் நிரந்தர வெக்கையிலேயே வாழ்கிறார்கள். ஆனாலும், வாழ்தலுக்கு இருத்தல் அவசியம் என நினைக்கிற, ஆண்களைச் சார்ந்து வாழ நிர்பந்திக்கப்பட்டிருக்கிற பெண்களோடு, பொருளாதார சுதந்திரம் பெற்றிருந்தும் சமூக அச்சத்தில் மூழ்கித் திளைக்கிற பெண்களும் இந்த மனோதத்துவப் பிரச்சனைக்குள் சிக்கி அதையே தீர்வென நம்பிக் கொண்டு இருக்கிறார்கள். காரணம், அவர்களுக்குள் சம்மந்தப்பட்ட ஆண் மூலம் தொடர்ந்து நிகழ்த்தப்படுகிற வன்முறை ஒரு வகையில் பழக்கப்பட்டு விடுகிறது. ஒரு வகையில் அதற்கு அவள் அடிமையாகி விடுகிறாள். அப்படியான தருணங்களில், அது அவளுக்குள் பிணைப்பு மிக்கதாகவும், பிடித்ததாகவுமான ஒரு பிரமையைத் தோற்றுவிக்க ஆரம்பித்து விடுகிறது.

கௌதமரின் மனைவியாகிற அகல்யாவின் அழகில் மையல் கொண்டு, கௌதமர் உருவில் வந்து அவளோடு ஆலிங்கனிக்கிற இந்திரனை அவள் ஒரு இடத்திலும் வசை பாடியதாகத் தெரியவில்லை. அதற்குள் உள்ள உணர்வுகளின் மர்மங்கள் ஆராய்ச்சிக்குரியது. அந்த நீண்ட நெடிய புணர்வின் உச்சத்தில் அவள் அவளையும் மீறி தன்வசம் இழந்திருக்க கூடும். அங்கே ஏதோ ஒரு புள்ளியில் அந்த மாயக்கவர்ச்சி அவளைச் சூழ்ந்து மூழ்கடித்திருக்கக் கூடும். அந்தத் தருணத்தில் அவளை அந்த ஸ்டாக்ஹோம் சின்ட்ரோம் மனநிலை ஆக்கிரமித்து, அதன் வழிநடத்தியிருக்கக் கூடும். தான் இன்னொரு ஆணோடு புணர்வு கொண்டு விட்டதால் தன் கணவனான கௌதமர் தன்னை நிராகரிப்பார் என்கிற எண்ணமே அவளுக்குள் அந்த மனநிலையை விதைத்திருக்கவும் கூடும்.

அப்படியாகவே தன்னை தினமும் குடித்து விட்டு வந்து, கண்மண் தெரியாமல் அடிக்கிற ஆணிடம் அதனைத் தொடர்ந்து, அவள் காமச் சரசம் புரிவதும் நிகழ்கிறது. இந்த சமூகம் முரண்களின் மூட்டையாக இருக்கிறது. அவன் தரும் வலிகள் அவளுக்கு சுகமாகிறதாக கற்பனை செய்து கொள்கிறாள். அதனாலேயே, திரைப்படங்கள் 'அடிக்கிற கை தான் அணைக்கும்.. அணைக்கிற கை தான் அடிக்கும்' என்று பாடல்களை எழுதி முழக்குகின்றன. அவன் தரும் இம்சைகள் ரசவாதமாகிறது. அவன் அவமதிப்பாய் அள்ளித் தருகிற ஆபாச வசைச் சொற்கள் அர்ச்சனை சொற்களாகின்றன. அப்படியாக, அவள் அவனின் நிரந்தர அடிமையாகிப் போகிறாள்.

அதனாலேயே தன்னை பலாத்காரம் செய்தவனிடமே சிறை படத்தில் நாயகி அடைக்கலம் கேட்டுச் செல்கிறாள். அந்த நிகழ்வு நடந்து சில நாட்களில் பாதிப்பை ஏற்படுத்தியவரே, ரட்சகராகவும் தோன்றக் கூடிய மனநிலை, பாதிக்கப்பட்ட அந்த பெண் மனதில் ஏற்படுகிறது. அதனாலேயே, அவள், குத்திய முள்ளிடமே விமோசனம் கேட்டுச் செல்கிறாள். வெட்டிய கத்தியிடமே உயிர் யாசகம் கேட்டுச் செல்கிறாள். துடிதுடிக்க வைத்த வலியிடமே பிராயச்சித்தம் தேடிப் போகிறாள்.

மலையாளத்தில் 'சோலா' என்றொரு படம். நிமிசா நாயகியாக நடித்தது. இந்தப் படத்தில் நாயகன் ஒரு ஜீப் கிளீனராக வேலை செய்கிறான். ஜீப் ஓனர் மற்றும் டிரைவர் தான் எதிர்நாயகன். நாயகி பிளஸ் டூ படிப்பவள். ஏழைப் பெண். ஒரு நாள் நகரத்திற்கு அந்த ஜீப்பில் காதலனான கிளீனர் அவளை அழைத்துச் செல்கிறான். துணி மணி வாங்கித் தருவது, ருசியான உணவு உண்பது, பீச் செல்வதென அந்த நாள் ஒரு பிக்னிக் போல நகர்கிறது.

மாலை திரும்புகையில் ஒரு இடத்தில் ஜீப் திட்டமிட்டே நிறுத்தப்படுகிறது. சர்வீஸ் செய்த பின் நாளை தான் கிடைக்கும் என்கிற

நிலையில், அவர்கள் அருகே உள்ள ஒரு மட்டமான லாட்ஜில் அறை எடுத்து தங்குகிறார்கள். அப்போது கிளீனரிடம் பணம் தந்து இரவு உணவு வாங்கி வரச் சொல்கிறான். அவன் வேறு வழியின்றி சென்றதும், அவன் அவளை தன் இச்சைக்கு இரையாக்குகிறான். அவளால் அங்கே எதுவும் செய்ய இயலவில்லை. அவளின் அவலக் குரல் அங்கே யாருடைய மனக்கதவையும் தட்டவில்லை.

மறுநாளிலிருந்து அவளிடம் பெரிய மாற்றம் ஏற்படுகிறது.

அவள் காதலனிடம் பேசுவதை நிறுத்திக் கொள்கிறாள். அவளின் மனம் காதலனை விட காமுகனை நோக்கி நகர ஆரம்பிக்கிறது. ஒரு நதிக்கரையில் ஜீப் மறுபடி நிற்கையில், டிரைவர் அருவியில் குளித்தபடி அவளை மறுபடியும் புணர்கிறான். அது கிட்டத்தட்ட மதிமயங்கிப் போயிருக்கிற அவளுடைய விருப்பத்துடன் நடக்கிறது. கிளீனர் கையாலாகாதவனாக அத்தனையையும் தூரத்தில் இருந்து பார்க்கிறான். அதற்குப் பிறகு, மறைந்திருந்து டிரைவர் மீது கல்லைப் போட்டு கொல்கிறான். இந்த சேதி அறிந்ததும் தன் வாழ்வே பறிபோய்விட்டதாய் உணர்கிற நாயகி அந்தக் காதலன் மீதே கல்லைத் தூக்கிப் போட்டு கொல்கிறாள்.

இந்தக் கதை என்ன சொல்ல வருகிறது? இந்த சமூகத்தில் ஆண்களை சார்ந்திருக்கிற பெண்களுக்குள் விதைக்கப்படுகிற ஸ்டாக்ஹோம் சின்ட்ரோம் மனோவியல் சிடுக்குகள் பற்றித் தான் சொல்ல வருகிறது.

சோலா படத்தில், அவளைக் காப்பாற்ற திராணி இல்லாத காதலனை, அந்த ஆணைச் சார்ந்திருக்கிற சராசரி பெண் மனது நிராகரிக்கிறது. என்ன தான் வில்லனாக இருந்தாலும், தன்னைக் காப்பாற்றுகிற, பாதுகாக்கிற வல்லமை அந்த எதிர்நாயகனிடம் தான் இருப்பதாக அந்தப் பெண் மனது நம்பத் துவங்குகிறது. உடனே

அவனிடமே, நேற்று வரை தனக்குப் பிடிக்காத அவனிடம் தன்னை ஒப்புக் கொடுக்க, அந்தப் பெண் மனது அந்த ஸ்டாக்ஹோம் சின்ட்ரோம் கோணல் மனநிலையில் முடிவெடுக்கிற அவலம் நிகழ்கிறது. இங்குள்ள பெரும்பாலான பெண்களுக்கு இந்த அவலம் இப்போதும் நிகழ்ந்து கொண்டு தான் இருக்கிறது.

சில நேரங்களில் சில மனிதர்கள் படத்தில் லட்சுமியின் அறியாத பருவத்தில் ஸ்ரீகாந்த் மது மயக்கத்தில் கால் கேர்ள் என நினைத்து காரில் லிஃப்ட் தருகிறார். ஆளில்லாத சாலையோரம் வைத்து பலவந்தமாகப் புணர்கிறார்.

பிற்காலத்தில் தான் அது வன்புணர்வு என்பதே அவருக்குத் தெரிய வருகிறது. அவர் பொருத்தமில்லாத, நிம்மதியில்லாத குடும்ப வாழ்க்கையில் உழன்று கொண்டிருக்கிறவர். அவரின் மனைவி வசதி படைத்தவர். அவர் கல்லூரியில் படிக்கும் தன் மகளுக்காகவோ, அல்லது சமூக அச்சம் காரணமாகவோ பிடிக்காத மனைவியோடு சகித்துக் கொண்டு இருந்து வருகிறார்.

இந்தச் சூழ்நிலையில் தன்னைப் படித்து ஆளாக்கிய தாய் மாமா வொய்.ஜி. பார்த்தசாரதியின் சிலுமிசங்களை லட்சுமியால் தட்ட முடிவதில்லை. எடுத்து வளர்த்தவர். அவர் அந்த உரிமையில் அவளை அணைப்பதும், தடவிக் கொடுப்பதுமாகவே இருக்கிறார். தெரிந்தும் தெரியாதது போலவே லட்சுமி இருக்கிறார். இத்தனைக்கும் இப்போது அவர் ஒரு அலுவலகத்தின் உயர் அதிகாரி. கை நிறைய சம்பளம். ஆனாலும், இந்த மாமாவின் விருப்பமில்லாத தீண்டல்களை ஒரு வகையில் சகித்துக் கொள்வது கூட இந்த ரக மனநோய்மையின் கூறாக இருக்க கூடும்.

அப்படிப்பட்ட லட்சுமி எதனால் திருமணம் செய்து கொள்ளாமல் இருக்கிறார்? இந்த சமூகம் வேறு ஒரு ஆடவனோடு உறவு கொண்டு விட்டு, அது பகிரங்கப்பட்டும் விடுகிறபட்சம், அந்த ஆணை மட்டுமே

திருமணம் செய்து கொண்டாக வேண்டும் என்பதே இங்கே எழுதப்படாத நியதியாக இருக்கிறது.

அதனால் பத்து வருடத்திற்கு பிறகு ஸ்ரீகாந்தைத் தேடிப்பிடித்து நட்பு வைத்துக் கொள்கிறாள். ஒரு கட்டத்தில் அந்த நட்பு அவளுக்குள் காதலாகப் பரிமளிக்கிறது. ஆனால், அவன் குற்றவுணர்வில் மருகுகிறான். அவளை வேறு திருமணம் செய்து கொள்ளும்படிக் கெஞ்சுகிறான். அவளோ அவனோடு தான் வாழ்வேன் என்கிறாள். அவன் அத்தனை பெரிய குற்றவுணர்வைத் தன்னால் தாங்க இயலாது என்று கூறி விட்டு அங்கிருந்து சென்று விடுகிறான். அவள் அவன் நினைவிலேயே கரைந்து போகிறாள் என்று அந்தக் கதை அந்தரத்தில் நிற்கிறது.

மீண்டும் மீண்டும் பெண் உடல் தடை அரசியல் பெண்களை இங்கே துரத்திக் கொண்டே இருக்கிறது. உடம்பின் மையத்தில் கட்டமைவு கொண்டிருக்கிற கற்பு என்னும் கற்பிதத்தை வளர்ந்த நாடுகளைப் போல பெண்கள் கடாசி விட்டு கடந்து செல்லாதது வரை இந்த ஸ்டாக்ஹோம் சின்ட்ரோம் பெண்களைத் துரத்திக் கொண்டே தான் இருக்கும்.

இங்கே வருடாவருடம் நூற்றுக்கும் மேற்பட்ட திரைப்படங்கள் எடுக்கப்படுகின்றன. அவற்றில் 90 சதவீதம் படங்கள் காதல் சம்பந்தப்பட்ட படங்கள் தான். ஆனால், அதில் சலங்கை ஒலி, சிப்பிக்குள் முத்து, அவள் அப்படித்தான், மூன்றாம் பிறை போன்ற ஆழமான காதல் கதைகளைக் கொண்ட படங்கள் அரிதாகவே வருகின்றன. அவற்றை விரல் விட்டு எண்ணி விடலாம். மற்ற படங்கள் எல்லாம் பெரும்பாலும் ஃபார்முலா தனமான, மெலோ டிராமாடிக் படங்கள்தான்.

இங்கே வருகிற பெரும்பாலான காதல் படங்களில் நாயகன் நாயகியை விரும்புவான். நாயகி நாயகனை விரும்புவதோ, அவள்

நாயகனிடம் தன்னுடைய காதலை சொல்வதென்பதோ இங்கே அரிதாகவே இருக்கும். கிட்டத்தட்ட அதற்கெல்லாம் இங்கே உள்ள நாயகிகளுக்கு அதிகாரம் இல்லை என்றே சொல்லலாம். அவர்கள் காதலைத் தேர்ந்தெடுக்கத் தகுதியற்றவர்கள். அவர்கள் காதலிக்கக் கூடாது. அவர்கள் காதலிக்கப்பட வேண்டியவர்கள் மட்டுமே.

அவர்கள் எந்த நாயகராக இருந்தாலும், அவள் மீது காதல் வயப்பட்டு, காதலைச் சொல்கிற வரை அதற்காகக் காத்திருந்தாக வேண்டும். பிடித்தாலும் பிடிக்காவிட்டாலும் அவள் ஒரு கட்டத்தில் அவனின் காதலை ஏற்றுக் கொண்டு தான் ஆக வேண்டும். அந்த நாயகன் எப்படிப்பட்டவனாக இருந்தாலும் சரி. பிடித்தாலும், பிடிக்காவிட்டாலும் சரி. அவனை ஏற்றுக் கொண்டு தான் ஆக வேண்டும். அதுவரை அவன் எல்லாவிதமான செக்சுவல் அப்யூஸ், செக்சுவல் டார்ச்சர் எல்லாவற்றையும் காதல் என்கிற பெயரில் செய்து கொண்டே இருப்பான். செந்தமிழ் நாட்டு தமிழச்சியே சேலையுடுத்த தயங்குறியே? என்று பாடி பெண்ணுக்கு புத்தி சொல்கிறேன் பேர்வழி என்கிற பெயரில் உடை அரசியலைத் திணிப்பான். அவள் பதிலுக்கு, செந்தமிழ் நாட்டு தமிழ் மகனே வேட்டி உடுத்தத் தயங்குகிறியே என்று பாட நினைத்தாலும், மனதிற்குள் தான் பாடிக் கொள்ள வேண்டும்.

அவள் பிடிக்கவில்லை என்று சொன்னால், சரி என்று அந்த சொல்லை மதித்து, அங்கிருந்து கடந்து சென்று விடுவதென்பதெல்லாம், பொதுவான நாயகர் பண்பாக இங்கே கொள்ளப்படுவதில்லை. அவன் சளையாத விக்கிரமாதித்தன் போல நாயகியை துரத்தித்துரத்தி அவள் சம்மதிக்கிற வரை துரத்திக் கொண்டே இருப்பது தான் இங்கே உருவாக்கப்படும் பெரும்பாலான திரைக்கதையின் உத்தி.

ஒரு சமயம், அப்படியான காதல் என்கிற பெயரில் நிகழ்த்தப்படும், தொடர் துன்புறுத்தல் சகியாமலோ, அதற்கு பழக்கப்பட்டு அதன்

குலசேகர் 67

நிமித்தம் ஒரு விதமான ஸ்டாக்ஹோம் சின்ட்ரோம் மனநிலை ஏற்பட்டு, அவனிடம் சரி.. காதலித்துத் தொலைக்கிறேன் என்று வேறு வழிதெரியாமல் அவள் சொல்லி வைக்க, ஒரு வழியாய் கதை முடிவுக்கு வரும். அப்படியான செக்குமாட்டுச் சிந்தனையே இங்கே திரும்ப திரும்ப வெவ்வேறு மொந்தைகளில் ஊற்றிஊற்றி பரிமாறப்பட்டு வருகிறது.

பெண்கள் இந்த ஆணாதிக்கச் சமூகத்தில் நுகர்பொருளாகவே கருதப்படுகிறார்கள். அதனால் ஆணாதிக்க மனநிலை கொண்டவர்கள் நுகர்பவர்களாக தங்களைப் பாவித்துக் கொண்டிருக்கிறார்கள். திரைநாயகிகளும் இந்த நியதிக்கு விதிவிலக்கல்ல. அவர்களில் சிலர் ஆண்களிடம் போய் முதலில் காதலைச் சொன்னால், அந்த ஆண் அவர்களை உதாசீனம் செய்வதோடு ஆபாசமாக பார்ப்பது தான் பொதுவான நடைமுறை. படையப்பாவில் ரம்யா கிருஷ்ணன் தன் காதலை முதலில் சொல்ல, படையப்பாவால் நிராகரிக்கப்படுவாள்.

ஆனாலும், சமூகம் மனிதம் தோய்ந்த படைப்பாளர்களால் மாற்றுவிக்கப்பட்டுக் கொண்டே தான் இருக்கிறது. அந்த மாற்றங்கள் கட்டிதட்டிப்போன சமூகத்தை படிப்படியாக முன்னோக்கி நகர்த்திக் கொண்டு தான் இருக்கின்றன. வழிநடப்பவர்களை விட, வழி நடத்துபவர்கள் எண்ணிக்கையில் மிகவும் குறைவாக இருந்தாலும், நதி எப்போதும் முன்னோக்கியே பயணித்துக் கொண்டிருக்கிறது.

அந்த மாற்றம் மேலோட்டமாக புறம் சார்ந்ததாக மட்டும் இல்லாமல், ஆழமாக அகம் சார்ந்ததாகவும் நகருவதென்பது காலத்தின் தேவை. நாளை அல்லது நாளை மறுநாள் என ஒரு நாள் நிச்சயம் அந்த நாள் விடியும். பெண் சமூகத்தின் வாழ்வு மலரும். பெண் சமத்துவம் நிலைக்கும் என்கிற வற்றாத நம்பிக்கையோடு தொடர்ந்து இயங்குவது மட்டுமே இப்போது நம் கைவசம் இருக்கிற ஆயுதம்.

இந்தியன்

4

படத்தில் ஒரு விறுவிறுப்பான காட்சி. இந்தியன் தாத்தா லஞ்ச லாவண்யத்தில் திளைத்திருக்கும் அரசு மருத்துவர் நிழல்கள் ரவியை சாதுர்யமாய் கடத்திக் கொண்டு, தொலைக்காட்சி நிலையத்திற்குள் கொண்டு வந்து விடுவார். அங்கே இருந்து நேரலை நிகழ்ச்சியாக, அவர் கொலையுறப் போவதை உலக மக்கள் அனைவரும் பார்க்கப் போவதாக ரவியிடம் சொல்வார். அதற்கு ரவி, 'அய்யா அப்பிடி நான் என்ன தப்பு பண்ணிட்டேன். வர்ற நோயாளிங்ககிட்ட நூறு இருநூறு வாங்கியிருப்பேன். அதனால அவங்க குடும்பம் என்ன சிதைஞ்சா போச்சி' என்பார். அவரின் மகள் தீ விபத்தில் பாதிக்கப்பட்டிருந்த போது, இதே நிழல்கள் ரவி லஞ்சம் தராமல் மருத்துவம் பார்க்க முடியாது என தன் வழக்கமான பாணியில் அடம்பிடிக்க, இந்தியன் தாத்தாவும் லஞ்சம் தரமுடியாது என்று வைராக்யமாய் மறுத்து விட, மகள் கஸ்தூரி மரித்து விட்டதை இப்போது சுட்டிக் காட்டி இப்படிச் சொல்வார். 'ஆமான்டா.. என் குடும்பம் சிதைஞ்சி தான்டா போச்சி.. ஆஸ்திக்கு ஒரு மகன் ஆசைக்கு ஒரு மகள்னு சந்தோஷமா இருந்த என் குடும்பம் சிதைஞ்சி தான்டா போச்சி..' என்பார்.

இந்தக் கடைசி வரியைக் கவனியுங்கள். ஆஸ்திக்கு ஒரு மகன். ஆசைக்கு ஒரு மகள் என்று வசனம் வருகிறது. கலைஞர் முதலமைச்சராக இருந்த போது தான் பெண்களுக்குச் சொத்தில் சமபங்கு உரிமை உண்டு என்று சட்டம் இயற்றினார். அதற்கு முன்னால் இந்த படம் வந்ததா எனத் தெரியவில்லை. இப்போது பிரச்சனை அதுவல்ல.

ஆஸ்தியை, கட்டி ஆளத்தக்கவன் ஆண் தான் என்கிற பிம்பம் ஆணாதிக்க சமூகத்தின் அடிநாத மனநிலை என்பது தான். அப்படியென்றால் பெண்கள்? குழந்தைகளைப் பெற்றுத் தருவது மட்டுமே அவர்கள் வேலை. ஆண்களே அந்த குடும்பத்தின் உபரி

சேகரங்களாக சேர்கிற சொத்துகளை ஆளத்தக்கவன். பெண் என்பவள் அங்கே ஆசைக்கு மட்டும் தான். அதாவது அவள் எப்போதும் ஆணைச் சார்ந்து மட்டுமே இருக்கக் கூடியவள். அவள் வேறு வீட்டுக்குப் புலம் பெயரப் போகிறவள். அவளுக்கு இங்கே எந்தப் பாத்தியதையும் இல்லை என்பதை அந்த உரையாடல் சொல்லாமல் சொல்கிறது.

ஆனால், அந்தக் குடும்பத்தின் ஆண் வாரிசை பத்து மாதம் சுமந்து ஒரு பெண் தான் பெற்றுத் தந்தாக வேண்டும். அதை போசித்து, பூசித்து வளர்த்து ஆளாக்கவும் வேண்டும். பிற்பாடு அந்தக் குடும்பத்துச் சொத்துகளை அந்த குடும்பத்தின் தலைவன் மரித்ததும் அந்த மகனுக்கு மடை மாற்றி விட வேண்டும். அம்மாவிற்கும் பாத்யதை கிடையாது. பெண் குழந்தைகளுக்கும் அதில் பாத்யதை கிடையாது. காரணம் அவர்கள் பெண்கள்.

நம்முடைய சமுதாயம் பெண்களைக் கொண்டாடுகிற சமுதாயம் என்று பக்கத்திற்கு பக்கம் பேசுகிற பேச்சு மட்டும் குறைந்தபாடில்லை. கோயில்களில் அநீதியை எதிர்த்து நீதியைக் காக்கும் பத்ரகாளியாக, பூமாதேவியாக, முப்பெரும் தேவியர்களாக எல்லாப் பெண்களுமே சக்தியின் வடிவங்களாகப் பூசிக்கப்படுவார்கள். ஆனால், குடும்பம் என்னும் நிறுவன அமைப்பில் பெண்கள் எப்போதும் இரண்டாம் தர பிரஜைகள் தான். அவர்களுக்கு இப்போதும் சொத்துகள் சரிக்குச் சமமாகப் பிரித்து தருவதென்பதில், பல நடைமுறைச் சிக்கல்களை பெண்கள் எதிர்கொண்டு தான் வருகிறார்கள். அதற்கு மேலே, குறிப்பிட்ட அந்த வசனத்தை, 'ஒரு பானை சோற்றுக்கு ஒரு சோற்றின் பதமாக' சொல்ல முடியும்.

இயந்திரன் படத்தில் ரோபோ, நெருப்பு பற்றி எரியும் எல்.ஐ.ஜி வீட்டு வசதி வாரியத்தின் அடுக்குமாடி குடியிருப்பு வீடுகளுக்குள் சென்று, அங்கே உயிருக்கு போராடிக் கொண்டிருப்பவர்களை

ஒவ்வொருவராய் காப்பாற்றி வெளியே கொண்டு வருகிறது. அப்படியாக மேல்த்தளத்தில் மாட்டிக் கொண்டிருக்கிற ஒரு இளம்பெண்ணைக் கடைசியாகக் காப்பாற்ற முற்படுகிறது. நெருப்பின் உக்கிரத்தில் அந்தப் பெண் எரியும் உடையை தன்னிச்சையில் கழற்றி போட்டு விட்டு நிர்வாணமாக நிற்கிறாள். அவளை அப்போது ரோபோ காப்பாற்றுமா? அல்லது அவளுக்கு மாற்று உடை தேடிக் கொண்டிருக்குமா? மேலும், இந்த சமூகத்தில் நிலவி வரும் பெண் உடல் அரசியலோ, அது குறித்த ஆபாசப் பார்வையோ அதற்குக் கிடையாதே? அதனால் அது யதார்த்தமாக அந்தப் பெண்ணைத் தூக்கிக்கொண்டு வந்து வெளியே விட்டு விடும். உடனே அந்தப் பெண்ணை ஒரு மூதாட்டி ஒரு சேலையைக் கொண்டு வந்து போர்த்தி விடுகிறாள்.

அத்தோடு அங்கே பிரச்சனை முடிந்திருக்க வேண்டும். உண்மையில் விலை மதிப்பில்லாத உயிரை காப்பாற்றியதற்காக ரோபோவைப் பாராட்டி இருந்திருக்க வேண்டும். ஆனால், நாயகன் உட்பட அந்த ரோபோவைத் திட்டுவார்கள். அப்புறம் அந்த ரோபோவிற்கு பைத்தியம் பிடிக்காமல் என்ன செய்யும்? அறிவிருக்கா உனக்கு? உடை இல்லாம பெண்ணை தூக்கி வரலாமா? என நாயகன் கேட்பார். உடை இல்லாமல் ஆணைத் தூக்கி வந்து காப்பாற்றலாம். பெண்ணை அப்படித் தூக்கி வந்து காப்பாற்றக்கூடாது. என்ன தியரி இது? ரோபோவிற்கு நாயகனைப் பார்க்கையில் அப்போது உண்மையில், ‘லூசாப்பா நீ’ என்று கேட்கவே தோன்றியிருக்கும்.

ரோபோ அப்படி குழம்பிப் போய் நிற்கும்.

அடுத்த நொடி, தன்னுடைய மானத்தை யோனியில் ஒளித்து வைத்திருப்பதாய் நம்பும் அந்த இளம்பெண் ஓடிப் போய் சாலையில் வருகிற லாரியில் மோதி, சப்பழிந்து மறுபடியும் அம்மணமாகி மரித்துப் போவாள்.

இந்தக் காட்சியின் நீதி என்ன? எந்த ஒரு பெண்ணின் உடம்பையும் யாராவது ஆண் அகத்மாத்தாக பார்க்க நேர்ந்து விட்டால், உடனே அந்தப் பெண் செத்துப் போக வேண்டும். அது தானே பேட்டியார்க்கி சமூகம் பெண்களுக்குப் பயிற்றுவித்திருக்கிற கலாச்சாரம். மாரல் போலீசிங் செய்கிறவர்களின் பிரசங்கம்.

எந்த ஆணாவது குடிபோதையிலோ, விபத்திலோ நிர்வாணமாக மற்றவர் முன் நிற்க நேர்கிறபட்சம் சற்று சங்கோஜமாகத் தான் இருக்கும் என்பது உண்மை தான். அதற்காக அப்படிப்பட்ட எதிர்பாராத நிலையை எதிர்கொள்ள நேர்கிற எந்த ஒரு ஆணும் தற்கொலை செய்து கொண்டதாக வரலாற்றில் எந்த செய்தியும் இல்லையே..

தூத்துக்குடி ஸ்பிக் உரத்தொழிற்சாலையில் வேலை செய்திருந்த காலத்தில், அங்கே உள்ள ஒரு டெண்ட் சினிமா கொட்டகை தீ பிடித்து எரிந்ததில், இப்படி நெருப்போடு வெளியே ஓடி வந்த பெண், ஆடையைத் தானே கழற்றி வீசி விட்டு வெளியே வந்தவள், வெளியே ஆண்கள் நிற்பதைப் பார்த்து விட்டு உள்ளே ஓடி, மறுபடியும் நெருப்பில் சிக்கி மரித்துப் போயிருக்கிறார்.

நாட்டில் நடப்பது தானே என்று நடப்பதையெல்லாம் அப்படியே காட்டலாமா? படைப்பாளர்களுக்கென எந்த சமூக கடமையுமில்லையா? அப்படியொரு சமூக மனநிலை இருந்தாலும், அதை எப்படி காட்டி இருந்திருக்க வேண்டும்?

பிரசவம் பார்க்கிறபோது, அறுவை சிகிச்சை செய்கிற போது, விபத்து காலங்களின் போது எத்தனை ஆண் மருத்துவர்கள் பெண்ணின் நிர்வாண உடம்பைப் பார்க்க நேர்கிறது. அந்த மாதிரி தருணங்களில், அவர்கள் எழுந்ததும், என் யோனியை ஆண் பார்த்து விட்டான் என்று தற்கொலையா செய்து கொள்கிறார்கள். அப்படி அந்தப் பாகத்தில் என்ன தான் அதிசயம் ஒட்டிக்கொண்டிருக்கிறது?

சமூக அக்கறையோடும், பொறுப்போடும் படைப்பாளர்கள் அந்த விசயத்தை அணுக வேண்டாமா? பெண்களை இப்படியாக உடல் தடை அரசியலோடு, உடல் சார்ந்து இயங்க வைக்கிற இந்தச் சிடுக்கு மனநிலையிலிருந்து விடுவிக்க வேண்டியது இந்தச் சமூகத்தின் கடமை இல்லையா? லாரியில் அடிபட்டு அந்த மாதிரி பெண்கள் மரிக்கிற போதெல்லாம், இந்தச் சமூகம் ஓரமாய் நின்று, இரண்டு முறை உச்சுக் கொட்டி விட்டு, கொஞ்ச நேரம் வக்கிரத்தோடு திருட்டுத்தனமாய் வேடிக்கையும் பார்த்து விட்டு, கமுக்கமாய் கலைந்து சென்று விடுகிறதே? இதன் வேர்க்காரணியைப் பரிவோடு சிந்திக்க வேண்டாமா?

பெண்களை சராசரி மனிதர்களாகவே நடத்த மறுக்கிற சமூகத்தில் பெண்களை கோயிலில் மட்டும் தெய்வங்களாக பூஜிப்பது உச்சபட்ச நகை முரண்.

பெண்கள் அத்தனை சிறுமை கொண்டவர்களா? அவர்கள் தங்கள் பிறப்புறுப்புகளை பாதுகாப்பது தான் அவர்களின் பிரதான வாழ்வியல் பணியா? அவர்களுக்கென பிரத்யேக உணர்வுகளே கிடையாதா? இந்தச் சமூகம் அவர்களிடம் ஏன் இத்தனை கொடூரமாக நடந்து கொள்கிறது? அவர்களின் உணர்வுகளோடு விளையாடி, சிறுமைப்படுத்தி, இப்படி அறியாமையில் முக்கி எடுத்து, ஏன் கொன்று குவிக்கிறது?

அவர்களும் ஆறறிவு படைத்த மானுடர்கள் தானே. உண்மையில் பெண் இல்லாமல் எந்த ஆணும் இந்த உலகத்தில் பிறக்கவும் முடியாது.. இருக்கவும் முடியாது. பிறகேன் இந்த ஆணாதிக்க மனநிலை கொண்டவர்கள், பெண்களை இப்படி அவமானப்படுத்தி, துவம்சம் செய்கிறார்கள்? இந்த பெண்கள் நினைத்தால் ஆணாதிக்க மனநிலை கொண்ட ஆண்களைக் கருவிலேயே அழித்து விட

முடியுமே? ஏன் தன்னைக் காவெடுக்க வருகிற ஆணாதிக்க ஆண்கள் மீதும் இந்தப் பெண்கள் இத்தனை கருணை காட்டுகிறார்கள்?

அப்படிக் காட்டுவதாலேயே இந்தப் பூமியில் வாழ்ந்து கொண்டிருக்கிறோம் என்பது தெரிந்தும், எப்படி இந்த ஆணாதிக்க மனநிலை கொண்ட ஆண்கள், அந்தப் பெண்களையே உதாசீனப்படுத்துகிறார்கள்? அவர்களை கொல்லாமல் கொன்று விட்டு, அவர்கள் பிணங்களின் மீது எதுவுமே நடவாதது மாதிரி நடந்து செல்கிறார்கள். எப்படி அவர்களால் அப்படி நடந்து கொள்ள முடிகிறது?

கபீர் பேடியின் முதல் மனைவியும் நடிகையுமான புரோத்திமா ஒரு முறை மும்பை ஜுகு பீச்சில் நிர்வாணமாக ஓடினார். இவ்வளவு தான். பெண் உடம்பு என்பதை உணர்த்துவதற்குத் தான் அப்படிச் செய்தார்.

இருபாலருக்கும் கிட்டத்தட்ட அனடாமி ஒரே மாதிரி தான். ஆண்களுக்கு லிங்கம் இருக்கிறது. பெண்ணிற்கு யோனி இருக்கிறது. பெண்ணிற்கு குழந்தைகளுக்கு பால் கொடுக்கிற தேவை நிமித்தம் மார்பகம் ஆண்களுக்கு இருப்பதை விட சற்று பெரிதாக இருக்கிறது. அவ்வளவு தான். மற்றபடி பெரிய வித்தியாசம் எதுவும் இல்லை என்று பிரகடனப்படுத்துவதற்காகவே, அப்படியான அதிரடியான நிகழ்வை புரோத்திமா நிகழ்த்திக் காட்டினார்.

மன்மத லீலை படத்தில் கமல் அழகான பெண்கள் பின்னால் ஓடியோடிக் களைத்து ஒரு ஆறுதலுக்காக தன்னுடைய பெண் பி.ஏ வீட்டிற்கு வருவார். அங்கேயும் அவரால் அடக்கிக் கொண்டு சும்மா இருக்க முடியாது. அவர் குளிக்கிற போது எட்டிப் பார்ப்பார். உடனே அந்தப் பெண் அதே கோலத்தோடு அவர் முன் இன்னொரு கதவைத் திறந்து கொண்டு வந்து நிற்பார். இந்த உடம்பில் பெரிதாக ஒன்றுமே இல்லை என்பார்.

எத்தனை ஆபாசமான சமுதாயத்தில் வாழ்ந்து கொண்டிருக்கிறோம்?

காமத்தை தெய்வீகமாக, தெய்வீகத்தன்மையோடு கொண்டாடி இருந்திருக்கிறது தொன்மை இந்தியா. இயற்கையை வழிபட்டு, பெண்மை போற்றி, காதல், விருந்தோம்பல், வீரம் என கொண்டாடிய பண்பாடு எப்போது பிசகிப் போனது? காமம் என்றாலே ஆபாசம் என்கிற பெருவாரியான பார்வை இங்கே எப்படி எப்போது வந்தது? ஒரு ஆணும், பெண்ணும் உறவு கொண்டால், அவர்கள் தப்பு பண்ணுகிறார்கள் என்று சொல்கிற சொல்லாடல் திரிபு எப்போதிருந்து வந்தது?

நிர்வாணம் அத்தனை ஆபாசமானதா? மனதின் நிர்வாணமே உச்சபட்ச ஞானநிலை என்கிறது பௌத்தம். மனதாகிற மூளையை தாங்குகிற உடம்பு மட்டும் நிர்வாணிக்கையில் எப்படி ஆபாசமாகி விடுகிறது. ஆதி சமூகம் நிர்வாணமாகத்தானே வாழ்ந்திருக்கிறார்கள். அப்போது அவர்களது மனங்கள் ஆபாசம் என்பதன் அர்த்தத்தை அறிந்திருக்கவில்லை தானே..

பாலியல் கல்வி என்பது, பெயரளவிலேயே இன்னும் இங்கே ஏன் நொண்டியடித்துக்கொண்டு இருக்கிறது? அவற்றின் அறிவியலை கற்றால் தானே, அவற்றை இயல்பாக எடுத்துக் கொள்கிற பக்குவம் வாய்க்கும். அப்போது தானே நிர்வாணம் ஆபாசத்தில் சேர்த்தி அல்ல என்பது புரியும். நிர்வாணம் இயல்பான விசயமாக மாற்றம் கொள்ளும். பெண் சமத்துவம் புத்துயிர்ப்பு கொள்ளும். சுற்றிச்சுற்றி எல்லாவற்றிற்கும் பெண் உடல் தடை அரசியல் நீர்த்துப் போக வேண்டியிருக்கிறது. அதற்கு பெண் உடலை மையமிட்டிருக்கிற கற்பு என்கிற கற்பிதம் களையப்பட்டாக வேண்டியிருப்பது ஒரு வகையில் உண்மை தான். அப்போது தான், நிர்வாணத்தை அவமானமாக புரிந்து வைத்திருக்கிற பெண்கள், இப்படியாக லாரிகளில் அடிபட்டு அம்மணமாய் மரிக்கிற நிலை மாறும்.

'ஐ' படத்தில் விக்ரம் மீது நாயகி எமி ஜாக்சனின் மேக்கப் மேனுக்கு ஈர்ப்பு வருகிறது. அந்த ஈர்ப்பை அல்லது விருப்பத்தைப் பற்றிச் சொல்வதற்கு முன்னால் LGBTQ பற்றி சில வரிகள் பார்த்து விடலாம்.

ஆணாகப் பிறந்து உடம்பால் ஆணாக மனதால் பெண்ணாக இருப்பவர்கள் திருநங்கைகள். அவர்கள் உறுப்பு மாற்று அறுவை சிகிச்சை மற்றும் மார்பகம் பெரிதாக ஹார்மோன் தெராபியை பயன்படுத்தி பெண்ணாகவே தங்களை மாற்றிக் கொள்கிறார்கள். பெண்ணாகப் பிறந்து உடம்பால் பெண்ணாக மனதால் ஆணாக இருக்கிறவர்கள் திருநம்பிகள். ஆணாகப் பிறந்து ஆணாகவே இருந்தாலும், மயிரிழையில் மரபணுவில் உள்ள ஆண் தன்மை, பெண் தன்மையின் விகிதாச்சார ஊஞ்சலாட்ட வினோதங்களால் அவர்களுக்கு ஆண்கள் மீதே அதிக நாட்டம் வருகிறது.

உதாரணத்திற்கு தீப்தி நாவல் இயக்கிய 'தோ பைஸ் கி தூப் சார் அனா கி பாரிஸ்' என்கிற படத்தில் 'கே'-யாக இருக்கிற ஒருவர், தான் நேசிக்கிற ஒரு ஆண் ஒரு கட்டத்தில் குடும்பத்தின் ஆலோசனைப்படி ஒரு பெண்ணைத் திருமணம் செய்து கொண்டு இயல்பான ஆணாக வாழ முடிவு செய்து தன் மனநிலையை மாற்றிக் கொள்கிறார். அதனால் மனம் உடையும் அந்த 'கே'யாக வருகிற நாயகன் படிப்படியாக மனநிலையில் மாற்றம் கொண்டு, தானும் தன்னை விரும்பும் நாயகியை ஏற்றுக் கொள்கிறார்.

இங்கே இதன் இயக்குநர் சொல்ல வருவது என்னவென்றால், கேயாக இருப்பவர்களோ, லெஸ்பியனாக இருப்பவர்களோ இரண்டு விதம். ஒரு வகையினர் சந்தர்ப்ப சூழ்நிலையினால், பழக்கதோசத்தினால் அப்படியாக ஆகிறவர்கள். சிறைச்சாலை, ஹாஸ்டல் முதலான இடங்களில் பாலியல் தேவையைப் பூர்த்தி

செய்து கொள்வதற்காக இப்படி ஆரம்பித்து, பிற்பாடு அந்த பழக்கத்திற்கு ஆட்பட்டு விடுகிறவர்கள்.

மற்றொரு வகையினர், மரபணுவின் நுட்பமான வல-இட அலைபாய்தலின் நியமத்தினாலும், ஹார்மோன் ஜாலங்களினாலும் அப்படியான மனநிலைக்கு நகர்கிறவர்கள். இரண்டு வகையினரிலும், அவரவர்களுக்கே அவரவர் எந்த ரகம் என்பது தெரியும். Quiers என்கிற வகையை சேர்ந்தவர்கள் இரண்டு விதமான உணர்வுகளையும் வெவ்வேறு தருணங்களில் உணர்கிறவர்கள். அவர்கள் தங்களை சமயங்களில் ஆணாக, சமயங்களில் பெண்ணாக உணர்கிறவர்கள் என்று சொல்லலாம்.

இவர்களின் பாலியல் தேவையைப் பூர்த்தி செய்வதில் இருக்கிற சிக்கல், சவால்கள் ஒருபுறம் இருக்கட்டும். அவர்கள் அவர்களைப் புரிந்து கொள்கிற இணை கிடைக்காதபட்சம் இப்போதும் கைப்பழக்கம் மற்றும் வைப்ரேட்டர் போன்ற சாதனங்கள் மூலமாக நிறைவேற்றிக் கொள்ளும், சுயமைதுனம் என்கிற மாஸ்ட்ருபேஷனையே வடிகாலாகக் கொண்டிருக்கிறார்கள் என்றாலும், அவர்களும் ஆறறிவு படைத்த மனிதர்கள் தானே. அவர்களையும் இந்தச் சமூகத்தில் சகமனிதர்களாக, இயல்பாக மதிக்க வேண்டாமா?

உண்மையில் 'ஐ' படத்தில் வருகிறவர் திருநங்கை அல்ல. அவர் ஒரு gay. 'கே' என்றால் ஓரின ஈர்ப்பாளர். அவர் ஆண் தான். ஆனால் அவரின் மரபணுவில் சற்றே பெண்மையின் தாக்கம் சில சதவிகிதம் தூக்கலாக இருக்கக் கூடும். இயல்பில் அவர் ஒரு ஆண் தான். என்றாலும், அவருக்கு பெண்களை விட, ஆண்கள் மீதே ஈர்ப்பு அதிகமாக இருக்கும். மரபணுத் திரிபு அல்லது ஹார்மோன் குறைபாடு அதற்குக் காரணமாக இருக்கிறது.

அந்த நபர் விக்ரம் மீது ஈர்ப்பு கொள்வார். விக்ரமிற்கு அது பிடிக்கவில்லை என்றால், நாகரீகமாக தனக்கு அதில் விருப்பமில்லை என்று சொல்லித் தவிர்த்திருக்கலாம். அதை விடுத்து, நிறைய இடம் கொடுத்து, அவ(ளு)ருக்குள் அந்த ஆவலை அதிகரிக்க வைத்து விட்டு, ஒரு கட்டத்தில், 'ச்சீ' என்று தள்ளி விடுவதோடு, அடித்தும் அவமானப்படுத்துவார். காரணம், LGBTQ என்கிற பலபடிநிலைகளில் உள்ள மூன்றாம் பாலினத்தவர்களை மானுடத்தில் கடை நிலையில், பெண்களை விடவும் மோசமாக நடத்தப்படுகிற நிலையில் இந்தச் சமூகம் வைத்திருப்பதே காரணம்.

எத்தனை பெரிய அறியாமை. அவர்களிலும் எத்தனையோ பேர் எல்லாத் துறைகளிலும் தாங்கள் எவருக்கும் சளைத்தவர்கள் அல்ல என்பதை நிரூபித்துக் காட்டத் தொடங்கியிருக்கிறார்கள். இருந்தாலும், அந்த மனநிலையில் பெரிதாக மாற்றம் இன்னும் ஏன் ஏற்படவில்லை?

பெண்களையே சமமாக நடத்தத் தெரியாத ஆணாதிக்க சமூகம், பெண்தன்மை கொண்டவர்களை எப்படி சமமாக நடத்தும்? செக்ஸ் எஜுகேஷன் மற்றும் பிரபஞ்ச மனிதத்தைக் கொண்டாடும் நேர்மறை மனநிலை மட்டுமே இப்படியான பாலியல் அறியாமைகளின் தீர்விற்கு மார்க்கமாக இருக்க முடியும்.

லென்ஸ்

5

இது ஒரு சுயாதீன திரைப்படம்.

லென்ஸ் என்பது கவிதையின் சாரத்தைக் கொண்டிருப்பது.

நாவலோ, திரைக்கதையோ முப்பட்டைக் கண்ணாடியின் சாரத்தைக் கொண்டிருப்பது. திரைக்கதை என்கிற கலை வித்தாரமானது. விரித்துக் காட்டக்கூடியது. இது அடர்வான சூரிய ஒளிக்கற்றையை முப்பரிமாணப் பட்டை வழியாக செலுத்தி, நிறப்பிரிகை கொள்ளச் செய்து, அந்த ஒளிக்கற்றையை விரித்துக் காட்டுகிற உத்தியைச் செய்கிறது. ஆக, திரைக்கதையைப் பொருத்தமட்டில், கதைக்கரு என்கிற ஒற்றை ஒளியை முப்பரிமாணக் கண்ணாடி வழியாக விரித்துக் காட்டுகிற உத்தியாகப் பார்க்கலாம்.

கவிதை என்பது சூரிய ஒளியின் அபரிமிதமான சக்தியை ஒரு புள்ளியில் குவிக்கிற விசயம். அங்கே வார்த்தைகள் உதிர்ந்து கொண்டே வந்து, அடர்வு அதிகரித்தபடி இருக்கும். அதுவே கவிதையின் துவக்க இலக்கணம். அதற்கு பயன்படுகிற ஒரு கருவி தான் லென்ஸ்.

லென்ஸ் என்பது பரந்து விரிந்து பரவியிருக்கிற சூரிய ஒளியின் ஆற்றலை ஒரு குறிப்பிட்ட இடத்தில் குவிக்கச் செய்து, அந்த இடத்தைப் பற்றிக் கொள்ள வைக்கிறது. இந்தியன் படத்தில் ஒருவன் ஒரு ரூபா லஞ்சம் வாங்கறது தப்பா? என்று இந்தியன் தாத்தா கேட்பார். உடனே 'தப்பா தெரியல' என்று நிழல்கள் ரவி குறிப்பிடுவார். அதனை தொடர்ந்து, 'உலகத்தில உள்ள ஒவ்வொருத்தரும், ஒரு ஒரு ரூபா லஞ்சம் வாங்குனா தப்பா' என்று கேட்பார். 'தப்பு மாதிரி தாங்க தெரியுது' என்பார். அப்படித்தான் லென்ஸ் பரவலாக சிதறிக்கிடக்கிற ஒரு விசயத்தை ஒரு மையத்தில் அடர்வாக்கிப் பார்க்க வைக்கிறது. அப்போது அந்தப் பிரச்னையின் தீவிரம் நமக்கு உரைக்கிறது.

அப்படியாகத் தான், இந்தப் படத்தில் செக்சுவல் அப்யூஸ் அல்லது பாலியல் வன்முறை என்கிற விசயத்தை அடர்வாக நம் முன் இந்தப் படைப்பு கொண்டு வந்து நிறுத்துகிறது.

பாலியல் வன்முறை என்பது பேட்ரியார்க்கி சமூகம் என்கிற ஆணாதிக்க சமூகத்தில் பலவிதங்களில் குறிப்பாக பெண்கள் மீது திணிக்கப்படுகிறது. பெண் உடல் அரசியல் என்கிற பாரபட்சம் காலங்காலமாய் பெண்கள் மீது இந்தச் சமூகம் திணித்துக் கொண்டு தான் இருக்கிறது. பாடி ஷேமிங் என்கிற உருவக் கேலி செய்கிற விசயம் பெண் உடல் ஒல்லியாக இருந்தாலோ, குண்டாக இருந்தாலோ, கறுப்பாக இருந்தாலோ, குட்டையாக இருந்தாலோ, நெட்டையாக இருந்தாலோ அதைக் காரணமாக வைத்து கேலி செய்கிற விசயத்தை குறிப்பிடுகிறது.

பெண் உடை தடை அரசியல் அவளை இறுக்கமாகப் போடாதே, குட்டையாகப் போடாதே, பனியன் போடாதே, ஜீன்ஸ் போடாதே. லெக்கிங்ஸ் போடாதே. சுடிதார் போட்டு மார்பகத்தை மறைத்திருந்தாலும், அதன் மேலே கூடுதலாய் சூப்பர்மேன் ஜட்டி அணிந்திருப்பது போல ஒரு துப்பட்டாவையும் அதற்கு மேலே போடு.. பர்தா போட்டுக் கொண்டு ஆண்கள் எவருக்கும் முகத்தை காட்டாமல் இரு.. இப்படி ஏகப்பட்ட நிபந்தனைகள்..

மொத்தத்தில் ஆண்களுக்கு இருக்கிற உடல் சார்ந்த சுதந்திரத்தை அடியோடு பெண்களிடமிருந்து ஆணாதிக்கச் சமூகம் பறிக்கிறது. அதற்காக வெவ்வேறு நடவடிக்கைகளில் இறங்குகிறது. அப்படியான விசயங்களில், நிர்பந்தத்தின் காரணமாக பழக்கப்படுத்தப்படுகிற பெண்கள் மனதில், உடம்பு குறித்து அருவருப்பாக, ஆபாசமாக நினைக்கிற மனநிலையை, இந்த கட்டிதட்டிப் போன ஆணாதிக்கச் சமூகம் விதைக்கிறது. அதுவே அவர்களுக்கும் மனோவியல்

சிடுக்குகளாக உருவெடுத்து, அவர்களின் ஆளுமைப் பண்பைக் குறுக்கி, சிதைந்து போகவும் வைக்கிறது.

அப்படியான ஒரு விசயம் பற்றித் தான் லென்ஸ் திரைப்படம் பேசுகிறது. அப்படி அது என்ன பேசுகிறது. அதில் வரும் நாயகிக்கு அதன் நிமித்தம் நிகழ்த்தப்படும் சிறுமைகள் யாவை என்பதை பார்க்கலாம்.

இந்தக் கட்டுரைகளில், எடுத்து கையாளுகிற திரைப்படைப்புகள் எல்லாம் தரமான படைப்புகளே. அதே சமயம், சமூக நிலைப்பாடு காரணமாக சமூக, பொருளாதார, அரசியல் அதிகாரப் பகிர்வில் பெண்ணினம் சமத்துவமற்ற நிலைக்குள் எப்படில்லாம் தள்ளப்பட்டிருக்கிறது என்பதை இந்தக் கட்டுரைகள் நேர்மறைச் சிந்தனையோடு, விழிப்புணர்வோடு, புதிய வெளிச்சம் நோக்கி சமூகத்தை நகர்த்துவதன் பொருட்டு அலசுகின்றன.

இந்தக் கட்டுரைகளின் நோக்கம் அந்தந்த படைப்பாளர்களை விமர்சிப்பதல்ல. உதாரணத்திற்கு எடுத்துக் கொள்கிற அந்தந்த படைப்பிற்குள் ஊடுறுவி, அதில் ஊடாடும் ஆணாதிக்க சமூக மனநிலைகளை, பெண் சமத்துவம் என்கிற நடுநாயகப் பார்வையோடு ஆராய்வதே இதன் நோக்கம்.

முதலில் படம் பார்க்காதவர்களுக்காக லென்ஸ் படத்தின் கதைச் சுருக்கத்தை சின்னதாய் பார்த்து விடலாம். எதிர்நாயகன் ஒரு கம்ப்யூட்டர் எஞ்சினியர். அவனுக்கு படித்த அழகான மனைவி இருந்தும், உபரியாய் ஒரு பலகீனம். இன்டர்நெட்டில் இதற்கென பிரத்யேகமாக இருக்கிற செக்ஸ் வெப்சைட் உள்ளே சென்று, உரையாடுவான். வெர்ச்சுவல் ரியாலிட்டி என்கிற முறையில் ஒருவருக்கு ஒருவர் பிடித்திருக்கிறபட்சம், முகத்திற்கு முகமூடி

அணிந்து கொண்டு, தங்களின் ஆடைகளை ஒருவர் மாற்றி ஒருவர் ஒவ்வொன்றாக மாற்றி மாற்றி அவிழ்த்து, பரஸ்பரம் பரவசம் கொள்கிறார்கள்.

அந்தச் சூழ்நிலையில் ஒரு புதிய அழைப்பு வருகிறது. அது ஒரு இளம்பெண் என நம்பி அந்த அழைப்பிற்குள் எதிர்நாயகன் செல்ல, வசமாக மாட்டிக் கொள்கிறான். அப்படி அழைத்தது பெண் அல்ல. ஆண். அவன் தான் நாயகன். அவன் ஒரு ஹார்ட்வேர் இஞ்சினியர். ஒரு வருட காலமாக அலசி ஆராய்ந்து, எதிர்நாயகனின் அத்தனை வண்டவாளங்களையும் ஆதாரத்தோடு கண்டுபிடித்து வைத்துக் கொண்டு, படிப்படியாகப் பழி வாங்குகிறான்.

காரணம், நாயகனின் வாய் பேச வராத மனைவியோடு நடந்த முதலிரவு காட்சிகளை, ஒரு வக்கிரம் பிடித்த பிளம்பர் அங்கே ஹிடன் கேமரா வைத்து, படம் பிடித்து விடுகிறான். அந்தப் பென் டிரைவை அவன் எங்கோ தவற விட, அது எதிர்நாயகன் கையில் கிடைக்க, அவன் அதை இன்டர்நெட்டில், தான் பெற்ற இன்பம் இவ்வையம் பெறட்டும் என்கிற வக்கிர எண்ணத்தோடு அப்லோட் செய்து விடுகிறான். இதன் காரணமாக அவமானம் தாங்காமல் நாயகி மரணவாக்குமூலத்தை, தன்னுடைய வீடியோ பதிவில் நடந்தது நடந்தபடி சொல்லி விட்டு, தற்கொலை செய்வதையும் அதில் பதிந்து விட்டு, மரித்துப் போகிறாள். நாயகன், எதிர்நாயகனின் மனைவியின் துணையுடன், எதிர்நாயகனை நூதனமான முறையில், அவனின் குற்றத்தை ஒப்புக்கொள்ள வைப்பது தான் இதன் திரைக்கதை.

எதிர்பாராமல் ஒரு அசம்பாவிதம் நடந்து விடுகிறது. நாயகி ஏஞ்சலின் விருப்பத்தோடே விளக்குகள் அணைக்கப்படாமல் அந்த முதலிரவு அரங்கேறுகிறது. பின்னர், அது இன்டெர்நெட்டில் உலா வர ஆரம்பித்ததும், நாயகி முழுதாய் உடைந்து போகிறாள். அவள்

தன்னுடைய அறையின் ஜன்னல்களை பகலிலும் அடைத்து வைத்துக் கொண்டு, விளக்குகளைப் போடாமல் மெழுகு திரி வெளிச்சத்திலேயே நடமாட ஆரம்பிக்கிறாள். அவளுக்குள் அவளின் உடம்பை உலகமே கொத்தித் தின்பது போல ஒரு பிரமை.

நாயகன் நியாயம் வேண்டி காவல் நிலையத்திற்கு நடையாய் நடக்கிறான். பெரிய முன்னேற்றம் எட்டப்படுவதில்லை. அப்போது ஒரு வரி சொல்கிறான். அது அடிக்கோடிட்டு கவனம் கொள்ளத்தக்க வாக்கியம். 'அவமானமா இருக்கு சார்.. ஊருக்குள்ள தலை காட்ட முடியல.. ஏதாச்சும் பண்ணுங்க சார்..' என்று நாயகன் போலீசிடம் சொல்கிறான்.

உண்மையில் அப்படியொரு விசயம் நடக்கிற போது முதலில் அதிர்ச்சியாகவும், அவமானமாகவும் தான் இருக்கும் என்பதில் எந்த மாற்றுக் கருத்தும் இல்லை. அதே சமயம், படித்த ஒரு இளைஞனான நாயகன், ஊரில் ஒருவனாகவே அந்த விசயத்தை பார்க்கிறானா என்கிற கேள்வியும் இதில் தொக்கி நிற்கவே செய்கிறது.

அவர்களைப் பொறுத்தவரை எந்தத் தவறும் செய்யவில்லை தானே.. அவனின் மனைவி ஏஞ்சலும் இதில் எந்தத் தவறும் செய்யவில்லை. எதற்காக அப்படி இடி விழுந்தது போல, இனிமேல் வாழ்க்கையே இல்லை என்பது போல நாயகன் இடிந்து போக வேண்டும்? மனைவி ஏஞ்சலின் உடம்பை பலரும் இன்டர்நெட்டில் பார்த்து விட்டார்கள் என்கிற அசூயை தான் அதற்கு காரணமா? என்கிற கேள்விகள் அந்த தவிப்பிற்குள் தொக்கி நிற்கிறது.

அவனையும் அறியாமல் மற்றவர்களைப் போலவே வெளிப்படையாகச் சொல்லாவிட்டாலும் கூட அவனுக்குள்ளும் நாயகி ஏஞ்சல் சோரம் போய் விட்டதாகவே தோன்றுகிறதா? அவனும் அவளை உடமையாக, பொருளாக, அவள் உடம்பை தன் சொத்தாகவே பாவித்திருந்திருக்கிறானா? அதனாலேயே, அவனுக்கு

அந்த விசயம் பொதுபுத்தி கொண்ட சராசரி மனிதர்களைப் போல அவனுக்கும் அத்தனை அவமானமாக, உறுத்தலாக இருக்கிறதா?

அந்த இன்டர்நெட்டில் உலாவ விட்ட காட்சியில் அவனும் தானே அவளைப்போலவே நிர்வாணமாக இருந்திருக்கிறான்.

பிற்பாடு, ஒரு கட்டத்தில், மனஅழுத்தம் தாளாமல் ஏஞ்சல் தற்கொலை செய்து கொள்வதற்கும் நாயகனே ஒரு ஆண் என்கிற முறையில் காரணமாகி விட்டானோ என எண்ணவும் தோன்ற வைக்கிறது. காரணம், அவன் அப்படியான ஒரு சம்பவம் நடந்து ஏஞ்சல் நத்தையாய் தன் உணர்வுகளை சுருக்கிக் கொள்கிற தருணங்களில், அவளுக்கு எந்த ஆறுதலும் சொல்வதில்லை. ஒருவித கையறு நிலையிலேயே இருந்து விடுகிறான்.

அவன் நினைத்திருந்தால், ‘இது ஒரு எதிர்பாராத விபத்து. அவ்வளவு தான். உடம்பில என்ன இருக்கு. சாலையில போறப்ப, நம்ம மேல எதிர்பாராத விதமா, கடந்து போற வாகனம் சேத்தை அடிச்சிட்டு போகுதுனா, என்ன பண்றோம். வந்து துணிமணியை தோய்த்து குளிக்கறோம்.. உடனே மறுபடி சுத்தமாயிடுறோம். அப்படித் தானெ இந்த விசயமும். நீ படிச்ச பொண்ணு.. இதைப் போயி பெரிய விசயமா எடுத்துக்கிட்டு, உலகமே இருண்டுட்ட மாதிரி கவலைப்பட்டு, உன்னை கஷ்டப்படுத்திக்கிட்டு, என்னையும் கஷ்டப்படுத்திக்கிட்டு இருக்கிறது நியாயமா.. வாழப் போறது ஒரு வாழ்க்கை.. அதை எத்தனை சவால்கள் வந்தாலும் அதை ஃபேஸ் பண்ணி, மகிழ்ச்சியா வாழ்ந்து காட்ட வேணாமா? அப்போ தானெ, இந்த கற்பு, கத்தரிக்காய்னு பெண்களை மட்டும் உடமையா, உடம்பைச் காரணம் காட்டி தண்டிக்கிற இந்த புரையோடிப் போன சமூகத்துக்கு நாம சொல்லித் தர்ற பாடமா இருக்க முடியும்? தப்பு பண்ணினவங்க சந்தோஷமா இருப்பாங்களாம். பாதிக்கப்பட்டவங்க

கஷ்டப்படணும்னு எதிர்பாக்கற இந்த சமூகத்தை நாம ஏன் மதிக்கணும்? நாம நமக்காக மகிழ்ச்சியா ஒரு முழுவாழ்க்கை வாழ்ந்து காட்டறது தான், இந்த முரண்களும், ஓரவஞ்சனையும் நெறஞ்சிருக்கிற இந்தச் சமூகத்துக்கு தர்ற காத்திரமான பதில்..' இப்படி எந்தவிதமான ஆறுதலையும் நாயகன், நாயகி ஏஞ்சலிடம் ஏன் சொல்லவில்லை?

அப்படிச் சொல்லி, அவளைத் தேற்றி இருந்தால், ஏஞ்சல் மாதிரியாக பாதிக்கப்படுகிற பெண்கள் தற்கொலை முடிவை எடுக்காமல், தங்கள் முடிவை மாற்றிக் கொண்டிருந்திருக்கக் கூடும். அந்த இடத்தில் ஆறுதல் சொல்ல வேண்டும் என்கிற நினைப்பே நாயகனுக்கு வரவில்லை என்பது, இந்த ஆணாதிக்கச் சமுதாயத்தின் சூம்பிப் போன மனநிலையோடான வெளிப்பாடு தானோ?

பெண் மனது எதிர்பார்ப்பதெல்லாம், பெண் உடம்பு என்பதும், பெண் மனது என்பதும் சம்மந்தப்பட் பெண்ணின் உரிமை. அந்த பெண் ஒரு பண்டம் அல்ல. எவருக்குமான உடமை அல்ல. அது கெட்டுப் போகிற பொருளும் அல்ல. அந்தப் புனிதம், பெண்ணுடைய யோனியில் புதைவுண்டிருப்பதாகச் சொல்வதெல்லாம் இடையில் வந்த ஆணாதிக்கச் சமூகம் கட்டி விட்ட கற்பிதம்.

தொன்மைச் சமூகமான பறவையினத்திலிருந்து பழங்குடியினர் வரை தாய் வழிச் சமூக பெண் சமத்துவ உரிமை கொண்ட வாழ்வே பரிபூரண சுதந்திரத்தோடு நிகழ்கிறது.

இயக்குநர் மகேந்திரன் உதிரிப்பூக்கள் என்கிற படத்தின் வாயிலாக, பெண் உடல் தடை அரசியல் கடந்த கதாபாத்திரத்தை நிறுவியிருப்பார். அதில் மதுமாலினி சேடிஸ்ட் விஜயனின் மைத்துனியாக வருவார். விஜயன் அவரை இரண்டாம் திருமணம் செய்ய முயற்சிப்பார். அது நிறைவேறாது. அதனால் அவள் தன் காதலனோடு திருமணம் செய்து கொள்வதற்கு முந்தைய நாள்

அவளின் ஆடைகள் முழுவதையும் பலவந்தமாய் கழற்றி எறிந்து விட்டு, அவளை நிர்வாணமாக பார்த்த முதல் ஆள் தானாகத் தான் இருக்க வேண்டும் என்று சொல்லி விட்டு, விலகி விடுவார்.

ஊர் அவரை ஒரு பக்கம் தண்டித்தாலும், மதுமாலினியின் காதலன் அவருக்கு நடந்ததை ஒரு விபத்தாகக் கருதி, இயல்பாக திருமணம் செய்து கொள்வார். அதனால் தான் அவர் முதிர்ச்சியான இயக்குநராகக் கருதப்படுகிறார்.

மறுபடி லென்ஸ் திரைப்படத்திற்கு வருவோம். இங்கே, ஏஞ்சல் தற்கொலை செய்வதற்கு முன்னால் கடிதம் எழுதி செல்ஃபோன் மூலம் வீடியோ எடுத்து காட்டுகிறாள். அதிலும், ஒரு வாசகம் வருகிறது. 'இந்த வீடியோவைப் பார்த்து உலகமே அவமானப்பட வேண்டும்' என்பது தான் அது.

அப்படியென்றால், உலகத்தில் உள்ள ஆண்கள் எல்லோருமே, இப்படித்தான் என்கிற தொனி அதில் தொக்கி நிற்கிறது. பெண் கோணத்தில் அப்படியான தட்டையான பார்வை ஏன் வருகிறது? பாதிக்கப்பட்ட பெண், பிரச்சனையை எதிர்த்து நிற்கத் திராணியற்றவளாக வடிவமைக்கப்பட்டிருக்கிறாள். அதனாலேயே அப்படியொரு பிம்பத்தைத் தனக்குள் கட்டி எழுப்புகிறாள்.

உண்மையில் பெண் சமத்துவத்திற்காக உணர்வார்த்தமாக இயங்குகிற பெண்களைப் போல ஆண்களும் இருக்கவே இருக்கிறார்கள். அவளின் பலகீனமான மனநிலையில் அது தென்படுவதில்லை என்பதும், அதனால் பொதுமைப்படுத்துகிற போக்குமே, இந்த பெண் சமத்துவத்திற்கு ஒரு சிடுக்காய் இருக்கிற காரணி தான்.

இறுதியில் எதிர் நாயகனுக்கு பாடம் புகட்டி விட்டு, நாயகன் தற்கொலை செய்து கொள்கிறான். எதற்காக? அவன் அப்படிச்

செய்யாமல், பெண்கள் மீதான பாலியல் வன்முறைக்கு எதிரான ஒரு சமூகச் செயல்பாட்டாளராக இருந்து செயல்பட்டிருந்தால், காதல் மனைவி ஏஞ்சலின் தற்கொலைக்கு ஒரு பிராயச்சித்தம் செய்திருக்கலாம் அல்லவா?

ஆனால், நாயகன் அந்தச் சிக்கலில் இருந்து தப்பித்துக் கொள்கிற முடிவையே எடுக்கிறான். எளிதில் அனுதாபத்தைச் சம்பாதித்துக் கொள்ளலாம். தன் மனைவியின் உடம்பைப் பலரும் பார்த்து விட்டார்களே என்கிற ஆணின் கோணத்திலான பெண் உடல் தடை அரசியல் சிடுக்கு தரும் அவஸ்தைகளிலிருந்து சுலபமாய் தப்பித்துக் கொள்ளலாம் என்றே, அப்படியொரு குறுக்கு வழியைத் தேடிக் கொள்வதாகத் தோன்றுகிறது.

அது ஒரு வகையில், பெண் உடல் தடை அரசியல் என்கிற நான்காயிரம் வருட பழமையான சிடுக்கிலிருந்து, பெண்கள் விடுபடுகிற போதே, பெண் சமத்துவம் முழுமையாக வசப்படும் என்பதை, சொல்லாமல் சொல்லிச் செல்கிறது.

தி கிரேட் இன்டியன் கிச்சன்
6

இது ஒரு மலையாளப் படம். இதில் பெரும்பாலான காட்சிகள் ஒரு சமையலறைக்கு உள்ளேயே நடக்கின்றன. இந்தப் படத்தின் நாயகி விடாமல் தொடர்ந்து மூன்று வேளைக்கான உணவையும் மாறி மாறி சமைத்துக் கொண்டே இருக்கிறாள். அவளின் பெரும்பாலான நேரங்கள் உணவை பதமாய், பக்குவமாய் சமைப்பதிலும், பாத்திரங்களைக் கழுவுவதிலும், பதவிசாய் பரிமாறுவதிலுமே நகர்கின்றன.

அவள் படித்தவள். நடனம் கற்றிருப்பவள். நடுத்தர வகுப்பைச் சேர்ந்த அபிலாசைகளும், கனவுகளும் கொண்டிருப்பவள். அவளுக்கு, அவளிடம் கேட்காமலேயே குடும்பம் கடனை கழிப்பதாய் நினைத்து திடுதிப்பென கல்யாணம் பண்ணி வைத்து விடுகிறது.

அவள் நடன மங்கையாக, நடன ஆசிரியராக பணி செய்ய வேண்டுமென்கிற கனவை ஓரமாய் மூட்டை கட்டி வைத்து விட்டு, கணவனோடு புகுந்த வீட்டுக்குச் செல்கிறாள். பழமைவாதத்திலும், ஆணாதிக்கத்திலும் இயல்பாகவே ஊறித் திளைத்திருக்கும் அந்தக் குடும்பத்தைச் சேர்ந்த ஆண்களின் சுவையறிந்து சமைத்துப் போடுவதே அவளின் பிரதான வேலையாக மாறிப் போகிறது.

அவள் கணவன் யோகா செய்வது, சாயா குடிப்பது, சாப்பிடுவது, ஆபீஸ் செல்வது, சாப்பிடுவது, நொறுங்குத் தீனி கொறிப்பது, சாப்பிடுவது, இயந்திர கதியில் உடலுறவு கொள்வது, உறங்குவது, யோகா செய்வது என ஒரே வட்டத்தில் அலுக்காமல் சுழன்று கொண்டிருப்பவன்.

நாயகனின் அப்பா எல்லாவற்றிலும் ஆச்சாரம் பார்க்கிறவர். அவருக்கு படிப்பறிவில்லாத மனைவி கையில் பிரஷ் எடுத்துக் கொடுத்தால் தான், பல் துலக்குவார். வாழைப்பழத்தை மட்டும் கையில் எடுத்து கொடுத்தால் அவராகவே உறித்துக் கொள்கிறார். சாப்பாடு விறகு அடுப்பில் தான் தயாரித்தாக வேண்டும். கிரைண்டர்,

மிக்சி பயன்படுத்தக் கூடாது. கைமணத்தோடு அம்மி, உரலில் தான் அரைத்து, ஆட்டி மாவு, மசாலா இத்யாதிகள் தயாரிக்க வேண்டும். அவருடைய நாக்கு அந்த ருசிக்கு நீண்டகாலமாய் பழக்கப்படுத்தப்பட்டு விட்டதை இனி அவரால் மாற்றிக் கொள்ள முடியாது.

மாமியார் சமையல் வேலையில் அவளுக்கு ஒத்தாசையாக இருக்கிறாள். அவருக்கு நாற்பது வருட சர்வீஸ். சமையல் வேலையைச் செய்து செய்து அதில் அவள் கரை கண்டுவிட்டிருப்பவள்.

இந்தத் தருணத்தில் பக்கத்து ஊரில் வசிக்கும் பெரியவரின் மகளுக்கு பிரசவம் என்பதால் நாயகியின் மாமியார் அங்கே அனுப்பி வைக்கப்படுகிறார். இங்கே கணவனுக்கும், மாமனாருக்கும், தான் ஒருத்தியாக நாயகி சமைத்துப் போட்டு பார்த்துக் கொள்ள வேண்டியிருக்கிறது.

ஆணாதிக்க சமூகம் தோன்றியதும் முதல் வேலையாய் பெண்கள் படிக்கக் கூடாது என்று கட்டுப்பாடுகள் விதித்தார்கள். அவர்கள் வெளியே செல்லக் கூடாது. வீட்டிற்குள்ளேயே இருக்க வேண்டும். எப்போதும் ஆண்களைச் சார்ந்தே இருக்க வேண்டும் என யோசித்தவர்கள், அவர்களுக்கு சமையல்கட்டை ஆளும் உரிமையை வழங்கினார்கள். அப்படியாக தொடர்ந்து சமையல்கட்டில் இயங்கிக் கொண்டிருக்கிற, பொருளாதாரத்தில் ஆண்களைச் சார்ந்திருக்கிற பெண்கள், அதை தங்களுடைய கடமையாக நினைத்து கர்மசிரத்தையோடு இத்தனை காலமாய் செய்து கொண்டும் இருக்கிறார்கள்.

இங்கே வந்த பிறபாடு நாயகி ஒரு கட்டத்தில் தானே வேலைக்கு மனு போடுகிறாள். வேலைக்கு வந்து சேரும்படி ஆர்டரும் வந்து

விடுகிறது. மாமனார் அதற்கு புன்னகைத்தபடி சம்மதிக்க மறுக்கிறார். கணவனும் அப்பாவிற்கு ஒத்தூதுகிறான்.

அவனுக்கும் அது பிடிக்கவில்லை என்றாலும், தந்தை அளவிற்கு பிடிவாதமாக இல்லை. காரணம் அவளிடம் இருந்து பெறப்படுகிற செக்ஸ். அதனால் மழுப்பலாக அந்த விசயத்தைத் தள்ளிப் போடுகிறான்.

அவன் ஒரு விசயம் செய்ய விரும்பவில்லை என்றால் மாட்டேன் என்றெல்லாம் சொல்ல மாட்டான் தள்ளிப் போட்டுக் கொண்டே போவான். அதில் புரிந்து கொள்ளலாம்.

உதாரணத்திற்கு, சமையல்கட்டில் உள்ள வாஷ்பேசின் அடியில் உள்ள பிளாஸ்டிக் வடிகுழாயில் ஒரு துளை விழுந்து விடும். அவள் ஒரு பக்கெட் வைத்து, கசிகிற கழிவு நீரைப் பிடித்துப் பிடித்து தினமும் தோட்டத்தில் நாசியை பொத்திக்கொண்டு போய், கொட்டி விட்டு வருவாள். கணவனிடம் எத்தனையோ முறை பிளம்பரை அனுப்பி வைக்கும்படி சொல்லியும் அவன் மறந்து மறந்து போகிறான். ஒருவேளை சமையல் அறை சம்பந்தப்பட்ட வேலையைக் கூட, தன் மூலம் செய்ய நினைப்பதை அவன் மனது ஏற்கவில்லையோ என்னவோ? அது அவனுக்கு மட்டுமே தெரிந்த ரகசியம்.

சமையல் அறையை, பொதுவாக பெண்கள் தங்களுடைய சக்தி மையமாக கற்பிதம் செய்து கொண்டு, அதை ஆட்சி செய்வதாக நினைத்துக் கொண்டிருக்கிறார்கள். அப்படி பழக்கப்படுத்தப்பட்டு இருக்கிறார்கள். அதனால், தங்களின் பெண் பிள்ளைகளுக்கு மட்டும் வளர் பருவத்திலேயே கட்டாயப் பாடமாக சமையலைக் கற்றுத் தருவார்கள். ஆண் பிள்ளைகளை சமையல் அறைக்குள்ளேயே வர விட மாட்டார்கள். ஆர்வக் கோளாறில் அப்படி எப்போதாவது வந்து விட்டால், தெய்வக்குற்றம் நடந்து விட்டது போல பதறிப்

போவார்கள். எத்தனை அறியாமையில் பெண்களை இந்த ஆணாதிக்க சமுதாயம் புதைத்து வைத்திருக்கிறது.

ஆணாதிக்க ஆண்கள் கேட்டரிங்கை ஒரு தொழிலாக வெளியே போய் செய்வார்கள். ஆனால், ஒரு நாளும், அவர்கள் அதை தங்கள் வீடுகளில் உள்ள சமையலறையில் செய்ய மாட்டார்கள்.

அதிலும் குறிப்பாக, எச்சில் பாத்திரங்களைக் கழுவுவது என்பதைச் செய்யவே மாட்டார்கள். அது அவர்களுக்கான இழுக்காக பாவிப்பார்கள்.

ஒரு முறை நண்பரின் டாக்டர் மனைவி பெண்கள் தினத்தன்று பெண் சுதந்திரம் சார்ந்து என்ன எதிர்பார்க்கிறாய் என்று நண்பரும் கணவருமான அவர் கேட்ட போது, சாப்பிடுகிற சாப்பாட்டு வட்டில்களை அவரவர் கழுவி சுத்தம் செய்து வைக்க வேண்டும் என விரும்புகிறேன் என்றார். ஒரு சிறிய விசயத்திற்கு அத்தனை படித்து, பொருளாதாரத்தில் சொந்தக் காலில் நிற்கிற பெண் கூட, எத்தனை தயங்கித் தயங்கி சொல்ல வேண்டியிருக்கிறது?

ஒவ்வொரு ஆணும் ஒரே ஒரு மாதம் சமையல் பணிகள் முழுவதையும் நேர்த்தியாக, தாங்கள் ஒருவராக செய்து பார்த்தால் போதும். உண்மையாகவே பெண்கள் மீது மிகுந்த மதிப்பு வந்து விடும். மூன்று வேளை சமையல் செய்வது மட்டுமல்ல, சிற்றுண்டிகள் தயாரிப்பது மட்டுமல்ல, காபி, டீ காலையும், மாலையும் போடுவது மட்டுமல்ல.. ஒவ்வொரு முறையும் பாத்திரங்களைக் கழுவிச் சுத்தமாக வைப்பது.. சமையல் அறையைச் சுத்தம் செய்வது.. கரப்பான் பூச்சி, எறும்பு இத்யாதிகள் வராமல் சுத்தமாகப் பராமரிப்பது என்று அத்தனை வேலைகளும் சமையல் என்கிற வேலைக்குள் ஒளிந்திருக்கிற உபவேலைகள். அத்தனை வேலைகளையும் ஒரு மாதம் ஒவ்வொரு ஆணும் செய்து பார்த்தால், சமையல் உணர்ந்து

கொள்ளலாம். விடுமுறை இல்லாத பணி. தொடர்ந்து பசித்துக் கொண்டே இருக்கிறதே.

அடுத்ததாக படுக்கை அறை முரண்களையும், பேதங்களையும் பார்க்கலாம். இங்கே பொதுவாக இந்தியப் பெண்கள் ஒரு முறை கூட பாலுறவில் உச்சகட்டப் பரவசத்தை உணர்ந்ததே இல்லை என்று ஒரு ஆய்வு அறிக்கை கூறுகிறது. அதாவது, பெண்களை சமையல்காரியாகவும், குழந்தைகள் பெற்றுத் தருகிற இயந்திரமாகவுமே இந்த 'பேட்ரியார்க்கி' தந்தை வழிச் சமூகம் பார்க்கிறது.

அங்கே அவளுக்கென தனிப்பட்ட உணர்ச்சிகள் இருக்கிறது என்பதே பல ஆண்களுக்குத் தெரிவதில்லை. தங்களின் காம இச்சைகளை தீர்த்துக் கொள்வதற்கான இடமாக மட்டுமே பெண் உடம்பு பார்க்கப்படுகிறது.

இதில் ஒரு காட்சியில், கணவன், நாயகியிடம் கேட்பான். 'நான் பண்றது பிடிச்சிருக்கா?' 'பிடிச்சிருக்கு.. கொஞ்சம் வலிக்குது.. கொஞ்சநேரம் ஃபோர் பிளே பண்ணினா வலிக்காது' என்கிறாள். அவன் அதை கேட்டு அதிர்ந்து போவான்.

ஒரு குடும்பப் பெண் வெட்கமில்லாமல் இப்படியெல்லாம் பேசுவாளா? என்று கேவலமாய் ஒரு பார்வை அவளைப் பார்ப்பான். அதில் ஆபாசமும், அவமதிப்பும் கொட்டிக் கிடக்கும்.

காமத்தை ஒரு பெண் பேசக் கூடாது. காமத்தை பேச ஆணுக்கு மட்டுமே உரிமை உண்டு என்று நினைக்கிறான். முன்விளையாட்டு என்பது ஒவ்வொரு பெண்ணும் பாலுறவு நடப்பதற்கு முன் அதற்குத் தயாராவதற்குத் தேவையான சாதாரண விசயம். அப்போது தான் அது இரண்டு பக்கமும் மகிழ்ச்சியைத் தருவதாக அமையும்.

புணர்ச்சி என்பது, ஒத்த அலைவரிசை கொண்ட இரண்டு மனங்களின் ஒத்திசைவான ஆலிங்கனம் உடம்பு என்கிற சாதனம் வழியாக நிகழ்கிறது. அப்படியாக உறவு நிகழ்ந்து முடிந்ததும், பெண் அந்த உச்சநிலையிலேயே நீண்ட நேரம் இருக்க விரும்புவாள். அதற்காக, ஆஃப்டர் பிளே என்கிற பின்விளையாட்டு என்கிற விசயம் உண்டு.

அதாவது, கலவி நிறைவடைந்ததும், பெண்ணைத் தழுவிக்கொண்டு, சிறிது நேரம் மௌனமாக கொஞ்சிக் கொண்டிருப்பது தான் அது. இத்தனை பரவசத்தை, இத்தனை மகிழ்ச்சியை அளித்த பெண் தேவதைக்கு நன்றி சொல்கிறதாய் அந்த பின் விளையாட்டு நன்றி கலந்த மகிழ்வோடு நிகழ வேண்டும். அப்போது தான், அந்தப் பாலுறவு முழுமையடைகிறது.

அப்படியான உறவுகளை இந்தியப் பெண்கள் ஒருபோதும் அனுபவித்ததேயில்லை என்கிற ஆய்வு அறிக்கை எதை வெளிக்காட்டுகிறதென்றால், ஆணாதிக்க சமூகத்தில் பெண் நுகர்பவர் அல்ல.. வெறும் நுகர் பொருள் மட்டுமே என்பதைச் சொல்லாமல் சொல்லிச் செல்கிறது.

அதனாலேயே, இப்படி காய்ந்த மாடு கம்மங்காட்டில் விழுந்தது போல ரசனையில்லாமல், காமத்தை அணுகுகிறவர்களிடம், பெண்கள் கடனே என மரக்கட்டை போல எந்தவித உணர்ச்சி வெளிப்பாடுகளையும் காட்டாமல் கிடக்கிறார்கள். அதுவே இங்கே நாயகியின் விசயத்திலும் நிகழ்கிறது.

இலக்கியத்தில் காதலை முதன்முதலில் சொன்ன ஒரு பெண் இருக்கிறாள். அவள் ஆண்டாள். அவள் தன் மனதில் வரித்துக் கொண்ட கண்ணனை நினைத்து பாவை நோன்பு இருக்கிறாள். கண்ணனை நினைத்து காதலில் ஏங்குகிறாள். பிற்பாடு கண்ணனோடு எப்படிஎப்படி எல்லாமோ கூடுதல் வேண்டி, காமதேவனிடம்

வேண்டுகிறாள். அதுவே நாச்சியார் திருமொழி. அதில் கண்ணனின் முத்தம் எப்படியிருக்கும் என்று நப்பின்னையிடம் இப்படி விசாரிக்கிறாள். 'கற்பூரம் நாறுமோ.. கமலப்பூ நாறுமோ' என்று விசாரிப்பதன் மூலம் நுகர்பொருளாக பாவிக்கப்பட்ட பெண்ணின் நிலையிலிருந்து நுகர்பவராக ஆண்டாள் பரிமளிக்கிறாள்.

இந்தப் படைப்பில், மாமனார் விடாமல் சாப்பாட்டில் நொட்டை சொல்வதையே வாடிக்கையாக வைத்துக் கொண்டு மருமகளைப் படுத்தியெடுக்கிறார். காரணம், அவரோ, கணவனோ ஒரு நாளும் அடுப்படிக்குள் மருந்துக்குக் கூட வந்ததில்லை. பிறகெப்படி அவர்களுக்கு அங்கே வேக்காட்டில் வேகிற பெண்களின் உடல், மன வலிகளும், பாரமும் புரியும்?

ஒரு நாள் ஆண் விருந்தாளிகளை கணவன் கும்பலாய் அழைத்துக்கொண்டு வருகிறான். அப்போது சாயா அனைவருக்கும் தயாரிக்கச் சொல்கிறான். அவள் சிங்க்கில் இருந்து ஒழுகிக் கொண்டிருந்த கழிவு நீரை சாயாவில் கலந்து தருகிறாள்.

கொந்தளிக்கும் கணவனும், மாமனாரும் அவளை நோக்கி ஆவேசத்தோடு வர, அவள் அந்தக் கழிவு நீரை பக்கெட்டோடு எடுத்து அவர்கள் மீது விசிறி அடிக்கிறாள். அவர்கள் அப்படியே தொப்பலாய் அதிர்ந்து போகிறார்கள்.

அதன் பிறகு நொடியில் மணமுறிவு நடந்தேறுகிறது. அவள் மீண்டும் நடனப் பள்ளியில் ஆசிரியையாக தன் வாழ்வைத் தொடங்குகிறாள்.

ஆணாதிக்கச் சமூக மனநிலை கொண்ட ஆண்கள், இப்படியான பெண்களின் வலிகளை, உணர்வுகளை உணர்ந்து கொண்டார்களா என்கிற பெரிய கேள்வியை எழுப்புவதோடு, இந்தப் படம் நிறைவடைகிறது.

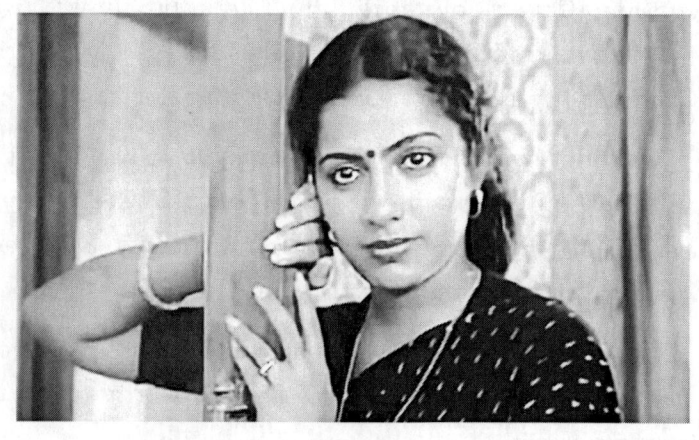

சிந்து பைரவி
7

இதன் திரைக்கதையை பாலசந்தர், எழுத்தாளர் பாலகுமாரனோடு சேர்ந்து உருவாக்கினார். காரணம் அவருக்கும் இரண்டு மனைவியர். இந்தக் கதையின் நாயகன் ஜே.கே.பி-க்கும் இரண்டு பெண்களோடு தொடர்பு இருக்கிறது. ஒருவர் மனைவி. மற்றொருவர் துணைவி. சிந்து துணைவி. பைரவி மனைவி.

கர்நாடக இசைப் பாடகரின் ரசனைக்குரிய பெண் சிந்து. அவரின் லௌகீக வாழ்க்கைக்கானதைப் பார்த்துப் பார்த்துச் செய்கிறவர் பைரவி. அவருக்கு ஒன்று பிடிக்காததால், இன்னொன்று தேவைப்படவில்லை. ஒன்று போதாததால், இன்னொன்று தேவைப்படுகிறது. அவரின் ரசனைக்கு இணையாக அவரோடு சங்கீதம், கர்நாடக பாடல்கள், தனிப்பாடல்கள் என சரிக்குச் சரி சிந்துவால் உரையாட முடியும். பைரவிக்கு கிஞ்சித்தும் அந்த ஞானம் கிடையாது. அவள் ஒரு அந்தக்கால மனுசியின் வார்ப்பு. கண்ணகி வழி வந்தவள். புல்லானாலும் புருஷன். கல்லானாலும் கணவன் என்று அவனுக்கு பணிவிடை செய்வதே தன் பாக்கியம் என அவனின் காலடியில் சரண் புகுந்து கிடப்பவள்.

ஒரு வகையில் நவீன சிலப்பதிகாரம் என்று இந்தப் படத்தின் கதையைச் சொல்லலாம். இந்தக் கதையை பைரவி கோணத்தில் இருந்து பார்த்தால், என்ன உணர்வுகள் வருகிறது என்று பார்க்கலாம். ஜே.கே.பிக்கு என்ன நீதியோ, அது தானே பைரவிக்கும்?

பைரவிக்கு ஜே.கே.பி-யின் குழுவைச் சேர்ந்த மிருதங்க வித்வான் டெல்லி கணேஷ் உடன் காதலோ ஈர்ப்போ என்று வைத்துக் கொள்வோம்.

செக்சன் ஐ.பி.சி 497 படி திருமணத்திற்குப் பிறகான கூடுதல் பாலுறவு ஆணாக இருந்தாலும், பெண்ணாக இருந்தாலும் குற்றமாகாது என்று உச்சநீதி மன்றம் சட்டமே கொண்டு வந்து விட்டது.

அப்படி இருக்கையில், பைரவியும் தன்னைப் புரிந்து கொண்டிருக்கிற, தனக்காக வக்காலத்து வாங்கி நியாயம் கேட்க முனைகிற டெல்லி கணேஷ் மீது கனிவு வருகிற பட்சம், ஜே.கே.பி ஏற்றுக் கொள்வாரா?

இந்தக் கேள்விக்கு நம் முன் இருக்கிற ஒரே பதில். ஜே.கே.பி ஒரு ஆண்; பைரவி ஒரு பெண்.

சிலப்பதிகாரத்தில் கோவலனாவது கண்ணகியிடம் திரும்பிய பிறகு மனதார மன்னிப்பு கேட்கிறான். ஆனால், இந்த ஜே.கே.பி பைரவியிடம் இறுதி வரை ஒரு முறை கூட மன்னிப்பு கேட்பதில்லை.

ஜே.கே.பி சிந்துவை நினைத்து உருகிக் கொண்டிருந்த வேளையிலும், அவரின் புகழுக்கு களங்கம் வந்து விடக்கூடாது.. தன்னுடைய கணவனுக்கு எது மகிழ்ச்சியோ, அதையெல்லாம் அவருக்காக கொண்டு வந்து தர, சித்தமாகவே இருக்கிறாள்.

நவீன நளாயினி. தன்னுடைய கணவனுக்கு அழகு மங்கையரோடு சரசமாட வேண்டும் என்கிற தீராத ஆவல். ஆனால், அவனோ நோயாளியாக, நடக்க முடியாதவனாக இருக்கிறான். நளாயினி ஒரு கூடையில் வைத்து ஒவ்வொரு தாசி வீடாக தூக்கிக்கொண்டு போயிருக்கிறாள். அப்படித்தான், இங்கே பைரவி, ஜே.கே.பி மகிழ்ச்சிக்காக சிந்துவை ஏற்றுக் கொள்ள முடிவெடுக்கிறாள்.

இதே விசயத்தை பைரவி நினைத்துக் கூட பார்க்க முடியாது. கண்ணகி காலத்திலிருந்தே இதே கதை தான்.

கண்ணகி தனிமையில் வாடிக் கொண்டிருக்கையில் இந்த சமூகம் அவளின் காதல் குறித்து, காமம் குறித்து கவலை கொள்ளவில்லை. அதே சமயம், அவள் தன்னுடைய கற்பை, அதாவது தன்னுடைய மனதை, உடம்பை, யோனியை தன்னைத் திருமணம் செய்து விட்டு,

விட்டுவிட்டுச் சென்ற கோவலனுக்காகவே அர்ப்பணம் செய்தவளாய், தன்னுடைய காமத்தை அடக்கிக்கொண்டு கிடக்க வேண்டும் என்றே அன்றைய ஆணாதிக்கச் சமூகம் எதிர்பார்த்தது. இன்றைய ஆணாதிக்கச் சமூகமும் தேங்கிப் புரையேறி குமிழ்கள் கொப்பளிக்கும் சாக்கடையாய், அதையே எதிர்பார்க்கிறது.

காலம் மாறிக் கொண்டே வருகிறது. காட்சிகளும் தன்னை மாற்றத்துக்கு உட்படுத்திக் கொண்டே இருக்கின்றன. மாறுதல் ஒன்றே மாறாத விதி. ஆனாலும், இந்த ஆணாதிக்கச் சமூக மனநிலை மட்டும் பெண்களை உடல் தடை அரசியல் மூலம் முடக்கி வைக்கிற கட்டுமானத்தில் எந்தவித மாற்றங்களுக்கும் தன்னை உட்படுத்தாமல், அப்படியே தேங்கிக் கிடக்கிறது.

இதன் இணைக் கதாசிரியரான பாலகுமாரன் அவர்களை பத்திரிகையாளர் ஞானி ஒரு முறை பேட்டி எடுத்தது இப்போதும் இணையத்தில் காணக் கிடைக்கிறது. அதில் அவர் பாலகுமாரனிடம் ஒரு கேள்வி கேட்பார். உங்களுக்கு இரண்டு மனைவிகள். அவர்களோடு ஒரே வீட்டில் மகிழ்ச்சியாக வாழ்கிறீர்கள். இப்போது, உங்கள் மனைவியர்கள் இருவருக்கும், இன்னொரு கணவன் தேவைப்படுவதாக கற்பனை செய்து கொள்ளலாம். அப்படியான கற்பனை நிஜத்தில் அரங்கேறுகிற பட்சம், அதை அவர்கள் உங்கள் இருதார மணத்தை ஆதரித்தது போல, அவர்கள் இருவருக்கும் நடைபெறுகிற இருதார மணத்தை ஆதரிப்பீர்களா? என்று கேட்டார்.

அதற்கு பாலகுமாரன் நிச்சயமாக ஆதரிப்பேன். அப்படி என் மனைவியர்களுக்கு வேறு எவரோடும் காதல் ஏற்படுகிற பட்சம், சந்தோஷமாக அவரோடு போய் வாழும்படி அனுப்பி வைப்பேன் என்றார்.

உடனே, ஞானி அவர்கள் இன்னொரு கிளைக் கேள்வி கேட்டார். நீங்கள் இரண்டு மனைவிகள் வைத்துக் கொண்டு ஒரே வீட்டில் வசிக்கிறீர்கள். அவர்களும் தங்கள் தங்களுக்கு இரண்டு கணவர்கள் வைத்துக்கொண்டு ஒரே வீட்டில் வசிக்கக் கூடாதா? என்றார். அதாவது பாலகுமாரன் தன் இரண்டு மனைவியர்களின் கூடுதல் காதலர்களோடு மொத்தம் ஐந்து பேர் ஒரே வீட்டில் சேர்ந்து வாழ அனுமதிப்பீர்களா என்பது தான் அவர் கேட்ட கேள்வி.

உடனே பாலகுமாரன் அதிர்ந்து விட்டார். அதெப்படி ஒரே வீட்டில் வசிக்க முடியும். அவர்களுக்கு ஒன்றுக்கு மேற்பட்ட காதல் ஏற்படுகிறபோது, பிரச்சனையில்லாமல் அவர்களோடு, அவர்கள் செல்ல அனுமதிப்பது மட்டுமே தன்னால் இயலும். அவர்களை கூட வைத்துக்கொண்டு வாழவெல்லாம் இயலாது என்றார்.

முதல் மனைவியை பிடிக்கவில்லை என்றால் பரவாயில்லை. அவரையும் பிடிக்கிறது. அதே சமயம் உங்கள் இரண்டாவது மனைவியையும் ஒரே வீட்டில் வைத்து வாழ்வது உங்கள் முதல் மனைவிக்குப் பிடிக்கும் என்று எதிர்பார்க்கிறீர்களா? உங்களால் முடியாத ஒரு விசயம் அவர்களாலும் முடியாது தானே? உங்களுக்கு ஒவ்வாத அல்லது பிடிக்காத ஒரு விசயம், அவர்களுக்கும் அப்படித் தானே இருக்கும் என்று கேட்ட போது அவரால் அதற்குச் சரியான பதில் சொல்ல இயலவில்லை.

அந்த நேர்காணலின் முடிவில், 'ஞானி உங்களோட வீரியம் கொஞ்சங்கூட குறையல... நல்லா கிடுக்கிப்பிடி போட்டு மடக்குனீங்க.. என்னோட நேர்காணல்ல இது ஒரு முக்கியமான நேர்காணல்..' காத்திரமான நேர்காணல்.. என்னைப் பேசவிடாமல் திணறடித்த ஒரு நேர்காணல் என்று ஞானியின் கேள்விக் கணைகளுக்கு அறத்தின் நேர்மையோடு பாராட்டு தெரிவித்திருப்பார்.

ஒரு ஆணாதிக்க சமூக மனநிலையில் வார்த்தெடுக்கப்பட்ட மனதிற்கு எத்தனை தான் அதில் ஈரமும், நேசமும், மனிதமும் கரைந்தோடினாலும், அந்த எல்லைக்கு மேல் பெண்ணுக்கான சுதந்திரத்தை வழங்க மனம் ஒப்பாது என்பதே அந்த நேர்காணலின் மூலம் அறிய முடிகிற சேதி.

அந்த அவருக்கான ஒரு பக்க சார்புடைய நீதியையே, சிந்து பைரவி படத்தில் பைரவிக்கும் வழங்குகிறார். பைரவி, அவரது மனைவியர்களைப் போல இரண்டு மனைவியரோடு ஒரே வீட்டில் தன் கணவரான ஜே.கே.பி வாழ்ந்துவிட்டு போகட்டும். தான் நளாயினியாகவே இருந்துவிட்டு போகிறேன் என்கிற முடிவிற்கு அவரை நகர்த்தி விடுகிறார். அதோடு, எந்தவிதமான எதிர் கேள்வியும் கேட்க விடாதபடிக்கு, பைரவியின் கழுத்தைப் பிடித்து தள்ளி விட்டு விட்டார்.

அபூர்வ ராகங்கள், தப்பு தாளங்கள், மரோ சரித்திரா, வறுமையின் நிறம் சிவப்பு, புன்னகை, சிந்து பைரவி என பல குறிப்பிடும்படியான படங்களை கே.பாலசந்தர் இயக்கி இருக்கிறார் தான். அவரின் திரைக்கதை உத்தியில் அவர் சப் பிளாட்டுகள் உருவாக்கி, அதை அதற்கான குறிப்பிட்ட காலஅளவிற்குள் சொல்கிற சாமர்த்தியம் தமிழ் திரையுலகு அவரிடம் கற்றுக் கொள்ள வேண்டியது.

அதேபோல சிம்பாலிசம் என்கிற விசயத்திலும் கே.பி ஜித்தர். இதே சிந்து பைரவியிலேயே அதற்கான ஒரு உதாரணத்தை பார்க்கலாம். ஜே.கே.பி என்கிற சங்கீத மேதைக்கு அவரின் சராசரித்தனங்கள் கொண்ட மனைவி பைரவியால் ரசனைபூர்வமாக ஈடுகொடுக்க முடியவில்லை.

அப்போது தான் அவருக்குள் சிந்து அறிமுகமாகிறாள். அவள் ஒரு பரவசமான சங்கீத ரசிகை. சாத்திரிய சங்கீதத்தை ஒட்டியே பாடிக்

கொண்டிருந்த ஜே.கே.பி கதாபாத்திரத்தில் வாழ்ந்திருந்த சிவகுமார், சிந்துவின் தூண்டுதலாலேயே தமிழில் பாட ஆரம்பிக்கிறார். பாரதியின் பாடல்களையும், நாட்டுப்புற பாடல்களையும் சாத்திரிய சங்கீதத்தின் வாயிலாக வெளிப்படுத்தத் தொடங்குகிறார். அப்படித்தான் அந்த நட்பு தொடங்கி, ஒரு தற்செயலான சமயத்தில் அவர்களுக்கிடையே காதலாக அரும்புகிறது. அவர்கள் இசை ஆலாபனை சேர்ந்திசைத்துக் கொண்டிருந்தபடி தனிமையான கடற்கரையோரம் அந்திமாலை வர்ணஜால மனங்களோடு நடந்து செல்கையில், அவர்களின் கரங்கள் உரசிக் கொள்கின்றன. உடனே கடல் அலைகள் நூறடி உயரத்திற்கு எவ்விக் குதித்து மகிழ்ச்சியில் ஆர்ப்பரிக்கிறது.

சிந்து தனியாக வசித்து வரும் அறைக்கு இப்போது ஜே.கே.பி வருகிறார். அங்கே சமீபத்தில் தான் தமிழில் புதிதாகப் பாடிய பாடலை ரிக்கார்ட் பிளேயரில் கேட்டபடி, சிந்து, தன்னை மறந்து மெய்யுருகிக் கரைந்து கொண்டிருக்கிறார்.

அவரை அப்போது அந்தத் தருணத்தில் பார்த்ததும் பரவசம் ததும்பிப் போகிறாள். அவரும் தான். இருவரும் அருகருகே நெருங்கி வந்து, கதகதக்கும் ஒருவர் மூச்சுக்காற்றை இன்னொருவர் சுவாசிக்கிறார்கள். அப்போது தான் இதழ் விரிக்கும் மலரை வருடும் தென்றலாய் அவர் அவளைத் தழுவுகிறார். அப்படியே சிந்து தன்னை மறந்த நிலையில் படுக்கையில் சரிகிறாள். ஜே.கே.பி சிந்துவின் முந்தானையை மெதுவாகப் பற்றுகிறார்.

அடுத்ததாய் ஒரு காட்சி வருகிறது. ஒரு இருள் படிந்திருக்கும் தனிமையான அறை. அங்கே உறை போடப்பட்டிருக்கும் ஒரு வீணை நிமிர்ந்து நின்று கொண்டிருக்கிறது. ஒரு கரம் அதன் மீது உடுத்தப்பட்டிருந்த துணி உறை ஜிப்பை நீக்கி மெல்ல விடுவிக்கிறது.

இப்போது நிர்வாணிப்போடு இருக்கிற வீணை மட்டும் ஒளியின் சுடரில் சுடர்கிறது. ஆபாசமில்லாமல் காமத்தை வெளிப்படுத்தும் அற்புதமான காட்சி.

பாலகுமாரன் அகல்யா, சேவல் பண்ணை, பச்சை வயல் மனது, இரும்புக் குதிரைகள், மெர்குரிப் பூக்கள் என்று குறிப்பிடும்படியான நாவல்களை எழுதியவர் தான். இரண்டு பேரும் தங்களின் முத்திரைகளை தமிழ் கலை-இலக்கிய உலகில் அழுத்தமாக பதித்தவர்கள் தான்.

ஒரு முறை என் திரையுலக ஆசான்களில் ஒருவரான இயக்குநர் வஸந்த் என்னை பாலசந்தரிடம் அழைத்துக்கொண்டு போய், 'இவன் என் சிஷ்யன், வாழ்த்துங்கள்..' என்றார். யார் காலிலும் விழுந்து பழக்கப்படாத நான், என்னையும் அறியாமல் அவர் பாதம் நோக்கி, சரண் புக, அவரின் கதகதப்பான கரம் என் தலையை வருடியபடி, 'காட் பிளஸ் யூ மை சன்' என்ற தருணம் மறக்க முடியாதது. அவரின் இறப்பிற்குச் சென்றிருந்த போது கூட, அந்த வார்த்தைகள் எனக்குள் ஒலித்துக் கொண்டே இருந்தன.

இங்கே நல்ல படைப்புகள் என அறியப்படுகிறவற்றில் கூட, ஆணாதிக்க மனோநிலை எப்படி இயல்பாக பார்க்கப்படுகிறது என்கிற கோணத்தில் இங்கே அவதானிக்கிறேன். அப்படியான பார்வையில் படுகிற நெருடல்களை பகிர்ந்தும் கொள்கிறேன்.

ஒரு நாள் எல்லா படைப்பாளர்களும் ஆண்-பெண் சமத்துவ பார்வையோடு ஒவ்வொரு படைப்பையும் கையாள வேண்டுமென்பதே இந்தக் கட்டுரைகளின் நோக்கம்.

காரணம், இன்றைய படைப்பாளர்களின் பங்களிப்பே, நாளைய சமூக நியதியாக உருவெடுக்கும். அவர்கள் தானே நாளைய பாதைக்கான வழிகாட்டிகள். சராசரி மக்கள் அப்படி போடப்படுகிற

பாதையில் வழிநடப்பவர்கள். அதனால், வழிகாட்டிகள், மிகுந்த கவனத்தோடு இருக்க வேண்டியிருக்கிறது. அதன் அவசியத்தை எடுத்து வைப்பதே இந்த எளிய முயற்சியின் நோக்கம்.

ராமாயணத்தில் விபீடணனும், மகாபாரதத்தில் விதுரனும் நடுநிலை தவறாதவர்கள். தாங்கள் இருக்கிற அணியில் அறத்திற்கு மாறான ஒரு செயல் நடக்க இருக்கிறதென்றால், இருவருமே அது தங்கள் அணியாகவே இருந்தாலும், உடனே மறுத்துக் குரல் கொடுப்பவர்கள். ஆனால், அந்த இரண்டு நபர்களும் நாயக பிம்பத்தோடு, இந்த ஆணாதிக்க ஒரு பக்கச் சார்புடைய சமூகத்தில் கொண்டாடப் படுவதில்லை. எப்போது விதுரனும், விபீடணனும் நாயகர்களாக இந்தச் சமூகத்தில் கொண்டாடப்படுகிறார்களோ, அப்போது இங்கே பெண் சமத்துவம் நிலைநாட்டப்பட்டிருக்கும்.

சிப்பிக்குள் முத்து
8

வயோதிகப் பருவத்திலும் நாயகனின் மாறாதிருக்கிற குழந்தை மனதை முதல் காட்சி தொட்டுச் செல்கிறது. அதிகாலையிலேயே எழுந்து வெளியே எட்டி எட்டிப் பார்க்கிறார். உறவினர்கள் வருகைக்காக ஆவலோடு காத்திருப்பதை அவர் பார்வையில் உணர்ந்து கொள்ள முடிகிறது. வெளியே 0வருகிறவர், ஆங்கில நாளிதழ், பால் புட்டிகள் அனைத்தையும் சரி பார்க்கும் விதத்தில் பரிசோதிக்கிறார். அவை அத்தனையும் வெவ்வேறு மாகாணங்களில் வசிக்கும் தன் மகன்களின் குடும்பங்களை விடுமுறைக்கு வரவேற்பதற்கான முன்னேற்பாடுகள்.

நாயகன் வெளியே வந்தவர் எதிர் வீட்டின் முன், போடப்பட்டிருக்கிற கோலத்தில் சாண உருண்டையில் செருகிய பூசணிப்பூ அலங்காரத்தைக் கவனிக்கிறார். தன் வீட்டில் கோலம் மட்டுமே போடப்பட்டிருக்கிறது. உடனே நைசாகப் போய் பூசணிப் பூ பொருத்திய சாண உருண்டை இரண்டை எடுத்துக் கொண்டு வந்து தன் வீட்டுக் கோலத்தின் மீது வைக்கிறார். அப்போது எங்கிருந்தோ ஒரு நாய் விவகாரமாய் குரைக்க, சைகையிலே தன் வலக்கையை உயர்த்திக் காட்டி பொய்யாக மிரட்டி, அதை அடக்கியபடி உள்ளே செல்கிறார்.

உறவுகள் அத்தனை பேரும் வருகிறார்கள். ஒரு பேத்தி அதில் எழுத்தாளினி. அவரின் கொட்டாங்கச்சிப் பிடிலை அவள் தார்சாவிலிருந்து எடுத்துத் தந்து வாசிக்கச் சொல்கிறாள். வாசிக்கத் துவங்கியதும் அவருக்குள் காலம் பின்னோக்கி நகர ஆரம்பிக்கிறது.

இளம் நாயகன் வயல்வெளியில் நடந்து வருகையில் மெலிதாய் சாரல். அது விதைப்பிற்காக நீர் தேக்கி பண்படுத்தி வைத்திருக்கிற தெளிநீரில் வட்டவட்டமாய் நீர்க்கோலமிட்டு விரிந்துவிரிந்து செல்கிறது. அதைப் பரவசத்தோடு கண்ணுறும் நாயகன் வானத்தை நோக்கி நாவை நீட்ட, அவன் நாவில் சில பரிசுத்தமான மழைத் துளிகள் விழுந்து உள்ளிறங்குகின்றன.

அவனுக்கு எல்லா மதங்களும் ஒன்றே. கோயில் என்றால் இவன் போகிற போதெல்லாம் மந்திரங்கள் சொல்வான். தேவாலயம், மசூதி உட்பட. அப்படித்தான், பிராத்தனை நடந்து கொண்டிருக்கும் சர்ச் உள்ளே சென்று பாதிரியாரின் பிராத்தனை வாசகத்தைச் சொல்லி முடித்த இடத்தில் இருந்து நாயகன் தொடர, அதையே பாதிரியாரும், மற்றவர்களும் திரும்பச் சொல்கிறார்கள்.

அவன் அவனாக இருக்கிறவன். விகல்பமில்லாதவன். வெள்ளந்தி மனதுக் காரன். ஆசைகளற்றவன். தாய் வழிச் சமூகத்தின் தொன்மைப் படிமம்.

அவனுக்கு டவுன் சின்ட்ரோம். ஏழு வயது மனிதரின் மூளை வளர்ச்சி தான். அவன் தன் குழந்தைப் பருவத்திற்குள்ளேயே தங்கிப் போய் விட்டவன். அதனால் அவனுக்கு எந்த சூதுவாதும் பிடிபடுவதில்லை. அவன் இயற்கையின் அம்சமாக வலம் வருகிறான். பொய் அறியாதவன். உணர்வுகளுக்குத் திரை போடவும் அறிந்திராதவன். மனதில் படுகிறதை உடனே நிறைவேற்றுகிற துடிப்பே அவனை பூரணமாய் இயக்கிக் கொண்டிருக்கிறது.

அந்த எழுத்தாளப் பேத்தி வயதான நாயகனின் கதையைச் சிப்பிக்குள் முத்து என்கிற தலைப்பில் எழுத தீர்மானிக்கிறாள். அதற்காக தாத்தாவிடம் அவரின் கதையை, சொல்லச் சொல்கிறாள். அதற்கு அவர் தனக்கென எந்தக் கதையும் இல்லை என்றும், பாட்டியின் கதையே தன் கதை என்று சொல்லி, அதைச் சொல்லத் தொடங்குகிறார்.

உன் பாட்டி நிறைய கஷ்டப்பட்டிருக்கா.. சின்ன வயசிலயே அவளோட மஞ்சள் குங்குமத்தை எடுத்துக்கிட்டு போயிட்டான் அந்த கடவுள்.. என்கிற போதே அவர் சாமி படம் இருக்கிற மாடத்தை நோக்கி தன் வலக்கையை குழந்தையின் ஆதங்கத்தோடு ஓங்குகிறார்.

அனாதரவான இளம் நாயகன் தன் பாட்டியோடு வசிக்கிறான். அவனுக்கு எல்லோரும் தோழமைகள் தான். அப்படித்தான் துணி

வெளுக்கிற சுப்பு என்கிற இளம்பெண்ணும். அவள் ஆற்றில் குளித்துக் கொண்டிருக்கையில், யதார்த்தமாக முதுகைக் கொஞ்சம் தேய்த்து விடு என்கிறாள். அவனோ, முதுகை எதுக்கு எட்டாத எடத்தில வச்சிருக்க என்றபடி, வந்து தேய்த்து விடுகிறான்.

நாயகன் தன் பாட்டியோடு கோயில் பிரகாரத்தைக் கழுவிக் கோலமிடுகிற பணியில் தன் பாட்டிக்கு ஒத்தாசை செய்கிறான். அது அந்தப் பாட்டி தன் பேரனின் நல்வாழ்விற்காகச் செய்கிற செயலாகவே நினைக்கிறாள்.

நாயகி லலிதா அனாதரவற்ற இளம் கைம்பெண். கையில் நான்கு வயதில் பாலகிருஷ்ணன். கோயிலுக்கு வரும்போது தருகிற பிரசாதத்தில் தன் பங்கையும் சேர்த்து மகனுக்குத் தருகிறாள். அதை கவனிக்கும் நாயகன் சிவா தன் பங்கை அவளுக்குத் தருகிறான். தான் தனக்கு திரும்ப வாங்கிக் கொள்வேன் என்கிறான். அது தான் அவர்களின் முதல் சந்திப்பு.

அதனால் பள்ளிக்கு பாலகிருஷ்ணன் தாமதமாகப் போக அங்கே ஆசிரியர் தோப்புக் கரணம் போடச் சொல்ல, அங்கே வரும் சிவா உண்மையைச் சொல்ல, அவர் வருந்துகிறார். அப்போது சிவா, நாளையிலயிருந்து கோயில்ல பிரசாதம் தந்த பிறகு பள்ளிக்கூட மணி அடிக்கும்படி சொல்கிறான். அந்த ஊரில் அவனை அறிந்திருக்கிற அனைவருக்கும் அவன் வளர்ந்த குழந்தை.

சிவாவும், லலிதாவும் திறந்தவெளிப் பள்ளிக்கூடத்தில் சிறுவனை விட்டுவிட்டு கோயில் குளத்து மேட்டில் நடந்தபடி பேசிக்கொண்டு வருவார்கள். அப்போது லலிதா இசை கற்றுக் கொள்ள ஒருவராவது வந்தால், அதில் கிடைக்கிற நூறு ரூபாயில் என் கஷ்டமாவது நீங்கும் என்பார்.

உடனே அன்றிரவே தன்னுடைய கார்டியனிடம் அடம் பிடித்து, தன்னைத்தானே சவுக்கால் அடித்து, ஒரு வழியாய் இசை கற்பதற்காக நூறு ரூபாய் வாங்கும் சிவா மறுநாள் ராதிகாவிடம் தருகிறான்.

வித்துகளின் கனா 110

இசைப் பயிலரங்கம் தன்னைத் திறக்க ஆரம்பிக்கிறது. லலிதாவும், சிவாவும் இப்போது அகண்ட நதிப்படுகையில் நின்று கொண்டிருக்கிறார்கள். அவள் இடுப்பில் குடம். அவன் சாதகம் செய்து பார்க்கிறான். அவள் அவன் பாடுவதைத் திருத்துகிறாள். அவன் அதை அப்படியே உள்வாங்கிக் கொண்டு சரியாகப் படுகிறான். அவன் முகத்தில் அவள் ரசிப்பதால் எழுச்சி கொள்கிறது பரவசம். பின்னணியில் காட்டாறாய் நதி செம்புல நீராய் சீறிப் பாய்ந்து கொண்டிருக்கிறது. பின்னணியில் அந்தக் கோயில் தெரிகிறது.

துள்ளித்துள்ளி நீ பாடம்மா பாடல் அரங்கேறுகிறது.

இந்தப் பாடலில் தண்ணீர் வெவ்வேறு பரிமாணங்களில் பின்புலத்திலிருந்து தன்னை வெளிப்படுத்திக் கொண்டிருக்கிறது. குளமாக, குட்டையாக, கலங்கியோடும் நதியாக, சுழற்றியடிக்கும் நீரோட்டமாக, தெளிவுறும் நதியாக என்று அது பல பரிமாணங்களை அவர்களின் இதயங்களில் எழுகிற பிரளயப் பரவசத்தை படிமமாய் படம் பிடித்து காட்டியபடி இருக்கிறது.

அது அந்த இரண்டு இதயங்களின் ராக ஆலாபனை. படிப்படியாய் ஒத்திசையும் தாளலயம். ஒரு மொழி மாற்றுப் படத்திற்கு இத்தனை பெரிய அதிசயத்தை பாடலில் கொண்டு வர முடியுமா என்றால் ஆச்சர்யம் தான். அந்த ஆச்சர்யத்தை அநாயாசமாக வைரமுத்து இங்கே நிகழ்த்தி இருக்கிறார்.

'கட்டிய தாலி உண்மை என்று - நீ
அன்று ராமனை நம்பி வந்தாய்
மன்னவன் உன்னை மறந்ததென்ன
உன் கண்ணீரில் கானகம் நனைந்ததென்ன
..தாயே தீயில் மூழ்கி - அட
தண்ணீரில் தாமரை போல நீ வந்தாய்..'

அற்புதமான வரிகளை கவிப்பேரரசு தீட்டியிருக்கிறார். சீதைக்கு அக்கினி பிரவேசம் நிறைவேற்றப்பட்ட போது, தீ சீதையைத் தொட அஞ்சி நடுங்கி விலகி நிற்கிறது. சீதை நெருப்பில் இருந்து மேலெழுந்து வருகிறாள். அந்த ஆணாதிக்கச் சமூகம் சீதையை அக்கினி பிரவேசம் செய்யும்படி நிர்பந்தித்திருக்கிறது. எந்த ஒரு ஆணாவது இந்திய சமூகத்தில் தன்னை நிரூபிக்க அக்கினிப் பிரவேசம் செய்திருப்பதாக இலக்கியங்கள் சொல்லி இருக்கிறதா? எந்த ஆணாவது மனைவி இறந்ததும் உடன் உடன்கட்டை ஏறி இருக்கிறானா? எந்த ஆணுக்காவது அப்படி உடன்கட்டை ஏறியதற்காக சதி மாதா கோயில் கட்டப்பட்டிருக்கிறதா? எந்த ஆணாவது பாலியல் குற்றங்களில் பாதிக்கப்பட்டதோடு, அதற்கான தண்டனையையும் சேர்த்தே அனுபவித்திருக்கிறானா?

சீதை இங்கே ஒரு குறியீடு. இங்கே ஏராளமான பெண்கள் தினந்தினம் ஏதோ ஒரு வகைப் பாலியல் பிரச்னைகளுக்காக அக்கினிப் பிரவேசம் செய்விக்கப்பட்டுக் கொண்டே தான் இருக்கிறார்கள்.

சீதையும் அதைச் செய்து காட்டுகிறாள். அப்படி வெளியே வருகிற போது எப்படி வருகிறாள் என்று பாருங்கள். தண்ணீரில் தாமரை போல நீ வந்தாய்..

தாமரை மலரில் தண்ணீர் ஒட்டாது. அப்படியாகவே, சீதை அக்னிக் குண்டத்தில் இருந்து எழுந்து வருகிறாள் என்கிறார். அவள் முன் நெருப்பு வெந்து போனது என்கிறார். ஒரு மொழிமாற்றுப் படத்தில் வைரமுத்து எத்தனை அற்புதமான வரிகளை வளைத்து நெளித்துப் போட்டு அங்கே கவிதையைக் காவியமாக்கி இருக்கிறார். பெண் மனதையும், பெண்மையையும் உச்சத்தில் போற்றுகிற மனங்களால் மட்டுமே இப்படியான கவிதை வரிகளைப் பிரசவிக்க முடியும்.

அந்த வரிகள் வருகிறபோது, கேட்கிற, பார்க்கிற இதயங்களில் எல்லாம் கண்ணீர் நிறைந்து ததும்பும். முழுப்படத்தின் ஜீவனை அந்த பாடலின் வரிகள் தனக்குள் உள்ளடக்கியிருக்கும்.

நீதி மட்டும் உறங்காது நெஞ்சே நெஞ்சே நீ தூங்கு

நீதி மட்டும் உறங்காது நெஞ்சே நெஞ்சே நீ தாங்கு

துள்ளித்துள்ளி நீ பாடம்மா சீதையம்மா..

அப்போது ஒரு கன்றுக்குட்டி நாற்று நடப்பட்டிருக்கிற வயலுக்குள் துள்ளிக் குதித்தோடி, எந்தப்பக்கம் செல்வதென்றறியாமல், அதேசமயம் தனக்குள் பொங்கும் துள்ளலையும் அடக்கமுடியாமல் இங்குமங்கும் பார்க்கிறது.

அந்தத் தருணத்தில் பொங்கி வரும் உணர்வெழுதலில் ரகசியமாய் லலிதா உறைந்து போகிறாள். அவளை அக்கறைக்கு அழைத்துச் செல்வதற்கு பரிசலில் சிவா வருகிறான். பின்புலத்தில், நதி ஒடுங்கிப் பயணிக்கிறது.

அந்த இடத்தில் ஒரு வரி வரும்.

'துன்பம் என்றும் ஆணுக்கல்ல..

அது அன்றும் இன்றும் பெண்களுக்கே

நீ அன்று சிந்திய கண்ணீரில்

இந்தப் பூமியும் வானமும் நனைந்ததம்மா..

இரவென்றால் மறுநாளே விடியும்

உன் தோட்டத்தில் அப்போது பூக்கள் மலரும்

அன்பு கொண்டே நீ ஆடு

காலம் உன் மேல் பூப் போடும்

இரவில் பாட்டி லலிதாவின் மனதில் புதைந்திருக்கும் வேதனைகளை அதில் உருகிப் போய் சிவாவிடம் சொல்கிறார். யாராவது தாலி கட்டி இணையாகிற போதே லலிதாவின் கவலை தீரும் என்கிறார்.

மறுநாள் பாத்திரம் தேய்த்துக் கொண்டிருக்கும் லலிதாவை வலுக்கட்டாயமாய் அழைத்துக் கொண்டு போய் கோவில் படிக்கட்டுகளை கழுவி விட்டு, மஞ்சள் கோலமிட வைக்கிறார்கள் லலிதா களைத்துப் போக அவளின் அண்ணன் அழைத்துக் கொண்டு போகிறான். அவள் விட்ட சேவையை அவளுக்காக சிவா தொடர்கிறான்.

கோவிலில் சீதா கல்யாண வைபோகம் ஆரம்பமாகிறது. ஆசி பெறுவதற்காக தட்டில் கொண்டு வரப்படுகிற மாங்கல்யத்தை எடுக்கும் சிவா, யாரும் எதிர்பார்த்திராத கணத்தில் லலிதாவின் கழுத்தில் கட்டி விடுகிறான்.

பாட்டியின் மகளைக் கட்டியவன் அவள் இறந்த பின் இரண்டாவது திருமணம் செய்து கொண்டவன் இதை எதிர்க்கிறான். சிவாவின் சொத்துகளை அதுவரை ஏகபோகமாக அனுபவித்துக் கொண்டிருந்தவன் அவன். பாட்டி அவனிடம் சிவாவின் சொத்துப் பத்திரத்தைக் கேட்கிறாள். அவன் செய்தது என்ன தவறு. ஆணுக்கு ஒரு நியாயம் பெண்ணுக்கு ஒரு நியாமா என்கிறார். லலிதாவை மனப்பூர்வமாக ஆதரிக்கிறவள், சிவாவை அவளிடம் ஒப்படைத்து விட்டு, நிம்மதியாய் கண் மூடுகிறாள்.

பக்கத்து ஊருக்கு மூவரும் பிழைக்கச் செல்கிறார்கள். சலவைத் தொழிலாளி தீபாவும், அவள் கணவனும் அவர்களுக்கு ஒத்தாசையாக இருக்கிறார்கள். இரவில் லலிதா தனியாக தரையில் படுப்பாள். சிவாவும், பாலுவும் கயிற்றுக் கட்டிலில் படுப்பார்கள். நடுஇரவில் சிவா, லலிதாவைக் கட்டிப்பிடித்தபடி படுத்திருப்பான். லலிதா காரணம் கேட்க, பாலு மூச்சா போய் விட்டதாகச் சொல்வான். லலிதா அவனைக் காதலோடு பார்ப்பாள். ஒரு துளி ஆபாசமில்லாத காதல் பார்வை. பெருமிதத்தோடு, அவனருகிலேயே நிம்மதியாகப் படுத்து கண் துயில்வாள்.

பாலுவை ஒரு ஆங்கிலோ-இந்தியப் பள்ளியில் சேர்க்க சிவா செல்கிறான். அவன் எல்லா மதத் தெய்வங்களோடும் உறவு வைத்திருப்பவன் என்பதால் அங்கே இருந்த கன்னியாஸ்திரியின் மனதைக் கவர்கிறான். அங்கே கட்டணம் 85 ரூபாய் என்று சொல்கிறார்கள். அதற்காக சவுக்கால் தன்னை அடித்துக் கொண்டு ஜனங்களிடம் காசு வாங்குகிறான். உடனே அங்கே வரும் சோமயாஜுலு அவனுடைய கஷ்டம் தெரிந்து அனுதாபப்பட, தனக்கு வேலை வாங்கித் தரும்படி கேட்கிறான். விடாப்பிடியாக அவரைப் பின்தொடர்ந்து நச்சரித்து, கோவிலில் காவலாளி உத்தியோகம் பெற்று விடுகிறான்.

லலிதாவிற்கு வாங்கி வருகிற புதுப்புடவையில் கோயில் பிரசாத குங்குமமும், மஞ்சளும் சிந்தி விட, சலவைப் பெண் அதைச் சரி செய்து, தந்து அனுப்புகிறாள். அதை உடுத்திக் கொண்டு லலிதா தேவதையாய் அவன் முன் தோன்றுகிறாள். அப்போது பிரசாதத் தேங்காயை சிவா உடைக்க, அவன் கையில் லேசாக காயம் பட ஓடி வந்து அந்த காயம்பட்ட இடத்தை தன் வாயால் ஒத்தடமிட, முதன்முதலாய் சிவா பாலுறவின் சூட்சுமத்தை உணர்கிறான். பாலபாடத்தின் கதவுகள் அந்தப் புள்ளியில் திறந்து கொள்கின்றன. அதைத் தொடர்ந்து வருகிற மனசு மயங்கும் பாடல் நிறைவடைவதற்குள், அவனும் அவளும் சேர்ந்து காதலுக்கும், காமத்திற்கும் புதிய அகராதியே எழுதிவிடுமளவிற்கு பரஸ்பரம் கற்றுக்கொள்கிறார்கள். கற்றுக் கொடுக்கிறவள் கற்றுக் கொள்கிற இடத்திற்கு நகர்கிறாள். கற்றுக் கொள்கிறவன் கற்றுக் கொடுக்கிற இடத்திற்கு நகர்கிறான். காமத்தை துளி ஆபாசமில்லாமல் உணர்வுகளில் பதியன் போடுகிறது அந்தப் பாடலின் காட்சிப் படிமங்கள்.

அவள் செய்வதை எல்லாம் அவனும் செய்கிறான். அவன் செய்கிறதை எல்லாம் அவளும் செய்கிறாள். அங்கே கவிதையாய் ஒரு காதல் பாடம் அரங்கேறுகிறது. பின்புலத்தில் சுற்றிலும் நதியின் பிரவாகம் கொட்டோகொட்டெனக் கொட்டுகிறது; துள்ளிக் குதிக்கிறது.

ஒரு இளம்தென்னை மரத்தின் நிழலில் கட்டியணைத்து முத்தமிடுகிறார்கள். ஒரு இளம் மாமரத்தின் நிழலில் அவள் தன் முந்தானையை விரிக்கிறாள். அவன் அதில் படுத்துக் கொள்ள, அவள் அவன் மீது சாய்ந்து அணைத்துக் கொள்கிறாள். அவ்வளவு தான். ஒரு பெரிய ஏரியின் நதிப்பிரவாகத்தின் பின்புலத்தில் ஜோடிப் பறவைகள் சிறகடித்து பறந்து செல்கின்றன.

அதன் பிறகு ஒத்திசைவான இதயங்களாய் பெருவாழ்வு வாழ்ந்து வாழ்வை நிறைக்கிறார்கள். சிவாவை ஒரு மக்கு என்றும், மூளை வளர்ச்சி போதாதென்றும் ஒதுக்கி வைக்கிற உலகத்தில் அதுவே அவனின் பலமென நிரூபணமாகிறது. அவன் லலிதாவை பழமைவாதம் கட்டிதட்டிப்போன சமூகத்தை எதிர்த்து தாலி கட்ட வைக்கிறது. அந்த ஊருக்கே வழிகாட்டியாக அவனைக் கொண்டு வந்து நிறுத்துகிறது. அவனின் மந்தபுத்தியே அவனை சூதுவாதில்லாதவனாக, ஆபாசமறியாதவனாக உருவெடுக்க வைக்கிறது. அதுவே அவனின் ஞானமாகிறது.

உலகமே மனவளர்ச்சி இல்லாதவன் என்று அவனை நினைக்கிறபோது, அவன் மட்டுமே மனவளர்ச்சியுள்ளவனாக, அவனைச் சுற்றியுள்ள மனவளர்ச்சியற்ற சமூகத்தில் மிளிர்கிறான்.

அவள் பெண் என்பதாலேயே எத்தனை சோதனைகள்? அவள் கைம்பெண் என்பதாலேயே எத்தனை ஆண்கள் அவளின் பாதுகாப்பைக் கேள்விக்குறியாக்க, அவளைத் தங்களின் இச்சைக்கு

ஆட்படுத்தத் துடிக்கிறார்கள். காரணம், ஆணாதிக்க சமூகத்தில் பெண் எப்போதும், மனதுள்ளவளாகப் பார்க்கப்படுவதில்லை. அவள் உடம்பால் மட்டுமே அளக்கப்படுகிறாள்.

அதனாலேயே, கைம்பெண்களோ, பாலியல் பலாத்காரத்திற்கு உட்படுத்தப்பட்ட பெண்களோ, மணமுறிவு செய்து கொண்ட பெண்களோ, முன்னிருந்தபடி ஏற்றுக் கொள்ளப்படுவதில்லை. அப்படி ஏற்றுக் கொண்டாலும் லலிதா மாதிரியான இளம் கைம்பெண்களை இரக்கப்பட்டே பெரும்பாலும் மணம் முடிக்கிறார்கள்.

சிவா மட்டுமே, அவளை ஒரு மாற்றும் குறையாதவளாக இயல்பாகவே பார்க்கிறான். அவளை மனதாலேயே அந்தக் குழந்தை மனது அளக்கிறது. உடம்பால் அவளை ஒரு கணமும் அளக்கவில்லை. அப்படியாகவே ஒட்டுமொத்த சமூகத்தில் உள்ள ஆண்களும் இருக்க வேண்டும் என்கிற அபிலாசையையே இந்த படைப்பின் மூலம் இயக்குநர் கே.விஸ்வநாத் உணர்த்துகிறார்.

நிறை வாழ்வு வாழ்ந்து ஒரு நாள் அவன் மடியிலேயே துளசி மாடத்திற்கு கீழே அவள் இயற்கை எய்துகிறாள். சிவாவைத் தனியாக விட மனமில்லாமல், அவனின் குடும்பத்தினர் அவனையும் தங்களோடு நகரத்திற்கு அழைத்துச் செல்கிறார்கள். எழுத்தாளராக உருவெடுத்திருக்கிற பேத்தி, சிவாவின் வாழ்க்கை வரலாறை நாவலாக எழுதி நிறைவு செய்வதோடு அனைவரும் நகரத்திற்குப் புறப்படுகிறார்கள். அவன் தன் நினைவுகளை அங்கேயே விட்டுவிட்டு, பேரன், பேத்திகளின் விருப்பத்திற்காக அவர்களோடு பயணிக்கிறான். அவனை அவனின் கொட்டாங்குச்சிப் பிடில் இசை பின்தொடர்கிறது.

பார்ச்ட்

9

இது பாலையை ஒத்திருக்கிற வடகிழக்கு மாகாணத்தில் உள்ள கிராமம் ஒன்றில் நடக்கிற கதை. அங்கே இன்னும் தொலைக்காட்சி கூட எட்டியிருக்கவில்லை. கிட்டத்தட்ட நாலாயிரம் வருடங்களாய் பெண்ணுலகிற்குள் இந்த ஆணாதிக்க சமுதாயம் நிர்பந்தித்திருக்கும் பாலியல் ஒடுக்குமுறைச் சித்தாந்தங்களை இந்தப் படைப்பு உணர்த்திச் செல்கிறது.

நான்கு பேர் இதன் நாயகிகள். ராதிகா ஆப்தே ‘லஜ்ஜோ’ என்கிற கதாபாத்திரத்தில் வருகிறார். அவர் அந்தக் கிராமத்தில் தன்னுடைய வளையல் வியாபாரம் செய்கிற குடிகாரக் கணவனோடு இருக்கிறாள்; மலடி என்கிற பட்டப்பெயரோடு.

‘ராணி’ அங்கே வசிக்கிற நடுவயது கைம்பெண். வடிவானவள். அவளுக்குத் திருமணம் நடந்தது பதினான்காவது வயதில். ஒரே வருடத்தில் ஒரு ஆண் குழந்தை. அதோடு அவளின் கணவன் என அடாவடி பண்ணிக் கொண்டிருந்தவன் மரித்துப் போகிறான். அன்றிலிருந்து அவனின் அடிஉதையிலிருந்து அவளுக்கு விடுதலை. என்றாலும், வேரில் பழுத்த பலாவாய் பல வருடங்களாய் ஆண் வாசனையே அற்றுப் போன கைம்பெண்ணாய் இருக்கிறாள்.

ராணியும், லஜ்ஜோவும் அங்கே இருக்கிற ஒரு சுயஉதவிக் குழுவில் வேலை செய்கிறார்கள். வீட்டில் இருந்தபடி துணிகளைத் தாங்களே புதிதுபுதிதாய் வடிவமைத்துத் தைத்துக் கொண்டு போய் அங்கே தருகிறார்கள். அதற்கு கூலி கிடைக்கும்.

அடுத்ததாய் ‘பிஜ்லி’ என்கிற ரிகார்ட் டான்ஸ் ஆடுகிற பெண். அவள் அந்த பகுதியில் உள்ள கிராமங்களில் வசிக்கும் ஆண்களுக்கான நேர பொழுதுபோக்கு. ஆங்காங்கே டென்ட் போட்டு ரிக்கார்ட் டான்ஸ் ஆடுகிறவள். பலதரப்பட்ட ஆண்களும் வந்து ரசிப்பார்கள். அதை நிர்வகித்து நடத்துகிறவன் ஒரு ஆண். அவனுக்கு

கீழ் இவள் மற்றும் இவளின் மீது ஈர்ப்பு கொண்டிருக்கும் உதவியாளன்.

லஜ்ஜோ, ராணி, பிஜ்லி மூவரும் நடுவயதைத் தொட்டவர்கள். சிறுபிராயத்திலிருந்தே உற்ற தோழிகள். எங்கேயும், எப்போதும் ஒன்றாகவே சுற்றித் திரிந்தவர்கள். இப்போதும் கூட அப்படித் தான். நேரம் கிடைக்கும் போதெல்லாம் ஒன்றாய்ச் சேர்ந்து மகிழ்ந்திருப்பார்கள்.

அவர்களின் உலகம் ஒன்றாகும் தருணங்களில் அவர்களுக்குள் ஒளிந்திருக்கிற, அடக்கி வைக்கப்பட்டிருக்கிற அத்தனை பரவசங்களும் குதித்து வந்து குதூகலிக்கும். அந்த நிறைவே அவர்களின் அன்றாட தினங்களின் எஞ்சிய கணங்களை கடத்திச் செல்ல உறுதுணையாய் இருக்கும்.

லஜ்ஜோவை அவளின் கணவன் அடித்துத் துவைக்கும் நாட்களில் அவள் ராணியிடம் தஞ்சம் அடைவதும், அவர்கள் வேறு வழியற்று பரஸ்பரம் தங்களுக்குள் அன்பு கொண்டு பரஸ்பரம் நிர்வாணிப்போடு தழுவி நிம்மதி கொள்வதும் அவர்களுக்கான பாலைவனத்தில் தட்டுப்படும் சோலையாகிற சொற்ப ஆறுதல்.

பெரும்பாலும் ஆணாதிக்க ஆணின் பாலியல் துன்புறுத்தல் குறித்த அச்சத்திலேயே பெண்கள் பெண்களோடு உறவு வைத்துக் கொள்கிற நிலை ஏற்படுகிறது. அங்கே பெண் உடம்பாக பார்க்கப்படுவதில்லை. மனதாகவும் மனதை அறிகிற மந்திரமாகவும் பார்க்கப்படுகிறது. இந்த லெஸ்பியன் என்கிற விசயம், மரபணு ரீதியாக நிகழ்வதைக் காட்டிலும், இதன் காரணங்களால் நிகழ்வதே அதிகம். காரணம் பெண் உடம்பின் மீது ஆணாதிக்க மனநிலை கொண்ட ஆண்கள் நிகழ்த்துகிற அடக்குமுறைகள்.

வித்துகளின் கனா

அந்தப் பிராந்தியத்தில் பெண்கள் படிப்பது என்பது எவரும் அறிந்திராத ஒன்று. தப்பித் தவறி யாராவது ஏதாவது புத்தகம் படிப்பதை பார்த்தால் பிடுங்கி சர்வசாதாரணமாய்க் கிழித்துப் போட்டு விடுவார்கள். பெண்கள் படித்தால் அவள் போகிற குடும்பம் உருப்படாது என்பது அங்கே வெகுகாலமாய் நிலவிக் கொண்டிருக்கிற ஐதீகம்.

குடும்ப அமைப்புக் கோட்பாட்டின்படி ஆண் முதன்மையானவன். அவன் எதையாவது செய்து பொருள் கொண்டு வருவான். பெண் அதை வைத்துக் குடும்பம் நடத்த வேண்டும்.

கணவன்மார்கள் போகிற இடத்தில் அவர்களின் சக்திக்கும், வசதிக்கும் ஏற்ப தொடுப்பு வைத்துக் கொள்வார்கள். மனைவிமார்கள் அவர்களுக்கு வாய்த்த உழைக்கும் வர்க்க அடிமைகளாய் உழல்வார்கள். கணவன்மார்கள் மனைவிமார்களை எப்போதும், எதற்காக வேண்டுமானாலும் நைய புடைக்கலாம் என்பது எழுதப்படாத சட்டம். அங்கே உள்ள பெண்களுக்கு ஆண்கள் அடிப்பதென்பதும், கன்றிப் போய் பின் எண்ணெய் தடவி அதை அவர்கள் ஆற்றிக் கொள்வதென்பதும் இயல்பாகிப் போன விசயம்.

இங்கே இருக்கிற பெண்களுக்கு பதினான்கு வயதிலெல்லாம் கல்யாணம் பண்ணி வைத்து விடுவார்கள். அவர்கள் படித்து, வேலை செய்து சொந்தக் காலில் நின்று விடக்கூடாது என்பதில் கவனமாக இருப்பார்கள். அவர்களின் பயணம், அடிமாடுகளாகவும், செக்குமாடுகளாகவும் கணவன்மார்கள் வீட்டில் வாழ்நாள் முழுக்க தீரா ஊமை ரணங்களோடு பயணிக்கும்.

துவக்கக் காட்சியிலேயே இங்கே பெண்கள் மீது நடக்கிற பாலியல் வன்முறை நுட்பமாய் வெளிப்படும். பஞ்சாயத்து நடந்து கொண்டிருக்கும். ஒரு இளம்பெண் கணவன் வீட்டில் வாழப்

பிடிக்காமல் தன்னுடைய தாய் வீட்டிற்கு ஓடி வந்திருப்பாள். அவளை மீட்டுக் கொண்டு போக கணவனின் வீட்டார், அதைச் சேர்ந்த பெண்கள் என வந்திருப்பார்கள்.

அங்கே ஒரு வழக்கம் உண்டு. எந்தப் பெண்ணையாவது ஆண் கல்யாணம் பண்ண வேண்டுமென்றால் பெண் வீட்டாருக்கு விலை கொடுத்துத் தான் வாங்கிச் செல்ல வேண்டும். கிட்டத்தட்ட அடிமைகளை விலை கொடுத்து வாங்கிச் செல்கிற ரகம்.

ஓடி வந்திருக்கிற இளம்பெண், தான் இங்கேயே இருந்து விடுகிறேன் என்று கதறி அழுவாள். வலுக்கட்டாயமாக பஞ்சாயத்து அவளை இழுத்துக் கொண்டு போய் கணவன் வீட்டார் வந்திருக்கிற வேனில் ஏற்ற யத்தனிக்கும். அப்போது அந்த இளம்பெண் அலங்கோலமாய்க் கதறுவாள். தன்னுடைய கணவனுக்கு வேறு தொடுப்பு இருப்பதாகவும், அவன் தன்னை தொடுவதேயில்லை என்றும், அதனால் தன் கணவன் வீட்டில் உள்ள அத்தனை ஆண்களும், அவனின் அப்பா, தாத்தா உட்பட தன்னோடு வன்புணர்வு கொள்கிறார்கள் என்றும், அதனாலேயே தான் கர்ப்பமுற்றபோது அது யாருக்கு பிறக்கப் போகிற குழந்தை என்று தெரியாமல் போகும் என்று அவர்கள் அந்தக் கருவை கலைத்து விட்டார்கள் என்றும் சொல்கிறாள்.

உடனே அந்த வார்த்தையைக் கேட்டு உறைந்து போய் அவளின் தாய் கையறு நிலையில் அப்படியே சமைந்து போய் நிற்பாள். அவளின் கண்களில் நீர் முட்டிக் கொண்டு நிற்கும். அந்தக் கண்ணீரின் அர்த்தம் அதே பாடுகளை முன்பொரு சமயம், தானும் அனுபவித்திருக்கிற வலியைத் துல்லியமாய் உணர்த்திச் செல்லும். ஆயிரக்கணக்கான ஆண்டுகளாக நடக்கிற பெண் மீதான வன்முறைச் சரிதம் அது.

இந்த மூன்று உயிர்த் தோழிகளோடு புதிதாய் வந்து சேர்கிறவள் 'ஜானகி'. அவள் ராணியின் மைனர் மகன் குலாபிற்கு மனைவியாக விலை கொடுத்து வாங்கப்பட்டு வந்தடைகிறாள்.

ஜானகிக்கு வயது பதினாறு. அவள் டவுன் பகுதியில் இருந்ததாலோ, என்னவோ பள்ளிப் படிப்பு அறிந்தவள். படிப்பில் ஆர்வம். எப்போதும் கதைப் புத்தகங்களை விரும்பிப் படிப்பவள். உடன் படித்த தலித் இளைஞன் அவளைக் காதலிக்கிறான். ஆனால், அவளை வலுக்கட்டாயமாக ராணியின் மகனுக்குக் கட்டி வைக்க யத்தனிக்கிறார்கள். இது ஜானகிக்கு பிடிப்பதில்லை. அதனால் அவள் தன்னுடைய நீளமான கூந்தலை வெட்டி எறிகிறாள். அவளுக்குத் தெரிந்த வழியிலான மறுப்பின் வெளிப்பாடு.

அதையும் தாண்டி அவள் குடும்பத்தார் வரதட்சணை பெற்றுக் கொண்டு அவளை இங்கே கட்டி வைத்துவிடுகிறார்கள். இதெல்லாம் படிப்படியாக ராணிக்குத் தெரிய வர, ஜானகியும் அவளின் நட்பு வட்டத்திற்குள் வர, அந்த நான்கு பேரும் ஒருவருக்கொருவர் தங்களின் அன்றாட வலிகளைத் தங்களுக்குள் பகிர்வதின் மூலம் ஒத்தடமிட்டுக் கொள்கிறார்கள்.

ராணிக்கு, தன்னை சாருக்கான் என்று சொல்லிக் கொள்கிற யாரோ ஒரு நபரின் தொலைபேசியில் இருந்து அநாமதேய அழைப்பு அவ்வப்போது வருகிறது. அவளும் தன்னைப் பற்றிய பின்புலங்கள் எதுவும் சொல்லாமல் அந்த முகம் தெரியாத நபரின் காதல் மொழிகளை ரசிக்கிறாள். பிரிதொரு சமயம், மரித்துப் போன தன் கணவனின் பிரதியாகவே ஆணாதிக்க மனோநிலையை அடர்வாய் கொட்டும் தன் மகன், மருமகளைப் பலவந்தமாய் ஒரு மிருகத்தை விட மோசமாய் பாலியல் வன்புணர்வுக்கு உட்படுத்துவதை பொறுக்கமாட்டாத தருணத்தில், அதே தொலைபேசி வருகிறது. அவள் வெடித்து விடுகிறாள்.

குலசேகர்

தான் ஒரு கைம்பெண் என்றும், இருபது வருடங்களாக எந்த ஒரு ஆணின் குறியையும் எனக்குள் செலுத்திக் கொள்ள வாய்ப்பில்லாத யோனியோடு வாழும்படி சபிக்கப்பட்ட தாபத்தின் மொத்த உருவென்றும் சொல்லி விட்டு, இப்போதும் என்னை விரும்புகிறாயா.. என்னோடு சேரத் தயாரா என்கிறாள். தொலைபேசி மௌனிக்கிறது.

மறுநாள் அந்த தொலைபேசி எண் அழைக்கிறது. தனது பெயர் ஷாருக்கான் தான். நடிகரல்ல.. வயது நாற்பது தாண்டி விட்டது. இன்னும் தனியாள் தான். உன்னை மனப்பூர்வமாக நேசிக்கிறேன். உன்னை வாழ்நாள் இணையாக ஏற்றுக்கொள்ளத் தயாராக இருக்கிறேன் என்கிறது.

இந்தக் கதாபாத்திரம் காட்சி வடிவில் கடைசி வரை காட்டப்படாமல், வெறும் அரூப குரல் வடிவிலேயே காட்டப்படுகிறது. அதன் மூலம் இங்கே திட்டமிட்டுக் திணிக்கப்பட்டிருக்கிற பாலியல் வறட்சியோடு, தங்களின் யதார்த்த வாழ்வை பொசுக்கிக் கொண்டு வாழ நிர்பந்திக்கப்பட்டிருக்கிற பெண்களின் ஒருமித்த மனநிலையின் கானல் நீர் கனவுகளும், அந்தக் கற்பனைப் படிமம் வெளிப்படுத்துகிற அந்தக் குரல், என்றாவது, எப்படியாவது இங்கே நிகழ்ந்தேறி விடக் கூடாதா என்கிற ஏக்கம் ததும்புகிற அனல் தாபத்தின் தொன்மக் குறியீடாகவே காட்டப்படுகிறது.

பிஜ்லி நடனமாட அண்டை அயலூர்களுக்குச் செல்வதால் நாலு விசயம் அறிந்து வைத்திருக்கிறாள். மலட்டுத்தன்மை என்பது ஆணுக்கும் கூட வரலாம் என்பதை லஜ்ஜோவிடம் தெரிவிக்கிறாள். அதைக் கண்டுபிடிக்கவும் ஒரு உபாயம் சொல்கிறாள். அதன்படி மனதைத் தேற்றி, தயார்ப்படுத்திக் கொண்டு ஊருக்கு ஒதுக்குப்புறமாய் இருக்கிற ஒரு ஞானி வசிக்கிற குகைக்கு,

விதுகளின் கனா 124

லஜ்ஜோவை அழைத்துச் செல்கிறாள். அந்த ஞானி கிட்டத்தட்ட வியாசரின் தன்மையை ஒத்திருக்கிறார். எப்படி பாரதத்தில் வியாசர் தன்னுடைய சகோதரன் விசித்திர வீரியனின் இயலாநிலையின் பொருட்டு அவன் வம்சவிருத்திக்காக தான் அவனின் மனைவிமார்களோடு கூடி எந்தவிதமான காமத்தன்மையுமற்ற காமத்தின் வழி, வாரிசுகளை உற்பத்தி பண்ணித் தந்தாரோ, அதே ரகம். அந்தத் துறவி ஆபாசமறிந்திராத காமத்தை தனது தேடலின் தியானிப்பில் நிறைவாய் உணர்ந்திருப்பவர்.

இரவு. அந்த ஒதுக்கமான இருட்குகையில் லஜ்ஜோவும், ஞானியும் தனித்து விடப்படுகிறார்கள். விளக்கு சுடர்ந்து கொண்டிருக்கிறது. மலார்ந்து படுத்திருக்கும் லஜ்ஜோவின் கால்களை சாஷ்டாங்கமாக மண்டியிட்டு தொட்டுக் கும்பிடுகிறார். சட்டென எழுந்து ஆச்சர்யத்துடன் அந்த தரிசனத்தைப் பார்க்கிறாள் லஜ்ஜோ. முன்னால் அவர் கருணை ததும்ப கைகூப்பி வணங்கியபடி மண்டியிட்டு அவள் முன்னிருக்கிறார். அவளின் கண்கள் சிலிர்த்துக் கொள்கிறது. ஒரு முறை கூட தன் கணவன் தன்னோடு கூடும்போது இப்படி மதிப்போடு நடந்து கொண்டதில்லையே? அதன் பிறகு நெடுநேரம் நிசப்தத்தை நிறைக்கும் வரை நிகழ்கிற அந்த மென்மையான மிகுந்த நிதானத்தோடான ஆலிங்கனம், படிப்படியாய் நகர்ந்து அவளின் உச்சம் தொடுகிறது. அப்போதே அவள் தான் உயிர்மை கொண்டு விட்டதை உணர்ந்து கொள்கிறாள்.

அவள் கருவுறுகிறாள். தான் மலடு என்பதை நன்கறிந்திருந்த அவளின் கணவன் இப்போது மாட்டிக்கொள்கிறான். ஆற்றாமையின் அகங்கார வெளிப்பாடாய் அவளைக் கொலை வெறியோடு தாக்குகிறான். அப்போது அங்கே வருகிற ராணி தடுக்கையில், குடிபோதையில் இருந்த அவன் அடுப்பில் கனன்று கொண்டிருந்த நெருப்பு பட்டு கருகத் துவங்குகிறான். அப்போதும் அவன் அவளை

எட்டிப் பிடித்து அவளையும் அழித்து விடவே யத்தனிக்கிறான். அவள் ராணியின் துணையோடு அந்தச் சதியிலிருந்து காப்பாற்றப்படுகிறாள்.

அவர்கள் அங்கிருந்து வெளியேறி ஊரில் நடக்கிற திருவிழாவில் கலந்து விடுகிறார்கள். அப்படியாக அவன் எரிந்து சாம்பலாகிற காட்சிப் படிமம், இங்கே ஆணாதிக்க மனோநிலையைச் சாம்பலாக்குவதன் குறியீடாகிறது.

பிஜ்லி தன்னுடைய உதவியாளன் மீது மெலிதாக காதல் கொண்டிருக்கிறாள். அவன் தனக்காக மெனக்கிடலோடு செய்கிற ஒத்தாசைகள் அவளுக்குள் அதைக் காதல் போன்ற தோற்றமாகக் கற்பித்துக் கொள்வதில் சந்தோசிக்கிறது.

ஆனாலும், ஒரு கட்டத்தில் அவன் தன்னுடைய உள்ளக்கிடக்கையை வெளிப்படுத்தி விடுகிறான்.

அவளைத் தன்னோடு டெல்லிக்கு அழைக்கிறான். காதல் வாழ்க்கை நடத்த அல்ல. அங்கே போய் தனியாக ரிக்கார்ட் டான்ஸ் நடத்தலாம் என்றும், அவளைப் பணத்தாலேயே அபிசேகம் செய்வதாகவும் சொல்கிறான்.

அவள் உடைந்து போய் வெளிப்படையாகவே கேட்கிறாள். உனக்கு இந்த அழகான உடம்பு தானே தேவை. வா.. இங்கயே படுக்கிறேன். வந்து படுத்துக்கோ.. ரத்தம் வர பண்ணிக்கோ.. என்றபடி தனக்குள் உருவகித்து வைத்திருந்த கனவுக் காதல் சிதறிப் போன வலி நெஞ்சில் கன்னிப்போன நிலையில் அங்கிருந்து வெளியேறுகிறாள்.

அவனுக்கு அப்போதும் அவளின் காதல் புரிவதேயில்லை.

ஒரு கிராமத்து நடனக்காரிக்கு அழகைக் காசாக்குவது மட்டும் தானே நோக்கமாக இருக்க முடியும். இவளுக்கு என்னவாயிற்று..

என்கிற மாதிரி, புரியாமல் பார்த்தபடி இருக்கிறான். அவனிடம் பரிவும், பிரியமும் இருந்தாலும் பெண்ணை உடம்பாகவே பார்க்கப் பயிற்றுவிக்கப்பட்டிருக்கிற மனிதர்களின் பிரதியாகவே சமைந்து நிற்கிறான்.

ராணி ஒரு தீர்க்கமான முடிவை எடுக்கிறாள். தன்னுடைய கணவனைப் போலவே வேறு தொடுப்புகள் வைத்துக் கொண்டு காசு பார்க்கிற ஆணவத்தில் ஆடுகிற தன்னுடைய மகனை, தான் சம்பாதித்த வீட்டில் இருக்க அனுமதியில்லை என்று சொல்லித் துரத்தி விடுகிறாள்.

தன்னுடைய வீட்டை விற்று அந்தப் பணத்தை இப்போதும் ஜானகியை உண்மையாய்க் காதலிக்கிற தலித் இளைஞனிடம் தந்து, மறுகல்யாணம் செய்வித்து அனுப்பி வைக்கிறாள்.

இப்போது தோழிகள் மூவரும் எதுவுமற்று, பிஜ்லியின் மூன்று சக்கர மோட்டார் வாகனத்தில் பயணிக்கிறார்கள். அவர்கள் கற்பனையில் சிருஷ்டித்து வைத்திருக்கிற ஆண் - பெண் சமத்துவமாக வாழ்கிற உலகு நோக்கி, நம்பிக்கையோடு பயணிக்கிறதாக அந்தக் கதை நிறைவடைகிறது.

சாரா

10

இது ஒரு மலையாளப் படம். சாரா என்றால், எந்தவிதமான பேதங்களுக்கும் ஆட்படாமல், சுயம்புவாக, சுயமாக தளிர்த்து, உச்சம் தொடுகிறவர் என்று அர்த்தம் கொள்ளலாம்.

அன்னா பென் சாராவாக நடித்திருக்கிறார். ஒரு ஆண் எத்தனை சுதந்திரத்தோடு இந்தச் சமூகத்தில் வளர்த்தெடுக்கப்படுகிறானோ, அப்படியான அதே சுதந்திரத்தோடே அவள் வளர்கிறாள். அவளின் அப்பா, அவளை அப்படியாக வளர்ப்பதில் பெருமிதம் கொள்கிற சமத்துவவாதி.

அவள் தனக்கே உரித்தான பள்ளிப்பருவத்தில் காமம் அரும்பத் துவங்குகையில், அதை உடனுக்குடன் நடைமுறைப்படுத்தி, தன்னை தனக்குள் இருக்கிற உணர்வுகளை முழுமையாக பரிசோதித்துப் பார்க்கிறவளாக இருக்கிறாள். அதை அவள் தைரியமாகப் பார்ப்பதை விட, இயல்பான விசயமாகப் பார்க்கிற பார்வை கொண்டிருக்கிறாள். பள்ளிப் பருவத்திலேயே தனக்குப் பிடித்த ஒரு மாணவனை அழைத்து அவனுக்கு முத்தம் கொடுக்கிறாள்.

இந்திய சினிமாவில் ஒரு பெண் எப்போதும் நுகர்பொருளாக இருப்பது தான் வழக்கம். நுகர்பவராக பெரும்பாலும் இருப்பதில்லை. அப்படி ஒருவேளை இருந்து விட்டால், அவளை அதிகப்பிரசங்கிப் பட்டம் கட்டி, தள்ளுபடி செய்து விடுவார்கள்.

இலக்கியங்களிலும் பெண்கள் காதலிக்கப்படுபவர்களாகவே இருப்பார்கள். இணையை தங்கள் விருப்பப்படி தேர்ந்தெடுத்துக் காதலிக்கிறவர்களாக ஆண்டாள், மீரா, அக்கமகாதேவி போன்ற சில விதிவிலக்குகள் உண்டு. அப்படியொருத்தி தான் சாரா.

அவளின் காதல் ஒன்றோடு நிற்பதில்லை. அவளின் மனம் லயிக்கிற நபர்களை எல்லாம் வஞ்சனை இல்லாமல் காதலிக்கிறாள்.

அப்படித்தான் ஒருவன் மீதிருந்த ஈர்ப்பு காரணமாக அவன் திரைப்பட கல்லூரியில் போய்ச் சேர, இவளும் அங்கே அவனைப் படிக்கச் செல்கிறாள்.

ஆனாலும், வழக்கம் போல ஒரு கட்டத்தில் அந்தக் காதலையும் சாரா கடந்து விடுகிறாள். அவளின் சமத்துவ மனநிலைக்கு ஈடுகொடுக்கிறவர்களே அவளின் தேடல்.

அவள் இப்படியாகக் கடந்து வந்த காதலர்கள் இரட்டை இலக்கத்தில் இருந்தாலும், அவள் அப்படியானவொரு காதல் மூலம் வாய்த்த திரைப்படத் துறையில் படித்து இயக்குநராவதற்கான பாடம் மட்டும் அவளைக் கெட்டியாகப் பிடித்துக் கொள்கிறது. அவளின் உண்மையான விருப்பம் அது தான் என்பதை அங்கே தான் கண்டடைகிறாள்.

ஒவ்வொரு நிகழ்விற்கும் ஒரு காரணம், ஒரு அர்த்தம் இருக்கும் என்பதாக அவளின் உள்ளுணர்வு அங்கே அதை அவளுக்குக் தற்செயலாக உணர்த்துகிறது.

அதன் பிறகு, எழுந்தால் சினிமா, உட்கார்ந்தால் சினிமா, நடந்தால் சினிமா, தூங்கினால் சினிமா என சதா அவளின் நினைவுகளை சினிமா முழுமையாக ஆக்கிரமித்துக் கொண்டு விடுகிறது.

குழந்தை பெறுதல் என்கிற விசயம் அவளை ரொம்பவே படுத்தி எடுக்கிறது. பெண்களின் பின்னடைவிற்கு அதுவும் ஒரு காரணம் என நினைக்கிறாள். பெண்கள் குழந்தை பெறுதல் என்கிற வேலையைச் செய்வதிலேயே தங்களின் பெரும்பாலான ஆயுட்காலத்தைச் செலவழித்து விடுவதாகத் தோன்றுகிறது.

பெண்கள் குழந்தைகளைப் பெற்று, வளர்த்து, ஆளாக்குகிற பணியின் பெரும்பகுதியை எடுத்துக் கொள்ள வேண்டி இருக்கிறது. அதனால், அவர்கள் அவர்களுக்காக வாழ முடியாமலே போய்

விடுகிறது. அவர்களுக்கென பிரத்யேக விருப்பங்கள், கனவுகள், தேடல்கள், லட்சியங்கள் இருந்தால், இதன் நிமித்தம் அந்தக் கனவுகள் மங்கி, நாளடைவில் இருக்கிற இடம் தெரியாமல், அவர்களின் இதயத்தின் அடியாழத்தில் போய் உறைந்து கொண்டு விடுகிறது.

இங்கே பிரமச்சாரிகளாக இருப்பதற்குக் கூட ஆண்களுக்கு மட்டுமே வாய்ப்புகள் அதிகம். பிரமச்சாரியாக ஒரு பெண் இருக்க விரும்பினால், மறைமுகமாக இந்தச் சமூகம் பலவிதமான தொல்லைகளைத் தரத் தவறுவதில்லை. விதிவிலக்காக திருமணம் செய்து கொள்ளாமல் வாழ்ந்த ஔவை, புனிதவதி என்கிற காரைக்கால் அம்மை எல்லாம் அதனாலேயே வயதான கதாபாத்திரங்களாக இந்த சமூகம் கட்டமைத்து, அதனையே அறியத் தருகிறது.

கர்ப்பம் அடைவதென்பதே அவளை முழுமையாக்குகிற விசயம் என்று ஒவ்வொரு பெண்ணின் மீதும் இந்த சமூகம் தன்னுடைய கற்பிதத்தைத் திணிக்கிறது. திருமணம் செய்ய விரும்பாவிட்டாலோ, வேறுவிதமாகப் பேசுகிறது. அதனாலேயே ஒவ்வொரு சராசரிப் பெண்ணும், குழந்தை பேறு நிகழாவிட்டால், தாங்கள் குறைப்பட்டவர்களோ என நம்ப வைக்கப்படுகிறார்கள். அதற்காகவே, விரும்பினாலும், விரும்பாவிட்டாலும் அரச மரத்தை சுற்ற வைக்கப்படுகிறார்கள்.

அப்படி ஒரு நாளும் தான் இருக்கப் போவதில்லை. அதனால், தான் வாழ்நாளில் குழந்தையே பெற்றுக் கொள்ளப் போவதில்லை என்று தீர்மானிக்கிறாள். தத்தெடுக்க இங்கே குழந்தைகளுக்கா பஞ்சம். அவளின் அந்த எண்ணத்திற்கு உடன்படுகிறவனையே திருமணம் செய்வது, இல்லையென்றால், தனியாகவே வாழ்க்கையைப் கொண்டாடி விடுவது என்கிற எண்ணத்தில் தீர்மானமாக இருக்கிறாள்.

அவள் திரைப்படக் கல்லூரிப் படிப்பை முடித்த கையோடு இரண்டு படங்களில் உதவி இயக்குநராக, ஒரு படத்தில் அசோசியேட்டாக

பணிபுரிகிறாள். அதனைத் தொடர்ந்து மனதில் உதிக்கும் ஒரு கருவை, முழுநீளத் திரைக்கதையாக வளர்த்தெடுக்கத் துவங்குகிறாள். அது தாஸ் தாயேவ்ஸ்கி உருவாக்குகிற விதத்திலான சோஷியல் கிரைம் திரில்லர் வகைமையைச் சேர்ந்தது. சமூகவியல் குற்றம் ஒன்றை மனோதத்துவ ரீதியாக, சுவாரஸ்யமாக ஆராய்கிறவொரு திரைக்கதை அது.

அதற்காக ஃபாரன்சிக் லேபில் பரிசோதகராக வேலை செய்கிற ஒரு பெண்ணைத் தேடிப்போய்ச் சந்திக்கிறாள். அந்தக் கதாபாத்திரத்தை நேர்த்தியாக வடிவமைக்க அவரிடம் சில தகவல்கள் பெற தேவையாய் இருக்கிறது.

கேரக்டர் ஸ்டடி மற்றும் டெவலப்மெண்ட்டிற்காகச் சென்ற இடத்தில், அந்த ஃபாரன்சிக் நபரின் தம்பியைச் சந்திக்கிறாள். அவன் ஐ.டி. நிறுவனத்தில் வேலை செய்கிறான். அவர்களுக்கிடையே ரசனைகள் ஒத்துப் போகின்றன. இருவருக்கும் இடையே காதல் அரும்புகிறது. அவன், அவளின் அபிப்பிராயங்கள் அத்தனையையும் ஏற்றுக் கொள்கிறான்.

ஆளுக்கு ஒரு நாள் சமையல். குழந்தை பெற்றுக் கொள்ளக் கட்டாயபடுத்தக்கூடாது. எல்லா வீட்டு வேலைகளையும் இருவரும் பாதிபாதியாக பிரித்துக் கொண்டு செய்ய வேண்டும் என்கிற அவளின் கோரிக்கைகள் அத்தனையும் அவனுக்கும் சம்மதமே. அதனால் அந்த காதல், திருமணம் வரை செல்கிறது. அவளைப் பொருத்தவரை அது கூட யோசனையாக இருக்கிறது. லிவிங் டுகெதர் தான் அவளின் விருப்பத் தெரிவு. ஆனாலும், அவன் மீதிருந்த நம்பிக்கையில், அந்தத் திருமணத்திற்குச் சம்மதிக்கிறாள்.

அவனும் எல்லா விசயங்களிலும் ஒத்துழைக்கிறான். இருவரும் எல்லாவற்றிலும் சமத்துவத்தைக் கடைப்பிடிக்கிறார்கள்.

அவ்வப்போது பீர், சிகரெட் கூட ஸ்ட்ரெஸ் பஸ்ட்டராக பயன் படுத்துகிறார்கள். அவள் விதித்த விதிப்படி அவர்கள் கூடும் போதெல்லாம், அவன் தவறாமல் ஆணுறை அணிந்து கொள்கிறான்.

இதற்கிடையே சாரா முழுமையான பவுண்டட் ஸ்கிரிப்ட் தயார் செய்து விட்டு, ஒவ்வொரு தயாரிப்பாளராகத் தேடிப் போய், தத்ரூபமாக அந்த ஸ்கிரிப்டில் உள்ள அத்தனை கதாபாத் திரங்களாகவும் மாறி மாறி, அதனை முழுமையாக நடித்தே காண்பிக்கிறாள்.

ஒவ்வொரு விதமான காரணத்திற்காக, அந்தத் தயாரிப்பாளர்களில் ஒவ்வொருவரும் அவளுக்கு வாய்ப்புத் தருவதைத் தவிர்க்கிறார்கள். சிலர் பெண் என்பதாலேயே தவிர்க்கிறார்கள். ஆனாலும், அவள் அசராமல் படையெடுத்துக் கொண்டே இருக்கிறாள். அவளின் கணவனும் அவளுக்கு பரிபூரண ஒத்துழைப்பும், உத்வேகமும் அளிக்கிறவனாய் தான் இருக்கிறான்.

இந்தத் தருணத்தில் அவளின் கதையை கேட்கும் ஒரு பெரிய தயாரிப்பாளர் அவளை இயக்குநராக அறிமுகப்படுத்த முன்வருகிறார். தன் காதல் கணவனோடு சேர்ந்து கொண்டாடுகிறாள். இன்னும் சில மாதங்களில் படப்பிடிப்பைத் தொடங்க வேண்டும். அவள் விரும்பிய நாயகன், நாயகியிடம் கதையைச் சொல்லி சம்மதம் பெற்று விடுகிறாள். கதை மிகவும் பிடித்துப் போக அந்த பிரபல கதாநாயகன் அந்தப் படத்திற்கு முன்னுரிமை தந்து தேதியை விரைவிலேயே ஒதுக்கித் தருவதாகச் சொல்கிறான்.

இந்தத் தருணத்தில் யாரும் எதிர்பார்க்காத வகையில் அவள் கர்ப்பமாகிறாள். அது எப்படியோ தவறுதலாக நிகழ்ந்து விடுகிறது. அவள் கருக்கலைப்பு செய்து விடலாம் என்கிறாள். அதற்குள் கணவனின் அம்மா மற்றும் இன்னபிற பெண் உறவினர்கள் அனைவருமாய் எப்படியோ சேதி அறிந்து வந்து, அப்படிச் செய்ய அனுமதிக்க முடியாது என்று தடை போடுகிறார்கள்.

அதுவரை சாராவிற்குப் பரிந்து பேசிக் கொண்டிருந்த கணவன் கூட, அம்மாவின் பாசத்தில் உருகிப்போய் குழந்தை தான் பெற்று கொள்ளேன் என்கிறான். அவள் கணவனை கருக்கலைப்பிற்கு சம்மதிக்கவைக்கப் படாதபாடு படுகிறாள்.

ஒரு பக்கம் படத்தின் முன்தயாரிப்புப் பணிகள் மும்முரமாய் நடந்து கொண்டு இருக்கிறது. அவள் இங்கே நடக்கிற எதையும் அங்கே காட்டிக் கொள்வதில்லை.

ஒரு கட்டத்தில் அந்த மருத்துவர் இது குறித்து ஒரு முடிவெடுக்க வேண்டி, அவளின் கணவனையும், அவளையும் கவுன்சிலிங்கிற்கு அழைக்கிறார். அப்போது அவர் ஒரு தகவலைச் சொல்கிறார்.

ஒரு பெண் தான் உடல் அளவிலோ, மனதளவிலோ இப்போது குழந்தை பெற்றுக் கொள்ள விரும்பவில்லை என்றால், அந்தக் கருவைக் கலைத்து விட அவளுக்கு எல்லாவிதமான உரிமையும் இருக்கிறது என்றுதான் சட்டம் சொல்கிறது. அது குறித்து முடிவெடுக்கிற அத்தனை உரிமைகளும் அவளுக்கே இருக்கிறது என்பதைச் சொல்லி, கணவனுக்குப் புரிய வைக்கிறார்.

ஒரு பெண் இப்படி ஒரு திரைப்பட இயக்குநராக வருகிற சந்தர்ப்பம் எப்போதும் வராது. குழந்தை பெற்றுக் கொள்கிறதென்பது இங்கே பெரும்பாலும் எல்லா பெண்களுக்கும் எளிதாக கிடைத்து விடுகிற விசயம் தான். அதுகுறித்து பிற்பாடு அவளே தீர்மானிக்கட்டும் என்கிறார். அதன்படி கருக்கலைப்பு நடக்கிறது. அவள் இயக்குகிற திரைப்படம் மிகப்பெரிய வெற்றி அடைகிறது.

பத்திரிகையாளர்கள் அடுத்து என்ன புராஜக்ட் என்று கேட்கிறார்கள். அவளின் மனதில் ஒரு குழந்தையின் அழுகுரல் கேட்கிறது. அதோடு இந்த திரைப்படம் நிறைய விசயங்களை நம் யூகத்திற்கு விட்டுவிட்டு நிறைவடைகிறது.

அவளின் அடுத்த திட்டம், குழந்தை பெற்றுக் கொள்வதா?

இந்த சமூகம் அத்தனை சுலபமாக ஒரு பெண்ணுக்கான முழுச் சுதந்திரத்தை வழங்கி விடாது என்பதை அதன் மூலம் சொல்லாமல் சொல்ல இயக்குநர் நினைத்திருக்கிறாரா?

இந்தக் கதையில் ஊடாடியிருக்கிற சில நுட்பமான ஆணாதிக்கக் கூறுகளை இப்போது பார்க்கலாம். சாராவை அவளின் அப்பா, அவளின் கணவர், கவுன்சிலிங் தருகிற அந்த ஆண் மருத்துவர் என்று பலரும் மோட்டிவேட் செய்கிறார்கள். அவள் தன் சுயவிருப்பப்படி ஒரு திரைப்பட இயக்குநர் ஆவதில் தீவிரமாக இருக்கிறாள். அவளின் லட்சியத்தை அவள் எட்டுவதற்கு ஊக்கசக்தியாக இருக்கிற இத்தனை ஆண் கதாபாத்திரங்கள் இதில் இருக்கிறார்கள். அதில், ஒரு பெண் கதாபாத்திரம் கூட அவளை ஊக்குவிக்கிற கதாபாத்திரங்களாக அமைக்கப்படவில்லை.

மாறாக, அவள் குழந்தையைக் கலைக்கக் கூடாது என்று அவளுக்கு அழுத்தம் கொடுப்பவர்களாக அவள் மாமியாரிலிருந்து, மற்ற பெண் உறவினர்கள் அனைவரும் காட்டப்படுகிறார்கள். அதில் ஒரு உறவுக்கார பெண், இவள் ஒரு பெண்ணியவாதி என நினைக்கிறேன் என்று கிண்டலடிக்கிறார்.

உண்மையான பெண்ணியம் என்பது எல்லா விசயத்திலும் அனைத்துப் பாலினருக்கும் இடையே சமத்துவத்தை அடிகோலுவது தான்.

ஒரு கட்டத்தில் கணவன், அம்மாவின் விருப்பத்திற்கு முன்னுரிமை அளிக்க நினைத்து, தன் நிலைப்பாட்டில் மாற்றம் கொள்கிற போது, நாயகி சாரா அவனைச் சமாதானப்படுத்தவே முயற்சிக்கிறார். அவனின் சம்மதம் அந்தத் திருமண உறவைத் தக்க வைக்க முக்கியமாகப் படுகிறது. அவள் அங்கே, அவனின் முரண்பட்ட

மனநிலையை சுட்டிக்காட்டி ரௌத்திரம் கொள்ளவில்லை. அந்த இடத்தில் எப்படியாவது தான் கருக்கலைப்பு செய்து கொள்வதற்கு அவனின் சம்மதத்தை வேண்டியே அவனிடம் காத்திருக்கிறாள். அவளாக, சுயமாக அந்த முடிவை எடுப்பதில்லை.

பெண்கள் யாராவது ஒரு ஆணைச் சார்ந்தே வாழ முடியும். சுயமாக, தனித்து வாழ முடியாது என்கிறது வேதாந்த மரபு. துவக்கத்தில் தந்தையையும், பிற்பாடு கணவனையும், இறுதியில் மகனையும் சார்ந்து தான் ஒரு பெண் வாழ முடியும் என்கிற கற்பிதத்தை திரும்பத்திரும்பச் சொல்லி எளிய மனங்களை நம்ப வைத்திருக்கிறது.

அதனாலேயே சாரா தன்னுடைய பெயரை எழுதும் போது, சாரா வின்சென்ட் என்று எழுதுகிறாள். அவளால் தந்தை என்கிற ஆணையோ, கணவன் என்கிற ஆணையோ சார்ந்து தான் இருக்க முடியுமா? இத்தனை முற்போக்கான, ஆண்பெண் சமத்துவம் நோக்கி பாய்கிற சாராவிற்குள் அந்தக் கேள்வி ஏன் எழவில்லை?

நடிகர் இர்ஃபான் கான் தன்னுடைய பெயருக்குப் பின்னால் இருந்த கான் என்கிற சாதிப் பெயரை ஒரு கட்டத்தில் நீக்கி விட்டார். மலையாள நடிகை பார்வதி மேனன் என்கிற சாதிப் பெயரை நீக்கி விட்டார். கவிஞர் சவிதா வெங்கடகிருஷ்ணன் சவிதா ஆக மாறி, பெயரிலும் தனித்து நிற்க ஆரம்பித்திருக்கிறார்கள். இப்படி சுயசிந்தனையின் நீட்சியாக சுயமாக நிற்கிறவர்கள் எத்தனையோ பேர் இருக்கவே இருக்கிறார்கள். அப்படியாக, சாராவும் செய்திருக்கலாம்.

ஒரு நாள் அவரின் பெயருக்குப் பின்னால் உள்ள வின்சென்ட் என்கிற அடையாளத்தை எடுத்து விட்டு, என் பெயர் சாரா.. சாரா மட்டும் தான். எந்த அடையாளமும் எனக்குத் தேவையில்லை என்று முழங்கக் கூடும்.

ஆணாதிக்கச் சமூகத்தில் சமத்துவப் பார்வை கொண்டிருக்கிற சாரா தன்னுடைய இலக்கை எட்டுவதற்கு எத்தனை எத்தனை பிரயத்தனங்கள் செய்ய வேண்டி இருக்கிறது என்கிற கோணத்திலேயே திரைக்கதை பயணிக்கிறது.

அவளை அவளின் இலக்கை அடையவிடாமல் பின்னுக்கு இழுக்கிற விசயங்களாக பெரும்பாலும் பெண்களே இருப்பதாகக் காட்டப்படுகிறது. அங்கே பெண்கள் வெறும் பகடைகள் தான். அவர்களை அறியாமைகளில் புதைத்து, இப்படி ஆட்டி வைக்கிறவர்களாக அவர்களுக்குப் பின்னால் இருக்கிற ஆணாதிக்க சமூக மனநிலையும், ஆணாதிக்க மனநிலை கொண்ட ஆண்களும் இருப்பதை அது அழுத்தமாகச் சுட்டவில்லை என்றாலும், சற்றே ஆழமாகப் பயணித்து பார்த்தால், அதன் வேரில், அவையெல்லாம் உறைந்திருப்பதை உணர முடியும்.

பெண்ணின் உடம்பு அந்தப் பெண்ணின் உரிமை என்கிற ஒற்றை வாக்கியம் இயல்பான வாக்கியமாக மாறுகிறபோது, இந்த சமூகம் சமத்துவ சமூகமாக மாற்றம் கொண்டு விடும் என்பதை இங்கே சொல்லப்படாமல் விடுபட்டுப் போன சாராவின் மனவிசாரங்கள் வாயிலாக உணர்ந்து கொள்ளலாம்.

ஸ்லீப்பிங் பார்ட்னர்

11

இயற்கையை வழிபட்டு வந்திருந்த வாழ்வியலில் இடைச்செருகலாய் ஆரிய வேதாந்த மரபுகள் நிறுவப்படுகின்றன. அவை சிலபல நல்லவற்றையும், பலபல பேதமைகளையும் விதைக்கும் உள்நோக்கம் கொண்டவையாக இருக்கின்றன. வாழ்க்கை என்பது, அனைத்தையும் தராசில் வைத்துப் பகுத்துப் பார்த்து, நல்லவை அல்லவை எவையென ஆராய்ந்தபடியே பயணப்பட வேண்டியிருக்கிறது.

அப்படித்தான் மனித வாழ்க்கையை நான்கு பருவங்களாகப் பிரிக்கிறார்கள். அதில் கடைசியாக வானபிரஸ்தம் என்கிற துறவு வாழ்க்கை பற்றிப் பேசுகிறார்கள். இதெல்லாம் யாருக்கு என்றால், ஆண்களுக்கு மட்டும் தான். பெண்களுக்கு இப்படி எந்த விசயங்களும் வழங்கப்படவில்லை. பௌத்தம் மட்டுமே பிக்குனிகளை அனுமதிக்கிறது. சம்சாரியாகவோ, துறவியாகவோ முழுவாழ்க்கையையும் எடுத்துச் செல்கிற அதிகாரம், ஆண்களுக்கு மட்டுமே உண்டு. பெண்களுக்கு அந்த உரிமை வழங்கப்படவில்லை.

அதனால் தான் அப்போது தோன்றிய முனிவர்கள் அனைவரும் பெண்களை, தங்களுக்கு கோபமோ, ஆத்திரமோ வருகிற போதெல்லாம், தங்கள் இஷ்டம் போல, சபித்து வந்திருக்கிறார்கள்.

அப்படித்தான் அகல்யா, கௌதம முனிவரால் கல்லாகப் போகும்படிச் சபிக்கப்படுகிறாள். பெண்கள் உணர்ச்சியில்லாத, ஜடமாக இருக்கவே தகுதியானவர்கள். அவர்களின் உணர்ச்சிகளுக்கு இந்த சமூகத்தில் எந்த மரியாதையும் வழங்கப்படமாட்டாது என்பதே அதன் சூட்சுமம்.

கௌதம முனிவர் உண்மையாகவே ஞானம் பெற்ற முனிவராக இருந்திருக்கிறபட்சம், எப்படி இத்தனை கோபம் கொள்ள முடியும். பெண் என்பதால் தண்டிக்க நினைக்கிறவர் எப்படி ஞானியாக இருக்க முடியும்? அப்படியென்றால் எல்லாமே ஒரு வகை வேடமா?

உண்மையில் அவர் அகல்யாவின் அகவுணர்ச்சிகளை, காதல் உணர்ச்சிகளை, காமவுணர்ச்சிகளை மதித்திருக்கிறவராக இருந்திருந்தால் இப்படி நடந்திருப்பாரா? மன்னிக்கத் தெரியாதவரெல்லாம் எப்படி ஞானி என்று சொல்லிக் கொள்ள முடியும்? கணவன்மார்கள் ஒன்றுக்கு மேற்பட்ட பெண்களோடு ஏதோவொரு தருணங்களில் உறவு வைத்துக் கொள்வதில்லையா?

சுஜாதா இப்படிச் சொல்வார். எப்போதும் ஒரு பெண். எப்போதாவது வேறு சில பெண் என்பார். மகிழ்வை உண்மையாக அனுபவித்திருந்த தாய் வழிச் சமூகத்தின் கூறு அது.

இதே நியதி தானே பெண்ணிற்கும். பெண்ணும் ஆறறிவு படைத்த ஜீவன் தானே. நியாயம் என்றால் இரண்டு பக்கமும் எல்லா விசயத்திலும் சரிசமமாகத் தானே இருக்க வேண்டும். தராசு முள் பாரபட்சம் இல்லாமல் அப்படித்தானே இயங்குகிறது. சமூகம் பெண்-ஆண் உரிமைகளில் தராசு முள் மனங்கொண்டு இயங்காதபட்சம், பெண்களிடம் மட்டும் உண்மையை எப்படி இந்த பொய்மைச் சமூகம் எதிர்பார்க்க முடியும்.?

அகல்யாவிற்குத் தான் அத்தனையும் தெரியும். அவள் இந்திரனோடு விரும்பிச் சென்றாளா? தற்செயலாக அந்த உறவிற்குள் சென்றாளா? தனக்கே தெரியாமல் சென்றாளா? கௌதமருடைய அன்பின் போதாமையால், அரவணைப்பின் போதாமையால் சென்றாளா? எல்லாமும் தான். உண்மை எல்லாப் பக்கங்களிலும் கொஞ்சங்கொஞ்சமாய் ஒளிந்துகொண்டு தானிருக்கிறது.

அவருக்கு மன்னிக்கிற மனது இல்லாமல் போகிறபட்சம், அகல்யாவிடம் மனமொத்த தம்பதியர்களாக இனி இருக்க, ஆணாதிக்க மனநிலை ஒப்பவில்லை. அதனால், பரஸ்பர ஒப்புதலோடு நண்பர்களாகப் பிரிந்து விடலாம் என்று முறைப்படி

அந்த உறவிலிருந்து தன்னை விடுவித்துக்கொண்டு தானே சென்றிருக்க வேண்டும். ஆனால் அவர் அப்படிச் செய்யவில்லை.

அவளின் உடம்பு என் சொத்து. அதை அவள் எப்படி அவளுக்கு பிடித்த இன்னபிறரோடு பகிர்ந்து கொள்ள முடியும்? அப்படிச் செய்வதற்கு அவள் என்ன ஆணா? ஆண்களின் ராஜ்ஜியத்தில் அவள் இத்தனை உரிமைகளை எடுத்துக் கொள்வது என்பதை ஒரு ஆணாதிக்க ஆண் பிள்ளையால் எப்படி ஏற்றுக் கொள்ள முடியும்?

அப்படி நினைத்துத்தான், அகல்யாவைக் கல்லாக்கினார் கௌதமர்.

அப்படிப்பட்ட கௌதமர்களின் வழித்தோன்றல்கள் தான் இப்போது தங்களை நிராகரிக்கிற பெண்கள் முகத்தில் அமிலத்தை வீசுகிறார்கள். குடும்பம் என்கிற சமனற்ற அமைப்பிற்குள் பெண்களைத் திணித்து, வன்புணர்வு செய்கிறார்கள். அத்தனைவிதமான வன்முறைகளையும் சமூக அங்கீகாரத்தோடே நிகழ்த்துகிறார்கள்.

அதனால் இங்கே சராசரிப் பொதுப்புத்திக்குக் பழக்கப்படுத்தப்பட்டிருக்கிற பெண்கள் வாழ்தல் பற்றியே சிந்திப்பதில்லை. இருத்தலே அவர்களுக்கான வாழ்தலாக கற்பிக்கப்பட்டிருக்கிறது. ஆண்களைச் சார்ந்திருக்க கற்பிக்கப் பட்டிருக்கிற, சராசரிப் பொதுப்புத்திக்கு ஆட்பட்டிருக்கிற பெருவாரியான பெண்கள் இந்தச் சமூகத்தில் உயிரோடு இருக்கிறார்கள். அவ்வளவு தான். உயிர்ப்போடு வாழ்கிறார்களா என்றால், அதற்கு அர்த்தம் கூட தெரியாத அளவிற்குத்தான் இந்தச் சமூகம் அவர்களை வைத்திருக்கிறது.

ஒரு உண்மைச் சம்பவத்தை இங்கே பார்க்கலாம். கணவனும், மனைவியும் இரவு திரைப்படத்திற்குச் செல்கிறார்கள். திரும்பி வரும்போது, சில ரௌடிகளால் வழி மறிக்கப்படுகிறார்கள். அவர்கள்

கையில் ஸ்டிலட்டோ கத்தி மின்னுகிறது. கணவனை ஓடச் சொல்கிறார்கள். அவன் என்ன செய்வதென்று தெரியாமல், உயிர் பயத்தில் ஓடுகிறான். சிறிது நேரத்தில் அந்த மூன்று ரௌடிகளும் அந்தப் பெண்ணை, கூட்டு பலாத்காரம் செய்கிறார்கள்.

அவள் கசங்கிய நிலையில் வீட்டிற்கு வருகிறாள். வந்ததும், நடந்ததை எல்லாம் கணவன் கேட்கிறான். கேட்டு விட்டு, இனிமேல் நாம் சேர்ந்து வாழ முடியாது. அதனால் என்னை விட்டு விட்டுப் போய் விடு என்கிறான். உடனே அவள் சமையல் அறைக்குச் செல்கிறாள். மண்ணெண்ணை எடுத்து தலையில் ஊற்றிக் கொண்டு அவன் கண் முன்னேயே பற்ற வைத்துக் கொள்கிறாள்.

சில வருடங்களுக்கு முன்னால் சேலத்தைச் சேர்ந்த வினுபிரியா என்கிற இளம்பெண் காதலிக்க மறுத்ததால், அவளின் முகத்தை வைத்து ஆபாசமான படங்களை மார்ஃபிங் செய்து சோசியல் மீடியாவில் உலவ விடுகிறான் ஒருவன். அந்தப் பெண் உடனே கடிதம் எழுதி வைத்து விட்டு, தற்கொலை செய்து கொள்கிறாள்.

தவறு செய்கிறவர்களுக்கு எதுவும் நடப்பதில்லை. பாதிக்கப்பட்டவர்களே இங்கே தண்டிக்கப்படுகிறார்கள். ஆணாதிக்கச் சமூகத்தின் நிலைப்பாடு அப்படித்தான். அது பெண்களின் உணர்ச்சிகளை, உணர்வுகளைப் பற்றிக் கவலைப்படுவதில்லை. அவர்ளைத் திருப்திப்படுத்த வெற்று வார்த்தைகள் போதும் என நினைக்கிறது இந்தச் சமூகமும், குடும்ப அமைப்பும்.

வளர்ந்த மேலை நாடுகளில் பெண்கள், பெண் உடல் அரசியலை உதறியெறிந்து விட்டு, ஆண்களுக்கு இணையாக எவ்வளவோ முன்னேறிச் சென்று விட்டார்கள். கீழை நாடுகளில் இப்போது தான் மெதுவாக அடியெடுத்து வைக்க ஆரம்பித்து இருக்கிறார்கள்.

இயந்திரன் படத்திலாவது பெண் ஊர் முன்னே நிர்வாணமாக நிற்க நேர்ந்து விட்டதை, ஒரு அவமானமாகக் கற்பிதம் செய்து கொண்டு உயிர் நீக்கிறாள். வினுபிரியா தற்கொலையிலோ, அவள் எதுவுமே செய்யவில்லை. எவனோ ஒருவன் அவளின் தலைப் பாகத்தை ஒரு படத்திலிருந்து எடுத்துக்கொண்டு, நிர்வாணமான வேறொரு உடம்பின் படத்தை சேர்த்து வைத்து, வினுபிரியாவின் படம் போல பொய்யாக மார்பிங் செய்ததற்காகவே உயிர் நீத்திருக்கிறாள். அந்த அளவிற்கு இந்த புரையோடிப் போயிருக்கிற சமூகம் பெண்களின் பாலுறுப்பில் அவர்களின் கௌரவத்தை, மரியாதையை ரகசியமாய் பொத்தி வைத்துக் காத்துக் கொண்டிருக்கிறது.

அப்படியாக பெண்கள் தொடர்ந்து அவமதிக்கப்பட்டு, வீழ்த்தப்பட்டுக் கொண்டிருக்கிறார்கள். என்ன செய்வதென்று தெரியாமல், மிகுந்த பிரயத்தனங்களுடன் வளர்ந்து வரும் பெண்கள் யோசனையில் இருக்கையில் ஒரு கலகக்குரல் இந்தத் திரைநாயகியின் பக்கமிருந்து எழுந்திருக்கிறது. அந்தக் கதாபாத்திரத்தை அப்படித்தான் பார்க்க வேண்டும்.

அந்தப் படத்தின் பெயர் ‘சிலீப்பிங் பார்ட்டர்’. இது ஒரு ஆந்தாலஜி படம். வாழ்வின் தேடல் குறித்த ஒரு சிறிய கதை என்று அர்த்தம் கொள்ளலாம். இதில் நாயகியாக நடித்திருப்பவர் திவ்யா தத்தா. இவர் ஏற்றிருக்கிற கதாபாத்திரத்திற்கு, ஒரு கட்டத்தில் அந்த சூட்சுமம் துல்லியமாய் பிடிபட்டு விடுகிறது. அதைப் பார்ப்பதற்கு முன்னால் இதன் கதைச் சுருக்கத்தைப் பார்த்து விடலாம்.

திவ்யா நாற்பது வயதைத் தாண்டி விட்ட ஒரு பேரிளம் பெண். அவளுக்கு கல்லூரியில் படிக்கிற பெண் இருக்கிறாள். ஹாஸ்டலில் தங்கி படிக்கிறாள். அவள் நவீனமானவள். எப்போதும் அம்மாவை சமையலறையில் அடைபட்டு கிடக்கிற அடிமை என்று திட்டுவாள். அது அவளுக்கு பழகிப் போன ஒன்றாகவே ஆகிவிட்டிருக்கிறது.

திவ்யா வடிவானவள். ஏழையானவள். முகத்தில் இன்னவென்று கண்டுபிடிக்க முடியாதபடியான மோனலிசப் புன்னகையின் சோகம் பரவியிருக்கிறது. ஓரளவு படித்தவள் தான். ஆனால், கணவனே சகலமும் என்று அவனைச் சார்ந்தே வாழ்ந்து விடுகிற வாழ்க்கையே அவளுக்கு வாய்க்கிறது.

கணவன் ஒரு பிசினஸ்மேன். அவனைப் பொருத்தவரை அவள் ஒரு உடமைப் பொருள். அவன் வாங்கி வைத்திருக்கிற பண்டம். அவளை விரும்புகிற போது, விரும்புகிற விதத்தில் பயன்படுத்தலாம். விரும்பாத போது ஓரமாய் தூக்கி வைத்து விடலாம்.

அவள் அவன் சொல்வதையெல்லாம் எந்தவித எதிர்ப்புமின்றி, தட்டாமல் செய்வதாலோ என்னவோ, அவனுக்கு அவள் சீக்கிரமே அலுத்து விடுகிறது. பெரும்பாலும் அவன் அவனது பாலியல் தேவைகளை வெளியிலேயே பார்த்துக் கொள்கிறான். இவளை எப்போதாவது போனால் போகிறதென்று தொடுவான். அப்போதும் அவளின் விருப்பம் பற்றி துளி கவலைப்படமாட்டான்.

அது தான் விதிக்கப்பட்ட வாழ்க்கையோ என நம்பிக்கொண்டு இத்தனை காலம் அவனின் மனம் கோணாமல் அவனுக்குப் பிடித்த மாதிரி தன்னைத் துளியும் மதிக்காமல் அவனோடு இருந்து வருகிறாள். பாலியல் வறட்சியில் அவள் மனது தவிக்கிறதுகூடத் தெரியாமல் அந்த வாழ்வைக் கடத்திக் கொண்டு இருக்கிறாள்.

இந்தத் தருணத்தில் ஒரு இளைஞன். மிகவும் வசதியானவன். அவனின் தந்தை அரசியல்வாதி. அவன் திவ்யாவின் கணவனோடு பார்ட்னர்ஷிப்பில் ஒரு பிசினஸை ஆரம்பிக்கிறான். இன்கம்டாக்ஸ் காரணங்களுக்காக அந்தப் பிசினஸை திவ்யாவின் பெயரில் கணவன் வைத்துக் கொள்கிறான். அதனால் அந்த இளைஞன் அவளிடம் அக்ரிமென்டில் கையெழுத்து வாங்க வருகிறான். அப்போது

திவ்யாவின் கணவன் சரத் தன் பிசினஸ் பார்ட்னர் ரவிக்கு அவளை சிலீப்பிங் பார்ட்னர் என்று புன்னகைத்தபடி அறிமுகப்படுத்துகிறான்.

அந்த நேரத்தில், அவளின் கணவன் அவளை ஒரு அடிமையைப் போல நடத்துகிறதை பார்த்ததும் அவனுக்குப் புரிந்து விடுகிறது. நிச்சயமாக அவனை அவளுக்குப் பிடிக்காது என்கிற விசயம். இவன் அவளை ஒரு பொருட்டாகவே மதிக்க மாட்டேன் என்கிறான் என்கிற எண்ணம், அவனை அவள் பால் ஈர்க்கிறது.

அவள் அந்த ஒப்பந்தப் பத்திரத்தில் கையெழுத்திட ஒரு சிறிய தலையனையை எடுத்து முட்டுக் கொடுக்கிறான். காரணம், அவளின் விரல் சமையல் செய்யும் போது வெட்டுப்பட்டு விட, பேன்டேஜ் சுற்றியிருக்கிறாள். அதற்கு வலிக்கக் கூடாது என்பதற்காகவே அவன் அவளுக்கு அந்தத் தலையணையை வைத்து உதவுகிறான். அவள் அவர்களுக்கு பஜ்ஜி பரிமாறுகிறபோது, 'இவளோட உலகமே சமையலறை தான்.. சமையலறை ராணி' என்கிறான் கணவன். வந்தவனோ, அவளை அருகில் அமர வைத்து மற்றொரு பிளேட்டில் இரண்டு பஜ்ஜியும் சாசும் எடுத்து வைத்து அவளைச் சாப்பிட சொல்கிறான். அது அவள் இது நாள் வரை அறிந்திராத கரிசனம்.

ஒரு நாள் அவனின் திருமணப் பத்திரிகையை தருவதற்காக அவள் வீட்டிற்கு வருகிறான். அப்போது அங்கே அவள் கணவன் இல்லை. அவளிடம் தருகிறான். அவள் அவனுக்காக தேநீர் தயாரிக்கிறாள். அவன் பேசிக்கொண்டே அவளின் சமையல் அறை வந்து அவளை அவளின் திறமையை, அழகை வர்ணித்துக் கொண்டே, முன்னால் விழும் அவளின் கூந்தலை எதார்த்தமாய் ஒதுக்கிவிட்டபடி, நீங்க யாரையும் காதலிக்கலாம். அதுக்கான அத்தனை அழகும், அன்பும், அறிவும் உங்ககிட்ட இருக்கு என்கிறான். அவளுக்குள் திக்கென்றிருக்கிறது.

அதற்கு எப்படி எதிர்வினை ஆற்றுவது என்று தோன்றவில்லை. அவன் அவள் கேசத்தில் இருந்த கிளிப்பை எடுத்து விட, அவள் கேசம் படர்ந்து விரிகிறது. அந்த எதிர்பார்த்திராத கணத்தில் அவளுக்கு என்ன நடக்கிறதென்றே தெரியவில்லை. அவள், அவர் வந்த பிறகு வாருங்கள் என்று சொல்லிக் கொண்டிருந்தாலும், அவள் மனது அவள் வசமில்லை. அந்த இடைப்பட்டவெளியில் அவன் அவளை லாவகமாக, தன் அணைப்பிற்குள் கொண்டு வந்தவனாய் சட்டென அவளின் உதடுகளில் அழுத்தமாக முத்தமிடுகிறான். தன்னை நம்பும்படிச் சொல்கிறான். அவளால் அதற்கு மேல் பெரிதாக எதிர்ப்புக் காட்ட முடியவில்லை. அவளின் எதிர்ப்புகள் அங்கே எடுபடுவதுமில்லை. அவன் ஆவேசமாய் அவளை அணைக்கிறான். அப்படியே அள்ளிக்கொண்டு படுக்கையறை சென்று காமத்தின் விடுபட்ட அத்தனை பாடங்களையும் அவளுக்கு அறிமுகப்படுத்துகிறான். காம சூத்திரத்தில் சொல்லப்பட்டிருக்கிற உறவிற்கு முன்பான சரசம், உறவு, உறவிற்கு பின்பான சரசம் என்று அவன் அவளிடம் அத்தனையையும் பிரயோகிக்கிறான்.

அவள் ஒரு நாளும் பாலுறவில் இத்தனை மகிழ்ச்சியை அனுபவித்ததில்லை. அது அவளுக்கு முற்றிலும் புதிய அனுபவமாக இருக்கிறது. தன்னுடைய கணவன் ஏன் இப்படி ஒரு போதும் நடந்து கொள்வதில்லை என்று முதன்முதலாக நினைக்கிறாள். அன்பென்கிற விசயம் இல்லாமல் போகிற போது, இயந்திரமயமாகி விடுவதென்பது இங்குள்ள உறவுகளின் நியதியோ என்று அவளுக்குத் தோன்றுகிறது. அந்த உறவு சில முறைகள் தொடர்கிறது.

ஒரு முறை கணவனின் உதவியாளன் அந்த பார்ட்னர் இங்கே வந்து போவதை கவனித்ததாக அவனின் காதில் போட்டு விட, அவன் திவ்யாவிடம் விசாரிக்கிறான். திவ்யா அவனுக்கு தன்னைப் பிடிப்பதாகவும், தனக்கும் அவன் நடந்து கொள்கிற விதம்

பிடித்திருப்பதாகவும் தெரிவிக்கிறாள். உடனே அவன், சற்றே அலட்சியமாய், அவன் நினைத்தால் அழகழகான பெண்கள் வரிசையில் வந்து நிற்பார்கள். போயும்போயும் உன்னையா அவன் தேடி வரப் போகிறான்? என்கிறான். உடனே அவளுக்கு எங்கேயோ உடைத்துக் கொண்டு வந்து விடுகிறது.

அந்த வேதனையில் இருக்கிற போது, கணவனின் பார்ட்னர் அவளை அழைக்கிறான். அவள் மனநிலை சரியில்லாததால், அந்த ஃபோனை கட் செய்கிறாள். உடனே அவனின் ஆணாதிக்க மனோபாவம் நட்டுக்கொண்டு வந்து விடுகிறது. அவன் ஒரு சொகுசான வியாபாரி. அதனால், அவளுக்கே தெரியாமல் அவர்கள் நெருக்கமாக இருந்ததை செல்ஃபோனில் வீடியோ எடுத்து வைத்திருந்ததை, உடனே அவளுக்கு அனுப்புகிறான். அவள் அதிர்ச்சியடைகிறாள். ஒரு சுவாரஸ்யத்திற்காகத் தான் என்று அலட்சியமாகப் பதிலளிக்கிறான்.

அவளுக்கு அவனின் போக்கு அந்த நொடியிலிருந்து பிடிப்பதில்லை. மனதிலிருந்து உடனே அவனை கத்தரித்து விடுகிறாள். அவளுக்குள் எத்தனை மென்மை இருக்கிறதோ, அந்த அளவிற்கு வன்மையும் ஒளிந்திருக்கிறது என்பது அதுவரை அவளுக்கே தெரியாமல் தான் இருந்திருக்கிறது.

இப்போதும் திவ்யாவின் கணவன் அவளுக்கு மனோவியாதி வந்திருப்பதாக நினைக்கிறான். தன்னை இப்போதும் யாராவது ரசிப்பதாக கற்பனை செய்து கொள்கிற வியாதி என்று சொல்லி அவளைக் கிண்டலடிக்கிறான்.

உடனே அவள் அந்த வீடியோவை காட்டுகிறாள். அவன் அப்படியெல்லாம் உறைந்து போய் விடவில்லை. அவனின் அகங்காரம் தட்டி விடப்படுகிறது. உனக்கு மாசம் ஒரு தடவை

குலசேகர் 147

குடுக்கற செக்ஸ் போதலையா.. வா.. திகட்டத் திகட்டத் தரேன் என்று வக்கரிப்போடு கத்தியவன், அவளை அவளின் விருப்பம் இல்லாமலேயே வன்மத்தோடு புணர்கிறான். அவள் வேதனையில் துடிக்கிறாள்.

மறுநாள் மகளிர் காவல் நிலையத்தில் இது குறித்து புகார் தருகிறாள். அங்கே வரும் கணவன் சரத் அதிர்ந்து போகிறான். பெண் இன்ஸ்பெக்டர் ஐ.பி.சி செக்சன் 498-H அவன் மீது போடப்பட்டிருப்பதாகச் சொல்கிறாள். அவன் காரணம் கேட்கிறான். மேரிட்டல் ரேப்.. மனைவியின் ஒப்புதல் இல்லாமல் பலவந்தமாக அவளோடு செக்ஸ் வைத்துக் கொள்வது மற்றும் டொமஸ்டிக் வயலென்ஸ் என்கிறாள்.

அப்போது திவ்யா, 'கணவன் என்கிற போர்வையில் கடந்த இருபது வருடங்களில் மாதம் ஒரு முறையாவது என்னை ரேப் செய்திருக்கிறார்' என்கிறாள். அவன் இதை எதிர்பார்க்கவில்லை. வால் தானாக உள்ளிழுத்து கொள்கிறது. சமாதானமாகப் போவதாகச் சொல்லி, அவளை அழைத்து வருகிறான்.

அவளுக்கு மனநிலை பிறழ்வு ஏற்பட்டிருப்பதாகவே அவனுக்குத் தோன்றுகிறது. சைக்கிரியாட்ரிஸ்ட்டைப் பார்க்கலாம் என்கிறான். சைக்கிரியாட்ரிஸ்ட் எனக்குத் தேவையா, உங்களுக்குத் தேவையா? என்கிறாள். அவன் உறைந்து போகிறான்.

அப்போது அவர்கள் வீட்டிற்கு கடுகடுப்போடு கணவனின் பார்ட்னர் ரவி வருகிறான். அவனுக்கு ஏற்பாடாகியிருந்த திருமணம் நின்று விட்டதாகவும், அத்தனைக்கும் காரணம் உன் மனைவி தான் என்றும் அவளைப் பார்த்துச் சீறுகிறான். அவள் கையில் வைத்திருக்கிற கத்தியில் ஆப்பிளை வெட்டி சுவைத்தபடி, 'நீ எனக்குத் தெரியாம வீடியோ எடுத்ததுமில்லாம, டெலீட் பண்ண மாட்டேன்னு

சொல்லி, மிரட்டணும்னு நெனச்செ.. அதான் அந்த வீடியோவை உன்னை கல்யாணம் பண்ணிக்க இருந்தவளுக்கு அனுப்பி வச்சேன்.. இதோட அந்த வீடியோவை டெலீட் பண்ணிட்டு, போய்கிட்டே இரு..' என்கிறாள்.

அவன் அந்த வீடியோவை அவளுக்கு வேண்டியவர்களுக் கெல்லாம் அனுப்பி, அவளை அசிங்கப்படுத்தாமல் விடமாட்டேன் என்கிறான். உடனே அவள் 'இதோட விட்டேன்னு சந்தோஷப்படு.. இன்னும் என் விசயத்தில வாலாட்டுன, இந்த வீடியோவை எல்லா அரசியல்வாதிகளுக்கும் அனுப்பி வைப்பேன். உன் அப்பா எம்.எல்.ஏ தான? உடனே அந்தாளு பதவி பறிபோயிடும் தெரியும்ல..' என்கிறாள்.

அவன் வாயடைத்துப் போகிறான். முதன் முதலாக சாது மிரண்டு விட்டதை உணர்கிறான். அத்தனை உக்கிரத்தை, அத்தனை சீற்றத்தை, அத்தனை சூட்சுமத்தை, அத்தனை தந்திரத்தை அவன் ஒரு பெண்ணிடமிருந்து எதிர்கொள்வது அதுவே முதல் முறை.

அவன் அவளை பார்த்து,'உனக்கு அசிங்கமாவே இல்லையா?' என்கிறான். 'தப்பு செஞ்ச நீயே அசிங்கப்படலை.. அப்புறம் நான் எதுக்கு அசிங்கப்படணும்.. அசிங்கம்னா அது ரெண்டு பேருக்கும் தானெ.. உனக்கில்லாத அசிங்கம் எனக்கு மட்டும் எங்கயிருந்து வந்துச்சாம்' என்கிறாள்.

அவன் அதற்குப் பிறகு எதுவும் பேசவில்லை. அவள் முன்னாலேயே அந்த வீடியோவை டெலீட் செய்து விட்டு அங்கிருந்து வெளியேறுகிறான்.

ஊமையாய் அத்தனையையும் வேடிக்கை பார்த்துக் கொண்டிருந்த கணவனைப் பார்த்து, 'இனிமேல் என்னை நீ எப்பவுமே தொடக் கூடாது.. இன்னிக்கி டைன் அவ்ட்.. எனக்கு இந்த நாளைக் கொண்டாடணும்' என்றபடி வெளியேறுகிறாள்.

உணர்வுகள் மதிக்கப்படாதவொரு உச்ச தருணத்தில், அவள் பெண் உடல் தடை அரசியலிலிருந்து முழுமையாக விடுபட்டு விடுகிறாள்.

அவளுக்கு உடம்பு இப்போது ஒரு தடையாக இல்லை. அவளின் வளர்ச்சிக்கு முட்டுக்கட்டையாக அவளின் உடம்பை முன்னிறுத்திய ஆணாதிக்க சமுதாயத்தின் தந்திரம் இனி அவளிடம் எடுபடப் போவதில்லை.

அந்தப் புள்ளியில், அவள் உடம்பாலும், மனதாலும் பரிபூரண சுதந்திரம் கொண்டு விட்ட மனிதியாகத் தன்னை உணரத் துவங்குகிறாள்.

புல்புல் சிங்ஸ்

12

இது ஒரு அஸ்ஸாமியப் படம். மிகக் குறைந்த செலவில் உருவாக்கப்பட்டிருக்கிற படம். இதன் நாயகி புல்புல். புல்புல் பறவை பாடுவதற்கென்றே பிறந்த பறவை. எப்போதும் கானம் பாடிக் கொண்டே இருக்கும். அத்தனை இனிமையான சாரீரம் அதற்கு உண்டு. அந்தச் சிறிய பறவையின் சிறப்பம்சம் அது தான். அது தன் கானத்தால் கேட்பவரையெல்லாம் கிரங்கடித்து விடக் கூடியது.

இதில் வரும் முக்கிய கதாபாத்திரங்களை முதலில் பார்க்கலாம். புல்புல். பதினாறு வயதுப் பெண். பிளஸ் டூ படிக்கிறாள். அவளின் அப்பா ஒரு நாட்டுப்புறப் பாடகர். அவர் அங்கே நாயனம் முதலான வாத்தியங்களும் வாசிப்பார். அப்படியாக வருகிற சொற்ப வருமானத்திலேயே அவர்களின் வாழ்க்கை பயணிக்கிறது. புல்புல் பருவ மங்கை. தோற்றப்பொலிவு கொண்டவள். அவளின் கெண்டங்கால் வரை அவளின் சடை எப்போதும் பரதநாட்டியம் ஆடிக்கொண்டே இருக்கும். அவளின் கண்கள் மிகவும் கூர்மையானவை. அவள் பால் பேதம் பார்க்காமல் இயல்பாக, கலகலப்பாக, வெள்ளந்தியாகப் பழகக் கூடியவள். அவளுக்கு, தான் ஒரு பாடகியாக வேண்டும் என்கிற நினைப்பு இருக்கிறது. தன் அப்பாவால் முடியாததை, தான் சாதித்து அவருக்கு கௌரவம் சேர்க்க வேண்டும் என்கிற ஆசை இருக்கிறது. அதனாலேயே அவளை அப்பா பாட்டு கற்றுக் கொள்ளவும் அனுப்பி வைக்கிறார்.

அது ஒரு குக்கிராமம். அவளின் பக்கத்து வீட்டில் அவளின் தோழி கங்கா இருக்கிறாள். அவளின் அம்மா ஒரு தேநீர் மற்றும் சிற்றுண்டி விற்கிற கடை வைத்து இருக்கிறாள்.

கங்கா தவிர புல்புல் உடன் ஒரு தோழன் இருக்கிறான். அவனும், அவளும், கங்காவும் சிறுபிராயத்திலிருந்தே ஒண்ணுமண்ணாக சுற்றித் திரிந்தவர்கள். அவர்களுக்குள் எந்த ரகசியமும் கிடையாது. காட்டுச் செடிகள் போல இயல்பாக அவர்களின் நட்புலகம் விசாலமாக,

அடர்த்தியாக வளர்ந்திருக்கிறது. அவர்கள் அங்குள்ள அரசுப் பள்ளிக்கூடத்திற்குச் சென்றுவிட்டு திரும்புகிற வழியில் காட்டுப்பாதையில் ஆடிக்கொண்டும், பாடிக்கொண்டும், அரட்டையடித்துக்கொண்டும், மரங்களில் ஏறி உட்கார்ந்து கொண்டும், குளத்தில் குதித்துக் கொண்டும், ஊஞ்சலில் ஆடிக்கொண்டும் என குதூகலித்திருக்கிறார்கள். புல்புல் மற்றும் அவளின் ஆண் நண்பனும் ஒன்றாக புல்வெளிகளில் வானம்பார்த்தபடி படுத்திருப்பார்கள். அன்பின் மிகுதியில் கட்டிக் கொள்வார்கள். ஆனாலும், அவர்கள் காதலர்கள் இல்லை என்பது நமக்கு பஷ்டமாக புரியும். அவர்களுக்கு இடையே அற்புதமான நட்பு இழையோடியிருக்கும்.

இந்தத் தருணத்தில், ஒரு மாணவன் புல்புல் -ஐ விரும்புவதாகச் சொல்கிறான். அவளுக்கும் அவனைப் பிடித்திருக்கிறது. அவனைக் காதலிக்க ஆரம்பிக்கிறாள்.

ஒரு நாள் பள்ளிக்கூடம் விட்டு வருகிற போது, காட்டுப் பாதை வழியாகத் திரும்பி வந்து கொண்டிருக்கிறார்கள். அப்போது, புல்புல்லும் அவளின் காதலனும் தனியாக ஒதுங்கி, காதலிக்க ஆரம்பிக்கிறார்கள். கங்காவும், புல்புல்லின் நண்பனும் அவர்களுக்கு காவல் இருக்கிறார்கள்.

அவர்கள் முத்தமிட்டுக் கொள்ள யத்தனிக்கையில், அந்தப் பக்கமாக வருகிற நான்கைந்து முரட்டு இளவட்டங்கள் அதைக் கவனித்து அவர்கள் நான்கு பேரையும் மிருகத்தனமாக அடித்துத் துவைக்கிறார்கள். அவர்கள் லவ் ஜிகாத் அமைப்பை ஒத்தவர்கள். கலாச்சாரக் காவலர்களென தங்களைத் தாங்களே நியமித்துக் கொண்ட சட்டாம்பிள்ளைகள். அவர்கள் வைத்தது தான் அங்கே கலாச்சாரம்.

அப்படி வக்கரித்துப்போன மனங்களின் வெளிப்பாடாக மாரல் போலிசிங் செய்கிறவர்கள். அசிங்க அசிங்கமாக பேசுகிறார்கள். புல்புல்லைத் தான் அதிகமாக அடிக்கிறார்கள். சந்தர்ப்பத்தைச் சாதகமாகப் பயன்படுத்திக் கொண்டு, பாலியல் அத்துமீறலிலும் ஈடுபடுகிறார்கள். அடித்து இழுத்துக்கொண்டு போய், அவர்களின் பெற்றோர்களிடம் நிறுத்தி, புத்தி சொல்லச் சொல்கிறார்கள்.

அவளைக் காதலித்த இளைஞன் ஒரு வார்த்தை பேசாமல் பேயறைந்தவன் மாதிரி நிற்கிறான். அப்போது தான் தெரிகிறது. அவர்கள் வெவ்வேறு சாதியைச் சேர்ந்தவர்களாக இருக்கக் கூடும் என்பது.

பள்ளியிலும் அவர்கள் ஊர் சுற்றப் போன போது எதற்காகப் பள்ளிச் சீருடையோடு போனீர்கள்? அது இந்தப் பள்ளிக்கு அவமானமாகப் போய்விட்டதாக அரற்றுகிறார்கள். உண்மையில் அப்படி எந்தத் தவறும் நடந்து விடவில்லை. அது ஒரு இயல்பான விசயம். அதை பட்டும்படாமல், கண்டும்காணாமல் கடந்து போயிருந்தால் அவர்களே அதை அதற்கு மேல் பெரிதாக எடுத்துக் கொண்டிருந்திருக்க மாட்டார்கள்.

ஒரு ஆர்வத்தில் அந்தப் பருவத்தில் இப்படியெல்லாம் முயற்சித்துப் பார்ப்பது என்பது எல்லோர் வாழ்க்கையிலும் நடக்கிற ஒன்று தான்.

ஆனால், அதே நபர்கள் பெற்றோர்களான பிற்பாடு இறுக்கமாகி விடுகிறார்கள். பழையதை முற்றாக மறந்து போய் விடுகிறார்கள். நேர் எதிராக அவர்களின் மனநிலை மாறி விடுகிறது. புதிய சமூகம் அமைக்க எண்ணியிருந்த மனது, பெற்றோர்களானதும் பழைய சமூகத்தின் நியதிகளுக்கு, துதி பாட ஆரம்பித்து விடுகிறது.

இந்த நிலையில் கங்காவின் அம்மா, கங்காவை ஊர் மக்கள் இப்படி அவமானப்படுத்தியதால், நடக்கிற கொஞ்சநஞ்ச வியாபாரமும் பாதிக்கப்படும் என்கிற காரணத்தினால், பதறிப் போகிறாள். ஊர் மக்கள் அவர்களை அவமதிக்கையில், அவளின் இயலாமை பொத்துக்கொண்டு வருகிறது. ஆத்திரத்தில், அவள் கங்காவை மிகவும் மோசமான வார்த்தைகளால் திட்டி விடுகிறாள். மனது கேட்காமல் தனக்குள்ளேயே மருகும் கங்கா அந்தத் தாமரைக் குளத்திற்குள் மூழ்கி தற்கொலை செய்து கொள்கிறாள்.

இதன் பிறகு, புல்புல்லை தேடிக்கொண்டு மன்னிப்பு கேட்பதற்காக அவளின் காதலன் வருகிறான். ஆனால், அவள் அவனைச் சந்திக்க விரும்பவில்லை. தன் நண்பனிடம் சொல்லி அவனை இனிமேல் என்னைப் பார்க்க வர வேண்டாம் என்றும், அவரவர் பாதையில் செல்வதே உசிதம் என்றும் சொல்லி விடும்படி தீர்மானமாய் சொல்கிறாள்.

புல்புல்லிற்கு வாழ்க்கை அந்த இளம்பிராயத்திலேயே புரியத் தொடங்கி விடுகிறது. இந்தச் சமுதாயத்தில் பெண்களை எந்த அடுக்குகளில் வைத்திருக்கிறார்கள் என்பது தெளிவாகவே புரிகிறது.

இப்போது தன்னுடைய வீட்டிலேயே கூட பெரிதாக ஆதரவற்றிருக்கிற புல்புல்லை தன் மகளாகவே பாவிக்க ஆரம்பிக்கிறார் கங்காவின் அம்மா. அவளுக்கு கங்கா இப்படி அகால மரணம் அடைய, தான் தான் காரணம் என்கிற குற்றவுணர்வு. அதன் காரணமாக அவள் அறியாமையில் ஊர் செய்தது மாதிரியே தானும் தன் மகளின் வாழ்வில் மண் அள்ளி போட்டு விட்டதாக நினைக்கிறாள்.

இங்கே திருந்த வேண்டியவர்கள் குழந்தைகள் அல்ல. பெற்றோர்கள் தான் என்று அவளுக்குத் தோன்றுகிறது. கங்காவின்

அம்மா புல்புல்லிடம் சொல்கிறாள். ஊரைப் பற்றிக் கவலைப்படாதே. அதை ஓரத்தில் போடு. உன் பாடகியாகிற கனவை பட்டை தீட்ட ஆரம்பி. தான் கடைசி வரை துணை நிற்கிறேன் என்கிறாள். அவளின் இசை யாகம் உத்வேகத்தோடு தொடங்க ஆரம்பிக்கிறது.

கதை என்று பார்த்தால் ஒரே ஒரு சம்பவம். அவ்வளவு தான். பெண் உடல் தடை அரசியலை பதினாறு வயதிலேயே புல்புல் அந்த காட்டுமிராண்டித்தனமான சம்பவத்தின் மூலம் உணர்ந்து கொள்கிறாள்.

அந்த அடிப்படைவாதக் கும்பல் அவர்கள் காதலித்ததற்காக அவளைப் பிடித்து அடிஅடியென்று அடித்ததோடு, சந்தடி சாக்கில் அவளின் மார்பகங்களைக் கசக்குவதும், சடையைப் பிடித்து இழுப்பதுமென அவளைப் பாலியல் வன்கொடுமைக்கு உட்படுத்துகிறார்கள்.

பெண்ணின் நிலமை இந்தச் சமூகத்தில் இப்படித் தான் இருக்கிறது என்பதை அந்தப் பதின்பருவப் பெண் உணர்ந்து கொள்கிற தருணத்தில் அவள் முழுமையாக உறைந்து போகிறாள். அவளுக்குள் ஒரு வைராக்கியம் சுடர ஆரம்பிக்கிறது. எப்படியும் பெரிய பாடகியாகி இதே ஆசாமிகள் புருவம் உயர்த்துகிற மாதிரி உயர்ந்து காண்பிக்க வேண்டும் என்கிற தீர்மானத்தோடு, தன்னுடைய இலக்கை நோக்கிய பயணத்தைத் தொடங்குகிறாள்.

அந்தச் சம்பவம் மட்டும் அவளுக்குள் ஒருவித மனத்தடையாகவே பதிந்து விடுகிறது. அது எப்போது அவளை விட்டு நீங்கும் என்பது தெரியாது. ஆனால், அவள் பதினாறு வயதிலேயே முப்பது வயதுப் பெண்ணின் பக்குவத்தை எட்டி விட்டாள். அந்தச் சம்பவத்தின் மூலம், ஆணாதிக்கச் சமுதாயம் பெண்களை எப்படியெல்லாம் நடத்தும் என புரிந்து கொண்டு விட்டாள். அவளுக்கு அவளின் பொறுப்பு புரிந்து

விட்டது. அவளின் களங்கமில்லாத இதயத்தில் இந்த ஆபாசமான ஆணாதிக்கச் சமூகம் நிறைய கல் எறிந்து விட்டது. அவள் அவளின் உயிர்த் தோழியை அதற்கு விலையாக கொடுக்க நேர்ந்து விட்டது. தவறேதும் செய்யாமலேயே, தண்டிக்கப்பட்டாகியும் விட்டது.

இனி இழப்பதற்கு எதுவும் இல்லை. அடைவதற்கே அத்தனையும் இருக்கிறது. நிச்சயம் ஒரு நாள் எண்ணிய உயரத்தை அடைவேன். இந்த வெட்டிக் கும்பல்களின் பின்தங்கிய மனநிலையை இங்கிருந்து விரட்டியடிப்பேன் என்று மனதிற்குள் வஞ்சினம் பூண்டு கொண்டவளாய், நம்பிக்கையோடு தன் பாதையில் அடியெடுத்து வைக்கத் தயாராகிறாள்.

இந்தச் சமூகத்தில், அதுவும் பெரியதாக வளர்ச்சியை எட்டாத கிராமப்புறங்களில் பெண் குழந்தைகள் இரண்டாம் பட்சமாகவே இன்னும் பார்க்கப் படுகிறார்கள். அங்கே காதலுக்கான கதவுகள் சாத்தியே இருக்கின்றன. அதுவும் பெண் பிள்ளைகள் என்றால் அந்தக் கதவுகள் மூர்க்கமாகச் சாத்தப்படுகின்றன. பெண் பிள்ளை காதலிக்கத் தகுதி அற்றவளாகவே கருதப்படுகிறாள். அவள் தனக்கென பிரத்யேக விருப்பங்கள், அபிலாசைகள், வேட்கைகள், இலக்குகள் கொண்டிருப்பதென்பது அபவாதமாகவே பார்க்கப்படுகிறது.

கங்காவின் அம்மா தன் மகள் விடுமுறை நாளில் உல்லாசமாக தோழர், தோழியரோடு காட்டு வெளிகளில் சுற்றித்திரிந்து வந்ததற்காக அவளை அத்தனை சுடுசொற்களால் தாக்கவில்லை. உண்மையில், அவளின், அவர்களின் வாழ்வாதாரத்தில் அந்த பிற்போக்கான சமூகம் இதன் நிமித்தம் பாதிப்பை ஏற்படுத்தக் கூடும் என்கிற அச்சமே அவளுக்குள் கோபமாக, இயலாமையாக வெடிக்கிறது.

அவள் அந்தப் பதட்டமான தருணத்தினாலேயே தன்னிலை இழக்கிறாள். சொல்லக்கூடாத வசைகளை தன் மகள் கங்கா மீது

குலசேகர் 157

பிரயோகிக்கிறாள். உண்மையில் எந்த எந்த வார்த்தைகளை, அந்த கட்டிதட்டிப்போன சமூகத்தின் பிரதிநிதிகளாக வலம் வருகிறார்களோ அவர்கள் மீது பிரயோகிக்க நினைத்தும், பிரயோகிக்க முடியாத அத்தனை வார்த்தைகளையுமே, அவள் கங்கா மீது பிரயோகிக்கிறாள்.

தன் அம்மாவிற்கு தான் ஒரு சுமையாக இருக்கிறோமோ என ஒரு கணம் ஏற்படுகிற தடுமாற்றத்தின் விளைவாகவே கங்கா தற்கொலை முடிவிற்கு நகர்கிறாள். அதுவே அந்த தாயின் எஞ்சியகாலத்திற்கான வைராக்கியமாக, முன்னோக்கிய சிந்தனையாக உருக்கொள்ள காரணமாகிறது. அதனாலேயே புல்புல் -ஐ மானசீக மகளாக சுவீகரித்துக் கொள்கிறாள். அவளின் அத்தனை விருப்பங்களையும் நிறைவேற்ற பக்கபலமாக இருப்பதென கங்கணம் கட்டிக்கொண்டு, அவளோடு ஒத்திசைந்து செயல்படத் தொடங்குகிறாள்.

திருமணத்திற்கு முன்
திருமணத்திற்கு பின்
13

கொஞ்ச வருடங்களுக்கு முன்பு வரை இந்தப் பழக்கம் இருந்து வந்திருக்கிறது. பல கிராமங்களில் இப்போதும் கூட இருந்து வருகிறது. பள்ளியில் படித்துக் கொண்டிருக்கிற பெண், பூப்பெய்தியதும் பள்ளிகளில் இருந்து நிறுத்தப்படுவாள். அவள் எத்தனை பிரமாதமாகப் படிப்பவளாய் இருந்தாலும், அவளின் படிப்பு அதோடு முற்றுப்புள்ளி பெற்று விடும்.

அதுவரை, தெருக்களில் சிறுவர்களும், சிறுமியர்களுமாய் விகல்பமின்றி அத்தனை விளையாட்டுகளையும் கூடி விளையாடி இருந்திருப்பார்கள். ஒரு பெண் வயதுக்கு வந்து விட்டால் போதும், அதோடு அவள் சிறுவர்களிடமிருந்து கூட பிரித்து வைக்கப்படுவாள். அவளின் தலைக்குள் அந்தக் கணத்தில் இருந்து பலவிதமான கருத்துகள் அவளுக்குள் திணிக்கப்படுகின்றன. கட்டுப்பாடுகள், நிபந்தனைகள் அறிவிக்கப்படுகின்றன. அந்தப் புள்ளியிலிருந்து வாழ்நாள் முடிகிறது வரை ஏதோ ஒரு வகையான சிறைக்கம்பி இல்லாத சிறை வாழ்க்கையையே மேற்கொள்கிறாள்.

அப்படி அவளுக்குள் அந்தத் தருணத்திலிருந்து என்னதான் நடந்து விடுகிறது? அவளின் பாலுறுப்பு வளர்ச்சியடைந்து அதன் இயக்கத்தைத் தொடங்குகிறது. அதன் காரணமாக அவளுக்குள் எல்லாப் பெண்களுக்கும் போல மாதாமாதம் ஒரு கரு முட்டை அவளின் கருப்பையிலிருந்து முதிர்ச்சியடைந்து கருப்பைக்கு நகர்கிறது. இணை சேர்ந்து ஆணின் உயிரணுவோடு சேர்ந்து மனித சந்ததிகளைப் படைப்பதே அந்தக் கரு முட்டையின் நோக்கம்.

அதற்கு அந்தப் பெண் முறையாகத் தயாராகாத போது, அப்படி மாதாமாதம் கருப்பையில் வந்து காத்திருக்கிற கரு முட்டை அதைச் சுற்றி உருவாக்கி வைத்திருக்கிற மெல்லிய திரையை உடைத்துக் கொண்டு வெளியே வருகிறது. காரணம், அந்தக் கரு முட்டை

கருப்பைக்கு வந்து விட்டால் அதன் ஆயுள் ஒரு மாத காலம் தான். அதற்குள் அது கருவாக மாறாதபட்சம் வெளியேறி விடுகிறது.

அப்போது அதனால் கொஞ்சம் உதிரப்போக்கு ஏற்படுகிறது. அதனால் தான் அந்தக் காலக்கட்டத்தில் பெண்கள் சேனிடரி நாப்கின்களை அணிகிறார்கள். அது அந்த உதிரத்தை உறிஞ்சி வைத்துக் கொள்கிறது. இந்த உதிரப்போக்கு மூன்று நாட்களில் படிப்படியாகக் குறைந்து நின்று விடுகிறது. இது ஒரு இயற்கையான விசயம்.

இதை வைத்துக்கொண்டு தான் ஆணாதிக்க சமுதாயம் பெண்களை அடக்கி ஒடுக்கி வீட்டிற்குள், சமையலறைக்குள் சிறைப்பிடிக்க ஆரம்பித்தது. இது குறித்து எத்தனை எத்தனை அறியாமைகள்? எத்தனை எத்தனை மூடநம்பிக்கைள்? எத்தனை எத்தனை அடக்கு முறைகள்? எத்தனை எத்தனை சொல்ல வொண்ணா துயரங்கள்? எத்தனை எத்தனை தாழ்த்துதல்கள்?

இந்த இடத்தில் ஒரு கதை சொல்லத் தோன்றுகிறது. உலகத்திலேயே ஆபாசப் படுத்தவே முடியாத முதல் செக்ஸ் கதை என்றும் இதைச் சொல்லலாம். பாலியல் கல்வியின் பாலபாடம் என்றும் கூட சொல்லலாம்.

மொட்டு மலர்கிறது. மலர்ந்ததும் அதில் தேன் சுரக்கிறது. அதை தேன் என்று கூட சொல்ல முடியாது. அதை ஆங்கிலத்தில் நெக்டார் அல்லது இனிப்பு திரவம் என்று அழைப்பார்கள். அதை பெரும்பாலும் சுரப்பது மலரின் இதழ்கள், ஆந்த்தர் பகுதிகளில் உள்ள சுரப்பிகள், அதை உறிஞ்சி வயிற்றுக்கு அனுப்பும். அங்கே ஒரு என்ஸைம் சுரக்கும். அது அதைத் தேனாக மாற்றும். அந்தத் தேனை கொண்டுபோய் அடையில் உள்ள மற்ற வீட்டுத் தேனீக்களின் வாய் வழியாக அதன் வயிற்றுக்கு அனுப்பும். அதே ரசாயன மாற்றம் அங்கேயும் நடக்கும். இப்படி ஒவ்வொரு தேனீயாக அது மாற்றப்பட்டு முடிவில் தேனாக மாறும்.

அப்போதும் அதில் சிறிதளவு தண்ணீர்ச் சத்து இருக்கும். அதனால் அந்தத் தேனை தேன் கூடுகளில் உள்ள அறைகளில் சேமித்து காற்றோட்டமாக வைக்கும். அதன் மூலம் அந்த தேனிலுள்ள நீர் முழுவதும் ஆவியாகி, சுத்தமான தேன் உண்டாவதோடு, அதே ஆவியாதல் செயல்பாட்டின் மூலம் தேன்கூடு இயற்கையிலேயே ஒரு ஏ/சி எஃபெக்ட்டை அங்கே உருவாக்கிக் கொள்கிறது.

சிறுபிராயத்தில் தும்பைப் பூவை, செடியிலிருந்து பிடுங்கி அதன் அடிப்பகுதி வழியாக உறிஞ்சினால் ஒருவிதமான இனிப்பு திரவம் இருக்கும். அது தேன் கிடையாது. தேனாவதற்குத் தேவையான மூலப்பொருள். ஆனால், வேறு லெவலில் சுவையாக இருக்கும். சரி. கதைக்குத் திரும்பலாம்.

அப்படியாகச் சுரக்கிற இனிப்புத் திரவத்தை உண்ண வருகிற தேனீக்களின் கால்களில் ஏற்கனவே (முந்தைய மலரின் உபயம்) ஒட்டியிருக்கிற மகரந்தத் துகள்கள் இந்த மலரின் சூலில் ஒட்டிக் கொள்கின்றன. இப்படியாக தேனீக்கள் தன் கால்களில் ஒட்டியிருக்கிற மகரந்தத் துகள்களை அடுத்த மலருக்கு, அதன் இனிப்பு திரவத்தை அருந்த செல்கிற போது, அதன் சூலில் தன்னிச்சையாக தடவி விட்டு விடுகிறது. இப்படியாக தேனீக்கள் போன்ற பல எளிய, எடையில்லாத பறக்கும் உயிரிகள் ஒரு மலரில் உள்ள ஆந்த்தர் என்கிற ஆண் உறுப்பு உற்பத்தி செய்கிற ஆண் உயிரணுவாகிற மகரந்தத் துகள்களை அடுத்த மலரில் உள்ள ஸ்டிக்மா என்கிற பெண் உறுப்பாகிற சூலில் சேர்த்து விடுகின்றன. அப்படியாக, ஸ்டிக்மா என்கிற சூலில் உள்ள பெண் கருமுட்டையில், அடுத்த மலரில் இருந்து தேனீயின் கால்கள் வழியாக கொண்டு வரப்படுகிற ஆண் உயிரணுவாகிற மகரந்தத் துகள்கள் சேர்க்கப்படுகின்றன. அப்படி ஆண் உயிரணுவும், பெண் கரு முட்டையும் சூலில் கூடுகின்றன. அந்த முயக்கத்தின் நீட்சியாக அவை ஒன்றோடு ஒன்றாகக் கலந்து, அந்த சூலின் அடியில் உள்ள சூல் பை

அல்லது மகரந்தப் பைக்குள் சென்று உயிர்த்துடிப்பாக வளரத் தொடங்குகிறது. அதன் விளைவாக, ஒரு மலர் காயாக ஜீவிதம் கொள்கிறது. காய் கனியாகிறது.

கனியைப் புசிக்கிற பறவை அதன் விதையை தன் எச்சம் என்கிற ஊட்டச்சத்தின் மூலம் எங்கோ விதைத்து விட்டுச் செல்கிறது. அங்கே வனம் உருவாகிறது. பசுமை தளிர்க்கிறது. இப்படியாகவே ஓருயிர்த் தாவரமான செடிகளும், கொடிகளும், மரங்களும் கலவி கொண்டு, இனப்பெருக்கத்தில் ஈடுபட்டு, தங்களின் சந்ததிகளை விருத்தி செய்தபடி இருக்கின்றன.

எப்படியிருந்தது இந்த செக்ஸ் கதை. ஒரு துளி ஆபாசமில்லாமல் இந்த ஒரு அறிவு தாவரங்கள் பாலுறவு கொள்ள முடிகிறதல்லவா? தாவரங்களும், பறவைகளும் இன்னபிற விலங்குகளும் காமத்தை ஆபாசமில்லாமல் அணுக முடிகிறபோது, ஆறறிவு படைத்த மனிதர்களால் அது முடியாதா?

அங்கே மட்டும் ஏன் இத்தனை ஆபாசம்? பாலுறவு என்கிற வார்த்தையை நமது பெரும்பாலான தமிழ் சினிமாக்கள் தப்பு பண்றது என்றே மொழிபெயர்க்கப் பழக்கி வைத்திருக்கிறது.

தொன்மையான கோயில்களிலும், கலைகளிலும் கொண்டாடப்பட்ட காதலும், காமமும் எந்தப் புள்ளியில் இப்படி ஆபாசமாக பார்க்கப்பட்டது? இயல்பான ஒரு விசயம் எதனால் இங்கே இத்தனை ஆபாசப்படுத்தப்படுகிறது? கிசுகிசுவாக மாற்றப்படுகிறது? எப்போது இங்கே செயற்கையான பாலியல் வறட்சி அறிமுகப்படுத்தப்படுகிறது? அது எப்படி திட்டமிட்டு படிப்படியாக வளர்த்தெடுக்கப்படுகிறது? அதனால் அதற்கு பலவீனப்பட்டு, அடிமையாக்கப்படுகிற சமூகம் எப்படி தங்கள் உழைப்பை, பணத்தை அங்கே கொண்டு போய்க் கொட்டுகிறது? காமம் என்கிற விசயத்தை ஆழமாக யோசித்து அணுகவிடாமல்,

தட்டையாக யோசித்தால் போதுமானது என்று எது தடுக்கிறது? இதனால் யாருக்கு பெரும் லாபம் கிடைக்கிறது?

இருபதாம் நூற்றாண்டு வரை தண்ணீர் கூட விலைக்கு விற்கப் போகிறார்கள் என்று நகைச்சுவை எழுதிக் கொண்டிருந்தார்கள். அந்த நகைச்சுவை இப்போது அவல நிஜமாகி இருக்கிறது.

சென்ற நூற்றாண்டு வரை இத்தனை புதியபுதிய நோய்கள் வரவில்லை. இத்தனை மருந்துகள், தொழில்நுட்பங்கள், இத்தனை வைத்தியச் செலவுகள் வரவில்லை. இத்தனை மனஅழுத்தம் வரவில்லை. இத்தனை மனநோய்கள் வரவில்லை. இத்தனை மனநல மருத்துவர்கள் அவசியப் பட்டிருக்கவில்லை. ஒற்றை வார்த்தையில் பெரிய வணிகத்தைச் சூசகமாக நிறைவேற்றிக் கொண்டிருக்கிறார்கள். செயற்கையாக உருவாக்கப்பட்ட பாலியல் வறட்சி. அதை ஆரோக்கியமாக, இயல்பாக பார்க்கிற சக்தியை எளிய மனங்களில் இருந்து பறித்து விட்டதில், இங்கே காமமும், காதலும் ஆபாசப்படுத்தப்பட்டுக் கிடக்கிறது. ஜீவநதிகள் சாக்கடைகளாகத் திரிந்து போய் கொண்டிருக்கின்றன.

ஒரு பெண் நேரடியாக என்னிடம் சொன்னவொரு தகவல் இது. அப்போது அந்தப் பெண் பிளஸ் டூ படித்துக் கொண்டிருந்திருக்கிறாள். நன்கு தெரிந்த பெண். அந்தப் பெண்ணை அந்தத் தெருவை சேர்ந்த ஒரு நபர் கடத்திக்கொண்டு போகிறார். அந்தப் பெண்ணை ஒரு அறையில் பூட்டி வைத்து ஒரு வாரம் வன்புணர்வு செய்கிறார். பிற்பாடு கொண்டு வந்து விடுகிறார். வருகிற வழியில் உன்னைத் திருமணம் செய்து கொள்வதற்காகத் தான் இப்படிச் செய்தேன் என்கிறார். இங்கே வந்ததும், பெண்ணின் வீட்டார் காவல்நிலையத்தில் வழக்குப் பதிய தயாராகிறார்கள். அந்த பெண், ஒரே பிடியாக அந்த நபரையே திருமணம் செய்து கொள்கிறேன் என்று சொல்லி விட்டார். ஏன்? தானாகவே ஒரு பெண் அப்படிப்பட்ட

அவமானத்திற்குப் பிற்பாடும் அப்படி எப்படிச் சொல்வார்? அப்படி அவரைச் சொல்ல வைத்தது எது? இந்தச் சமூகம் ஏன் இப்படியான முடிவிற்குள் பொதுபுத்தியுள்ள சராசரிப் பெண்களைத் தள்ளிவிட்டுவிட்டு, எனக்கென்ன வந்தது என்று கண்டுகொள்ளாமல் போய்க் கொண்டே இருக்கிறது?

சென்னை அசோக்நகரில் அந்த அரசு மகளிர் பள்ளி பிரசித்தம். முன்பெல்லாம் அங்கே படிக்கிறவர்கள் அத்தனை பேரும் நூற்றுக்கு நூறு பாஸாகி விடுவார்கள் என்றொரு செய்தி உண்டு. இது பெரும்பாலான பள்ளிகளில் இப்போது தொற்றியிருக்கிற ஒரு நோய்மைக் கூறு.

அந்தப் பள்ளியைச் சுற்றியுள்ள சாலையில் ஒரு மாலை நேரத்தில் நடைபயிற்சி மேற்கொண்டிருந்தேன். அப்போது சாரைசாரையாக பள்ளி விட்டு பெண்கள் சென்று கொண்டிருந்தார்கள்.

திடீரென ஒரு கார் அங்கு வந்து நின்றது. உடனே ஒரு நபர் அந்தப் பெண்ணை என்னவோ சொல்லி காரில் திணித்துக் கொண்டு புறப்பட்டு விட்டார். உடனே அதை கண்ணுற்ற சில ஆசிரியைகள் உடனே காவல் நிலையத்திற்குத் தகவல் கொடுத்து விட்டார்கள்.

அதெல்லாம் சரி தான். அதற்கு பிறகு அவர்கள் நடந்து கொண்டது தான் சகிக்க முடியாதது. அதிர்ச்சியில் உறைந்து போய் அங்கே நின்றிருந்த வயதுக்கு வந்த பதின்பருவப் பெண்களிடம் அந்த ஆசிரியை இப்படிச் சீறினார். ‘இதுக்குத் தான்டி சொல்றது.. இப்படி அலையாதீங்கன்னு.. ஆம்பளை பையன்கிட்ட என்னடி பேச்சு வேண்டிக் கெடக்கு.. இப்ப பாத்தீங்கள்ல.. தூக்கிட்டு போயிட்டான். இப்படித் தான் ஒவ்வொருத்தியையும் எவனோ ஒருத்தன் தூக்கிட்டு போகப் போறான்.. எந்நேரமும் சிரிப்பு. ஒருத்திக்குள்ள ஒருத்தி ரகசியமா அப்படி என்ன தான் பேசிக்குவாளுங்களோ.. மூடிக்கிட்டு வீட்டைப் பாத்துப் போங்கடி..’ என்று தெரு முழுக்கக்

கேட்கிறாற்போல் சாலையில் நின்றபடியே வீட்டுக்குத் திரும்பிக் கொண்டிருந்த மாணவிகளை வசை மாரி பொழிந்து கொண்டிருந்தார்.

அடுத்த ஐந்து நிமிடத்தில் அந்தக் காரில் பெண்ணை அழைத்துக்கொண்டு போனவைனை காவல்துறை பிடித்துக் கொண்டு வந்து விட்டது.

அவன் அந்தப் பெண்ணின் தாய் மாமன். அவன் தன்னிச்சையாக இப்படியொரு காரியத்தை செய்திருக்கிறான். அந்தப் பெண்ணிற்கும், இந்தச் சம்பவத்திற்கும் எந்தச் சம்பந்தமும் இல்லை.

ஆனால், அந்த ஆசிரியை ஒட்டுமொத்த மாணவிகளின் இதயங்களிலும் இடைப்பட்ட அந்த சில நிமிடங்களுக்குள் எவ்வளவு நஞ்சைக் கலந்து விட்டார்.. ஆபாசத்தை விதைத்து விட்டார்.

இயல்பான ஒரு விசயத்தைப் பற்றி, இயல்பாக கற்றுத் தர வேண்டிய பொறுப்பில் இருக்கிற ஆசிரியை, புரிதலற்று, தன்னுடைய இயலாமையை ஆபாசமாக்கி அவர்கள் மீது கொட்டி விட்டார். இது வன்முறை இல்லையா?

இங்கே பெரும்பாலான பெற்றோர்களுக்கும், ஆசிரிய ஆசிரியைகளுக்கும் தான் முதலில் கவுன்சிலிங் மற்றும் முறையான பாலியல் கல்வி கற்றுக் கொடுக்க வேண்டிய தேவை இருக்கிறது. காரணம், அவர்கள் தானே இளைய தலைமுறையினரின் ஆளுமைப் பண்புகளை வடிவமைப்பதில் தெரிந்தோ, தெரியாமலோ முக்கியப் பங்காற்றுகிறார்கள். அவர்களே இப்படிப் புரிதலற்று, காதலை, காமத்தை ஆபாசமாகப் பார்க்கிற பார்வையோடு இருந்தால், இளைய தலைமுறையென்ன.. ஒட்டு மொத்த சமுதாயமே ஆபாசப்பட்டுத் தானே போகும்?

தலைப்பிற்கு வருவோம். திருமணத்திற்கு முன். திருமணத்திற்கு பின். இங்கே ஆண்பெண் சமத்துவம் அந்த லட்சணத்தில் தான் இருக்கிறது.

எத்தனை எத்தனை புகழ் பெற்ற, திறமையான நடிகைகள் திருமணம் ஆனதும் நடிப்புத் துறையிலிருந்து விலக நேரிடுகிறது. அது அவர்களாகவே எடுக்கிற முடிவா? அப்படியொரு முடிவை இந்தச் சமூகத்தில் எந்த ஒரு ஆண் நடிகராவது எடுத்திருக்கிறாரா?

திருமணம் செய்து கொண்டு விட்டேன். அதனால், இனிமேல் திரைப்படங்களில் நாயகனாக நடிக்க மாட்டேன். வீட்டில் இருந்து குடும்பத்தை, பிள்ளைகளை பார்த்துக் கொள்ளப் போகிறேன் என்று எந்த நடிகராவது சொல்லி இருக்கிறாரா? ஒரே ஒரு உதாரணமாவது அப்படிச் சொல்ல முடியுமா? தமிழ் நாயகிகளில் மட்டும் குறைந்தது நூறு உதாரணங்கள் சொல்லலாம்.

ஜெனிலியா, அசின், நஸ்ரியா என்று அடுக்கிக் கொண்டே போகலாம். இதில் ஷாலினி கதை ரொம்பவே ஸ்பெஷல். பிரியாத வரம் வேண்டும் படப்பிடிப்பு நிறைவடைய, ஒரு பாடல் காட்சியில் ஒரு பகுதி மட்டும் பாக்கி இருந்தது. அதற்குள் ஷாலினிக்கு திருமணம் ஆகி விட்டது. ஆனால், அவரின் கணவர் தீர்மானமாக இருந்து விட்டார். திருமணத்திற்கு பிறகு ஒரு நாள் கூட ஷாலினி நடிக்கக் கூடாது என்று. ‘அந்த ஏழு நாட்கள்’ படத்தில் என் முதல் திரையுலக குருநாதர் ஒரு வசனம் வைத்திருப்பார். என்னோட காதலி இன்னொருத்தருக்கு மனைவி ஆகலாம். பட்சே, இன்னொருத்தரோட மனைவி எனக்குக் காதலியாக முடியாது. காரணம் என்னவாக இருந்து விட முடியும்? வெர்ஜினிட்டி.

இந்த சமூகத்தில் பெண் தன் உடம்பாலேயே அளவிடப் படுகிறாள். அவளின் பாலுறுப்பைப் பாதுகாப்பதே அவளின் பிரதானக் கடமை என்று கற்பிதம் செய்விக்கபட்டிருக்கிறாள். இன்னொருவருடைய மனைவி தானே காதலியாக முடியாது. அந்த பெண் டிவோர்ஸ் பெற்று விட்டால் காதலியாக முடியும் தானே? ஆனால், இங்கே அதற்கெல்லாம் இடமே கிடையாது. கன்னித்தன்மை இல்லாமல்

போகிற போது அந்தப் பெண்ணை எப்படி மறுபடி காதலியாக ஒரு தமிழ் திரை நாயகன் ஏற்றுக் கொள்ள முடியும்?

அப்படியாகவே ஷாலினி விசயத்திலும் நடந்தது. இரண்டு நாட்கள் நடித்து கொடுத்து விட்டு வந்து இருக்கலாம் என்று தான் அவரும் நினைத்தார். ஆனால், ஆணாதிக்க சமூக மனநிலை, 'யாரோவாக நீ இருந்தபோது யாரோடு வேண்டுமானாலும் மரத்தை சுற்றி டூயட் பாடலாம். அதுவே என்னுடைய மனைவி என்கிற அடையாளத்தைப் பெற்ற பிறகு, ஒரு நொடி கூட வேறொரு நடிகரைத் தொட்டு நடிக்கக் கூடாது' என்று தடுத்து விட்டது.

இங்கே நிஜத்தை விட நிழலைக் கட்டிக் காப்பதற்காகத் தானே வாழ்நாள் முழுக்க மெனக்கெடுகிறார்கள். இமேஜ் தானே இங்கே பிரதானம். அதனால், அந்தப் படம் ஏற்கனவே ஷாலினி, குஞ்சாக்க போபன் நடிக்க மலையாளத்தில் எடுத்திருந்த பாடலில் உள்ள லாங் ஷாட் காட்சிகளை வைத்து ஒப்பேற்றி ரிலீஸ் செய்தார்கள். இப்போதும் அந்தக் காட்சி, அப்படியே ஒரு நடமாடும் சாட்சியாக அந்த படத்திற்குள் உலா வந்து கொண்டு தான் இருக்கிறது.

சுஜாதா, திருமணத்திற்கு முன்னால் சிவாஜியோடு அந்தமான் காதலி என்றொரு படத்தில் நடித்த கையோடு, அவரின் கணவரின் விருப்பத்திற்கிணங்க நடிப்பிற்கு முழுக்கு போட்டார். அற்புதமான நடிகை. அன்னக்கிளி, நூல்வேலி, அவள் ஒரு தொடர்கதை, அவர்கள், ஒரு ஊதாப்பூ கண் சிமிட்டுகிறது என்று ஏராளமான படங்களில் கலக்கி இருப்பார். கல்யாணத்தோடு நடிப்பை நிறுத்துவதாக அறிவித்தார்.

யார் செய்த புண்ணியமோ, அவருடைய கணவர் நடத்திக் கொண்டிருந்த ஊறுகாய் பிசினஸ் முழுசாகப் படுத்துக் கொண்டது. உடனே அவர் அந்தக் குடும்பத்தின் பொருளாதாரத் தேவைக்காக வேறு வழியின்றி நடிக்க வேண்டிய சூழல் வந்தபோது, அந்தக்

கணவரால் அதைத் தடுக்க முடியவில்லை. ஆனாலும், அவரை ஒரு இரும்பு கோட்டைக்குள் யாரும் தன்னை தாண்டி தொடர்பு கொள்ள முடியாதபடியே வைத்திருந்தார்.

படப்பிடிப்புத் தளத்தில் ஒரு இயக்குநரிடம் அப்படித்தான் ஒரு முறை சுஜாதா தன்னுடைய சேலையை விலக்கிக் காட்ட, கால், தொடை எல்லாம் சிகரெட்டால் சூடு போடப்பட்ட காயம் இருந்திருக்கிறது. உடனே பதறிப்போன அந்த இயக்குநர் மருந்து வாங்கி வந்து தரச் சொல்லி இருக்கிறார்.

ராஜசுலோசனா என்றொரு நடிகை எம்ஜிஆர், சிவாஜி காலத்தில் அவர்களுக்கு ஜோடியாகவெல்லாம் நடித்திருப்பவர். திருமணம் ஆன சில மாதங்களில் மூன்றாந்தர பத்திரிகை ஒன்று பிழைப்பிற்காக கிசுகிசு ஒன்று எழுதிப் போட சூடாகிப் போன அவரின் கணவர் படப்பிடிப்பு தளத்திற்கே வந்து, எல்லோர் முன்னும், பளாரென அறைந்திருக்கிறார். இப்படி எவ்வளவோ உதாரணங்கள் சொல்லிக் கொண்டே போகலாம்.

குடும்ப வன்முறை என்பது ஒவ்வொரு குடும்பத்திலும் ஏதோ ஒரு வகையில் நிகழவே செய்கிறது. அதை எவருமோ, எந்த அமைப்புமோ கேள்விக்கு உட்படுத்துவதில்லை. யாராவது பிரபலமானவர்களை அதுவும் திரைப்படத்துறையைச் சார்ந்தவர்களை மட்டுமே குறி வைத்து வருடக்கணக்காய் துரத்தி அதில் ஒரு விளம்பரம் தேடிக் கொள்கிற அளவிற்கு அந்த விசயம் சிறுத்துப் போய் விட்டது ஒரு சோகம்.

அந்த இயக்கம் பெண்களுக்கானது மட்டுமல்ல. ஆண்களுக்கானதுமானதாக வளர்த்தெடுக்கப் பட்டிருந்திருக்க வேண்டும். மனிதர்களுக்கான இயக்கமாக அது விரிவடைந்திருக்க வேண்டும். தனிப்பட்ட பழி வாங்குதலுக்கான ஒரு குறுக்கு வழியாக அது குறுகிப் போயிருந்திருக்கக் கூடாது.

பழி வாங்குவது, எந்தவொரு ஆக்கப்பூர்வமான அமைப்பின் நோக்கமாகவும் இருக்க முடியாது. ஆண்களுக்கும், பெண்களுக்குமான பாலியல் தடுமாற்றங்கள் குறித்த தத்துவ விசாரத்தை, அதன் வழி அதற்கான தெளிவை எட்ட அப்படிப்பட்ட அமைப்பு எந்த முயற்சியையும் எடுத்து வைக்கவில்லை. வெறுப்பைக் கொட்டவும், குழுக்களாகப் பிரிந்து பிரிந்து மாறிமாறி தரம் தாழ்ந்து புழுதி வாரி தூற்றிக் கொண்டது மட்டுமே மிச்சம் என்கிற நிலையில் அது வந்து நின்றிருக்கிறது.

நிரந்தரமான நியாயம் என்பது பாதிக்கப்பட்டவர் முன்னெடுக்கிற செயல்பாடுகள் மூலம் அதுமாதிரி இனியொருவர் பாதிக்காமல் இருக்கவும், பாதிப்பை உண்டாக்கியவரை மீட்டெடுப்பதுமாகவே இருக்க வேண்டியிருக்கிறது. அல்லது வெற்றுக் கூச்சலோடு எல்லாம் முடிந்து போகிறது.

குடும்ப வன்முறையோ, பெண் உடம்பால் அளக்கப்படுகிறவளாக, ஒரு பண்டமாக, ஆணின் சொத்தாக, ஆணின் உடமையாக பார்க்கப்படுகிற இந்த ஆணாதிக்கச் சாதியச் சமுதாயத்தை புனரமைப்பு செய்வது குறித்து இனியாவது இப்படியான அமைப்பு, தங்களின் செயல்பாடுகளை முன்னெடுக்க வேண்டுமென்பதே மனிதர்களை அறம் நோக்கி நகர்த்தும்.

சம்பள விசயத்தில் கூட பிரபலமான நாயகி வாங்குகிற சம்பளத்தை விட அதிகமாக ஒரு பிரபலமான குணச்சித்திர நடிகர் வாங்குகிறார். தெருக்களில் நடனமாடுகிறபோது, நாயகன் டூ பீஸ் போடுவதில்லை. அரைகுறை ஆடை உடுத்துவதில்லை. பெண் மட்டும் அப்படியான காட்சிப் பொருளாகவே ஆக்கப்படுகிறார். மறுபடியும் இந்தக் கதைக்குத் திரும்பலாம்.

இங்கே கனவுக்கன்னியாக வலம் வரும் திரைநாயகிகள் கூட திருமணம் செய்து விட்டால், உடனே அக்கா, அண்ணி கதாபாத்திரங்களுக்கு பதவி இறக்கம் செய்யப்படுவார். திருமணம் ஆகாதபோது அந்த நாயகிக்காக கோவிலே கட்டுவார்கள். திருமணம் ஆனதும், அவரும் விதிவிலக்கல்ல. அவருக்கும் அண்ணி, அம்மா, அக்கா கதாபாத்திரம் தான். திருமணத்திற்கு முன்பு வரை கன்னித்தன்மையோடு இருப்பதாக ஒரு பிம்பத்தை பார்வையாளர்கள் கட்டமைத்துக் கொள்ள இந்த சமூகம் பழக்குவிக்கிறது.

திருமணத்திற்குப் பின் அந்த பிம்பம் கட்டுடைகிறபடியால், அவர்களை இங்கே உள்ள பார்வையாளர்கள் உடனே கனவுக்கன்னி பீடத்திலிருந்து தூக்கியடித்து விடுகிறார்கள். அதே சமயம் எத்தனை வயதானாலும் இங்கே உள்ள நாயகர்கள் இளமை மாறாத நாயகர்களாகவே வலம் வருகிறார்கள். அவர்களுக்கு மகளாக நடித்து, பின் காதலியாக நடித்து, பிற்பாடு அண்ணியாக நடித்து, இப்போது அம்மாவாக நடித்துக் கொண்டிருப்பவர்கள், இன்னும் சில வருடங்களில் அந்த நாயகனுக்கு பாட்டியாகவும் நடிப்பார்கள். யோசித்திருக்கிறோமா?

பெண்களை உடம்பால் அளவீடு செய்கிற ஆணாதிக்க மனநிலையை எப்போது புறந்தள்ளப் போகிறோம்? எப்போது காமத்தை, காதலை ஆபாசமின்றிப் பார்க்கப் போகிறோம். எப்போது உறவு கொள்வதென்பதை தப்புப் பண்ணிட்டு இருந்தோம் என்று சொல்கிறதிலிருந்து மாறப்போகிறோம். எப்போது காமத்தை இயல்பாகப் பார்க்கப் போகிறோம். அந்த நாளில் பெண் ஆண் சமத்துவம் நிலைகொண்டிருக்கும். அப்போது திரைநாயகிகளும் தங்கள் விருப்பப்படி இறக்கும் வரை தங்கள் திறமையின் நிமித்தம் நடித்துக் கொண்டிருப்பார்கள்.

மன்னன்

14

ஆண் ஒரு போதும் பெண்ணின் அடிமையாக இருக்க முடியாது. பெண் என்பவள் அவள் எப்படிப்பட்டவளாக இருந்தாலும், ஆணின் அடிமை என்கிற பார்வை, தமிழ் திரைக்கதைகளில் காலங்காலமாகக் கையாளப்பட்டு வந்திருக்கிற விசயம்.

குடும்ப அமைப்பில் அதிகமான உழைப்பைத் தருகிறது பெண் தான் என்றாலும், அதிகாரப் பகிர்வு என்று வருகிற போது, அங்கே ஆணுக்குத் தான் முதலிடம். ஆணுக்குக் கீழே தான் பெண் எப்போதும் வைக்கப்படுகிறாள்.

குடும்பத்தில் மட்டுமல்ல. எல்லாத் துறைகளிலும் ஆண், பெண் என்று வருகிற போது ஆண்களுக்கே முன்னுரிமை என்பது எழுதப்படாத விதி. விவசாயக் கூலிகளிலிருந்து, கட்டிட வேலை செய்கிற சித்தாள் வேலைகளிலிருந்து அத்தனை விதமான ஊழியத்திலும், ஆண்களுக்கு ஒரு கூலி. பெண்களுக்கு அதை விடக் குறைவான கூலி. ஆனால், வேலை இருவருக்கும் ஒன்று தான். அதை எதிர்த்துத் தைரியமாக பெண்கள் போராட வேண்டியிருக்கிறது. (சில பெண்கள் போராடி அதைச் சாத்தியப்படுத்தியும் காட்டி இருக்கிறார்கள்).

காவல்துறையில் கூட உயரதிகாரியாக வருவதற்கு ஒரு பெண்ணும், ஆணும் சமஅளவு தகுதிகளோடு இருக்கிறபட்சம் அங்கே ஆணுக்கே முன்னுரிமை வழங்கப்படுகிறது. எத்தனை பெண் கமிஷ்னர்களை இந்தச் சமுதாயம் வழங்கி இருக்கிறது. அவர்களும் அதே ஐ.பி.எஸ் படித்தவர்கள் தான். இருந்தாலும், இது ஆண்களின் உலகமாக, ஆண்களுக்கான உலகமாகவே இன்னும் இயங்குவதைப் பார்த்து பறவைகளும், விலங்குகளும் மிகுந்த குழப்பத்திற்கு ஆட்பட்டிருக்கின்றன. அவை மனதிற்குள் பகடி செய்து நகைத்துக் கொள்கின்றன.

மன்னன் திரைப்படத்தை பற்றி முதலில் பார்க்கலாம். பிரமாதமாகப் படித்துச், சொந்தமாக ஒரு கம்பெனியை வெற்றிகரமாக நிர்வகித்துக் கொண்டு இருப்பார் நாயகி விஜயசாந்தி. அவருக்குச் சாதனையாளர் விருதெல்லாம் வழங்கப்படுகிறது.

அப்படியான விஜயசாந்தியிடம் ஒரு கடைநிலை ஊழியரான ரஜினிகாந்த் கெத்து காண்பிக்கிறார். ஒழுங்காக வேலையும் செய்வதில்லை. வேலையில் சேர்ந்ததும் எதிர்பார்க்கத் தொடங்கி விடுகிறார். அவரின் பங்களிப்பால் அந்தத் தொழிற்சாலை எந்தவித முன்னேற்றத்தையும் அடைந்து விடவில்லை.

தன் சகவேலையாளும், நண்பருமான கவுண்டமணியோடு சேர்ந்து திருட்டுத்தனமாய் வேலை நேரத்தில் திரையரங்கில் போய், அடாவடி செய்து, அவர்களை ஏமாற்றி, சின்னத்தம்பி படத்தின் நூறாவது நாள் விழாவில் முதல் டிக்கெட் வாங்கி அதற்காக திரையரங்கம் தருகிற பரிசை பெற்றுக் கொள்கிற மனிதர் தான் அவர்.

அந்தத் தொழிற்சாலையை நிர்வகிக்கும் முதலாளிக்கு, பாடம் கற்பிக்க நினைக்கிறார். பெண் ஒரு நிறுவனத்தில் முதலாளியாக இருப்பதை ஒரு ஆண் நாயகனால் எப்படிப் பொறுத்துக் கொள்ள முடியும்? அதற்கு அவரிடம் இருக்கிற ஒரே தகுதி. அவர் ஆண் என்கிற தகுதி மட்டும் தான்.

திருட்டுத்தனமாக வேலை நேரத்தில் திரைப்படத்திற்குச் சென்று வந்தவரும், அந்தத் தொழிற்சாலையில் ஃபிட்டராகச் சேர்ந்திருக்கிறவருமான நாயகன் ரஜினிகாந்தின் செயலைக் கண்டிக்கும் விதத்தில், தனியாக அழைத்து கன்னத்தில் ஒன்று கொடுத்து விடுகிறார். ஒரு அசந்தர்ப்பமான சூழ்நிலையில் நாயகியைத் தொட்டுத் தூக்கி விடுகிறார். நாயகியை நடக்க இருந்த ஆபத்திலிருந்து காப்பாற்றத்தான் அவர் அப்படிச் செய்தார் என்பது

தெரியாததால், அந்தக் கணநேரத்து கோபத்தில் தான் அப்படி அடித்திருப்பார்.

ஒரு பெண்ணின் கையால் ஒரு ஆண் அடி வாங்கலாமா? காலங்காலமாக பெண்கள் தானே ஆண்களிடம் அடி வாங்கிக் கொண்டும், மிதி வாங்கிக் கொண்டும் இருக்கிறார்கள்? அந்த மரபை எப்படி இந்த நாயகி மாற்றப் பார்க்கலாம். விடக்கூடாது என்று அநாகரிகமாக அந்தப் பெண்ணைத் தனியாகச் சந்தித்து, இரண்டு முறை அறைந்து விட்டு, தன் ஆண்மையை நிரூபித்து விட்டதாக நினைத்துக்கொண்டு செல்கிறார்.

அந்தத் தொழிற்சாலையில் ஒரு வேலையாளுக்கு விபத்து ஏற்பட்டு காலில் காயம் ஏற்படுகிறது. உடனே நாயகன் உதவி செய்ய நினைக்கிறார். அது நியாயமான விசயம் தான். அதற்கு என்ன செய்ய வேண்டும். ஆம்புலன்சுக்கு ஃபோன் செய்து வரவழைக்க வேண்டும்.அவர் அதை செய்யாமல் நாயகியின் கார்ச் சாவியை பலவந்தமாக டிரைவரிடமிருந்து பறித்து, கம்பெனி வேலையை அப்படியே போட்டு விட்டு, மருத்துவமனைக்குச் சென்று விடுகிறார்.

எந்த ஒரு தொழிற்சாலையிலும் சேஃப்டி டிபார்ட்மெண்ட், ஆம்புலன்ஸ் இத்யாதிகள் நிச்சயம் இருக்கும். இவர் புரிந்து வைத்திருக்கிற பொதுவுடைமைச் சித்தாந்தம் ரொம்பவே மேலோட்டமானது என்பது அந்தக் கதாபாத்திரத்திற்குத் தெரிவதேயில்லை. நல்லவேளை மார்க்ஸ் உயிரோடு இல்லை. அவர் மட்டும் இருந்திருந்தால் ரத்தக் கண்ணீர் விட்டிருப்பார்.

பிறகு வழக்கமான ஃபார்முலா திரைக்கதைகளின் நியதிப்படி நாயகியே நாயகனுக்கு மனைவி ஆகிறார். ஃபிட்டராக இருந்த நாயகன், வெளிநாட்டில் படித்து, பல காலம் தந்தைக்குக் கீழே பயிற்சி எடுத்து அந்தத் தொழிற்சாலையைப் பிரபலமாக்கிய நாயகியை

சமையல்கட்டில் உட்கார்ந்து தனக்குச் சுவையாகச் சமைக்கிற வேலையை கொடுக்கிறார்.

அவர் அந்தத் தொழிற்சாலையின் எம்.டி ஆகிறார். எந்த அனுபவமும் இல்லாமல், அதற்கேற்ற படிப்பு எதுவும் இல்லாமல், சூமந்திரகாளி என்பதற்குள், நாயகன் அந்தத் தொழிற்சாலையின் முதலாளி ஆகி விடுகிறார். எல்லோரும் சுபிட்சமாகி விட்டதாகக் காட்டி படத்தை முடிக்கிறார்கள்.

அந்த நாயகி சிரித்தபடி நாயகனுக்கு வக்கணையாய் சோறு கட்டி கொடுத்து, டாடா காட்டுகிறார். எத்தனை பயங்கரமான தொழில் புரட்சி. அதனால் அவர் மன்னராட்சி முறைப்படி மன்னர் பொறுப்பை ஏற்றுக் கொள்கிறார். மக்கள் எல்லாமே சுபிட்சமாகி விட்டதாக கனவு காண, வீட்டுக்கு புறப்பட்டுச் செல்கிறார்கள்.

இந்தப் படத்தில் நடித்த நாயகன் தூத்துக்குடி ஸ்டெர்லைட் ஆலை பிரச்னையின் போது பேசிய வார்த்தை கவனிக்க வேண்டியது. ஸ்டெர்லைட் ஆலை நச்சு வாயுவை வெளியிடுவதால், அந்தப் பகுதி மக்கள் பலவிதமான நோய் உபாதைகளுக்கு ஆளாகி பாதிப்புக்குள்ளாக நேர்ந்ததை ஆதாரபூர்வமாக எடுத்துக்காட்டி, அந்த ஆலையை நிரந்தரமாக மூட வேண்டும் என்பதற்காக மக்கள் ஒன்றிணைந்து போராடத் தொடங்கினார்கள். ஆலைக்கு எதிரான மக்கள் போராட்டத்தில் திட்டமிட்டு காவல்துறையை ஏவிவிட்டு துப்பாக்கிச் சூடு நடத்தி, அதில் தீவிரமாக ஈடுபட்ட பெண்கள் உட்பட குறி வைத்து சுட்டு வீழ்த்தப்பட்டபோது, அனைத்துத் திரையுலகத்தினரும் அங்கே பாதிக்கப்பட்டவர்களுக்கு ஆறுதல் சொல்லச் செல்கிறார்கள்.

கடைசியாக சென்ற இந்த நாயகன், தொழிலாளர்கள் தொழிற்சாலைகள் நடத்துகிறவர்களுக்கு எதிராக அடிக்கடி

உண்ணாவிரதம், தர்ணா போன்ற பிரச்னைகளைத் தந்து கொண்டே இருந்தால், இந்தியா வல்லரசாக முடியாது. அதனால் அப்படியான செயல்களை மக்கள் கைவிட வேண்டும் என்று வாய் தவறி மனதிற்குள் இருந்ததை சொல்லி விட்டார். உண்மையை மறைக்க முடியாதல்லவா? வேலையில்லாப் பட்டதாரி என்கிற படத்தில் விவேக் மனதிற்குள் பேசுவதாய் நினைத்துக்கொண்டு வாய்விட்டுப் பேசி விடுவார். பூனைக்குட்டி வெளியே வந்து விட்டது.

எத்தனை முரண்பாடுகள் இங்கே நிலவுகிறது. அந்த மன்னன் நிஜவாழ்க்கையில் எப்படிப்பட்ட மன்னனாக இருக்கிறார் என்கிற நகைமுரணைச் சுட்டிக்காட்டவே இதைக் குறிப்பிட வேண்டியிருக்கிறது.

சூரியகாந்தி என்றொரு படம். ஜெயலலிதா, முத்துராமன் நடித்து வெளிவந்த படம். இந்தப் படத்தில், ஒரு கருத்து முன் வைக்கப்படும். கணவனும், மனைவியும் வெவ்வேறு இடத்தில் வேலை செய்து, அந்த குடும்பத்தைக் காப்பாற்றுவார்கள். மனைவி வீட்டு வேலைகளையும் பார்த்து விட்டு, கணவனையும், கணவனின் அம்மா, அப்பாவையும் கவனித்து விட்டு, அலுவலகம் சென்று, அதில் கணவனை விடவும் அதிகமான சம்பள உயர்வும் பெற்று விடுவதை, அந்தக் கணவனால் ஜீரணிக்கவே முடியாது.

அதற்காக அவன் எசகுபிசமாக தப்பும்தவறுமான வழிகளில் எல்லாம் சென்று தன்னை வருத்திக் கொள்கிறான். அப்போதும் அவளுக்கு அவனை விடக் கூடுதலான சம்பள உயர்வு மீண்டும் கிடைத்து விடுகிறது. அதை ஒரு ஆணாதிக்க ஆணால் தாங்கிக் கொள்ள முடிவதில்லை.

அதில் இடம்பெறும் ஒரு விழாவில் கண்ணதாசன் வந்து ஒரு பாட்டுப் பாடுவார்.

'பரமசிவன் கழுத்தில் இருந்த பாம்பு கேட்டது கருடா சௌக்கியமா?

யாரும் இருக்கும் இடத்தில் இருந்து விட்டால் எல்லாம் சௌக்கியமே

அது கருடன் சொன்னது அதில் அர்த்தம் உள்ளது'

என்கிற அந்தப் பாடலில் வண்டி ஓடுவதற்கு பயன்படும் சக்கரமும் அச்சும் போல, இணையர்கள் பேதமின்றி ஒத்திசைந்து சென்றாலே காதலறம் நல்லறமாகும் என்கிற கோணத்திலும் சில வரிகள் வரும்.

மனைவி ஒரு கட்டத்தில் மிகப் பெரிய வளர்ச்சி அடைந்து விடுவாள். கணவனின் தாழ்வு மனப்பான்மை அவனை மேலும்மேலும் கீழே நகர்த்திக் கொண்டு செல்கிறது.

அப்போது, மனைவிக்கு கம்பெனியில் இருந்து தனி வீடு ஒதுக்குகிறார்கள். அதற்கு கணவன் வர மறுக்கிறான். அப்படி வருவதென்றால், அதற்குத் தனியாக வாடகை தந்து விட்டுத் தான் வருவேன் என்று அடம் பிடிக்கிறார். கணவனின் பணத்தில் மனைவி வாழலாம். மனைவியின் பணத்தில் கணவன் வாழ்வதென்பது இந்தச் சமுதாயத்தில் இழுக்காகவே பார்க்கப் படுகிறது.

கணவன் பணத்தில் தான் மனைவி வாழ வேண்டும். கணவனின் வீட்டில் தான் மனைவி வசிக்க வேண்டும். மனைவி உழைத்த பணத்தில் வாழ்வதோ, மனைவியின் வீட்டில் கணவன் வாழ்வதோ அவமானகரமான செயல் என்பதே இங்கே உள்ள ஆணாதிக்கச் சமுதாயம் கட்டமைத்திருக்கிற மனநிலை.

அதனாலேயே, மனைவியின் உழைப்பில் பெற்ற வசதியான குடியிருப்பில் தங்குவதற்கு நாயகனின் மனம் ஒப்புவதில்லை. அதையே திருப்பிப் போட்டுப் பாருங்கள்.

ஒவ்வொரு மனைவியும் தன்னுடைய வீட்டில் வாழாமல், தன்னுடைய கணவனின் வீட்டில் வாழ்வது, தங்களுக்கான அவமானம் என்று இந்த ஆணாதிக்க ஆண்களைப் போலவே நினைக்கலாம் அல்லவா? அதற்கு அவர்களுக்குச் சரிசமமான உரிமை இருக்கிறதல்லவா? அப்படி அவர்கள் நினைக்காத போது, இந்த ஆணாதிக்க ஆண்கள் மட்டும் ஏன் அப்படி நினைக்க வேண்டும்?

உன் காசில் உயிர் வாழ வேண்டிய நிலை வந்தால் அன்றைக்கே தற்கொலை செய்து கொள்வேன் என்று வீராவேச வசனங்கள் எத்தனையோ படங்களில் நாயகர்கள் பேசிப் பேசி கேட்டிருக்கிறோம். அது எத்தனை அகம்பாவமானது என்பதைக் கொஞ்சமே அந்த நாயகர்கள் யோசித்தால் இப்படிப் பேசுவதற்காகத் தான், உண்மையில் தூக்கு மாட்டிக் கொள்ள வேண்டும் என்கிற விசயம் அவர்கள் கன்னத்தில் திருப்பி அறையும்.

அது என்ன மனோதத்துவம்? ஆண் சம்பாத்தியத்தில் பெண் வாழ்வதற்கு யோசிப்பதில்லை. மாறாக, பெண் சம்பாத்தியத்தில் வாழ ஆண் ஏன் அப்படி யோசிக்க வேண்டும்?

உத்தியோகம் புருச லட்சணம். என் கடன் சமையல் செய்து, பிள்ளைகுட்டிகள் பெற்றுப்போடுவதே என்று மட்டுமே ஒவ்வொரு பெண்ணும் இருக்க வேண்டும் என்று ஆணாதிக்க சமூகம் நினைப்பதாலேயே இப்படியொரு பார்வை இங்கே ஆழமாய்ப் பதிந்திருக்கிறது.

ஆணி வேர் என்று ஒரு படம். அதில் சரிதா சாதாரண பெண்ணாக இருக்கிற போது, சிவகுமார் அவரைக் காதலித்து, திருமணம் செய்து கொள்வார். பிற்பாடு சரிதா முன்னேறிக் காட்ட வேண்டும் என்கிற அதீத வேட்கையோடு செயல்பட்டு கலெக்டராகவே மாறி விடுவார்.

இதன் காரணமாக தாழ்வுமனப்பான்மை கொள்கிற நாயகன் படிப்படியாக நாயகியை விட்டு விலகத் தொடங்குகிறார். இறுதியில் நாயகி தன்னுடைய கலெக்டர் வேலையை ராஜினாமா செய்து விட்டு வந்த பிறகே அவரை மறுபடி நாயகன் ஏற்றுக் கொள்கிறார்.

ஏணிப்படிகள் படத்தில் நாயகன் ஒரு திரையரங்கில் பணிபுரிவார். திரைப்படப் போஸ்டர் ஒட்டுகிற வேலை. நாயகி அந்த திரையரங்கைக் கூட்டிப் பெருக்குகிற வேலை பார்க்கிறவள். எதிர்பாராத சூழ்நிலையில் அந்த நாயகி பிரபலமான நடிகை ஆகி விடுகிறாள்.

அது அந்த நாயகனுக்குள் தாழ்வு மனப்பான்மையை ஏற்படுத்தி விடுகிறது. இறுதியில், ஒரு அக்கறை உள்ள இயக்குநர் தருகிற ஆலோசனைப்படி, தான் கடலில் மூழ்கித் தற்கொலை செய்து கொண்டு விட்டதாக ஒரு செய்தியை செய்தித்தாள்களில் வர வைத்து விட்டு, யாருக்கும் தெரியாத அந்தக் குக்கிராமத்தில் மீண்டும் திரையரங்கைக் கூட்டிப் பெருக்குகிற பெண்ணாக வந்து சேர்கிறாள். இப்போது அந்த நாயகன் அவளை ஏற்றுக் கொள்கிறான்.

அவள், அவன் வீட்டிற்குள் சென்று விடுகிறாள். குடும்பக் குத்து விளக்காய் குத்து விளக்கு ஏற்றி வைக்கப் போய் விடுகிறாள். குத்து விளக்கு ஆண் ஏற்றினால் எரியாதா என்கிற கேள்வியை கேட்காமலே அந்த வீட்டின் சமையற்கட்டிற்குள் அவளை திருமணபந்தம் அழைத்துச் செல்கிறது.

எங்கெல்லாம் ஆணை பெண் முந்துகிறாளோ அங்கேயெல்லாம் அதற்காக பெருமைப்பட வேண்டாமா? மாறாக, இங்கே உயர்வுமனப்பான்மை கொண்டு, மேலே ஏற நினைக்கிற தவளையை அதன் பின்னால் இருக்கிற தவளை பிடித்து பிடித்து இழுத்து விடுகிற

வேலையையே ஆணாதிக்க ஆண் மனநிலை காலங்காலமாகச் செய்து கொண்டே இருக்கிறது.

எத்தனை காலத்ரதுக்குத் தான் ஒவ்வொரு வெற்றியாளனுக்குப் பின்னாலும் ஒரு பெண் இருந்து கொண்டே இருப்பது? ஒவ்வொரு வெற்றியாளினிக்குப் பின்னாலும் ஒரு ஆண் எப்போது வந்து நிற்கப் போகிறான்?

செக்சன் 375

15

என் உடம்பு என் உரிமை என்பதை அழுத்தம் திருத்தமாக ஒவ்வொரு பெண்ணிற்கும் தெரிவிக்கிற இந்தியக் குற்றவியல் சட்டப்பிரிவு தான் 498 ஏ. இது ஒரு அப்பாவோ, அண்ணனோ, தம்பியோ, கணவனோ, கணவனின் உறவினர்களோ அந்தப் பெண்ணை உடல் ரீதியாகத் துன்புறுத்துவதென்பது அனுமதிக்க முடியாத குற்றம். அப்படி அவர்கள் செய்தால் 498 ஏ குற்றவியல் பிரிவு சட்டம் பதில் கேட்கும். பல வருடங்கள் சிறையில்கூடத் தள்ளும். இந்தச் சட்டம் 1983 லிருந்து அமலில் இருக்கிறது.

ஒரு பெண் ரயில்வே தண்டவாளத்தைக் கடக்கையில் அவளின் சேலையை ரயில் எஞ்சின் இழுத்துச் செல்கிறது. அவள் பாவாடை, சட்டையோடு கைகளால் மார்பை மறைத்தபடி நின்று கொண்டு இருக்கிறாள். அந்த ரயில் சென்றதும், அடுத்து வந்து கொண்டிருந்த மின்சார ரயிலில் விழுந்து மரித்துப் போகிறாள்.

இது என்ன மனநிலை. இங்கே உள்ள கலாச்சாரம் எப்படி இருக்கிறது. மானம் என்றால் என்ன? குறிப்பாக, ஆண்களுக்கு எங்கே இருக்கிறது? பெண்களுக்கு எங்கே இருக்கிறது?

மயிர் நீப்பின் கவரிமான் ஏன் உயிர் வாழாது என்கிறதில், மானமென்பது பிடிபடும். அது எங்கே இருக்கிறது? நுண்ணிய அவமதிப்பில் ஒளிந்து இருக்கிறது.

மனிதர்களைச் சுமந்தபடி ஓடிக் கொண்டே இருக்கிறது குதிரை. அதன் உழைப்பில் அதன் ஓட்டுநர் வாழ்கிறார். குதிரையோ அவர் தரும் உணவிலேயே தான் வாழ்வதாக நம்ப வைக்கப்படுகிறது. பொதி சுமந்தபடி வாழ்நாள் முழுக்க உழைக்கிறது கழுதை. முச்சந்திகளில், பொட்டல்களில் கிடக்கிற காகிதங்களை உணவாகத் தின்கிறது. ஆனாலும், தன் எசமானனுக்கு விசுவாசமாக இறுதிவரை இருக்கும்படிக் கற்பிக்கப்பட்டிருக்கிறது. பசு பாலைச் சுரந்து கொடுத்துக் கொண்டே இருக்கிறது. பாலை விற்று வாழ்கிறார்

பால்காரர். பசுவோ, அவர் தரும் உணவாலேயே தான் உயிர் வாழ்வதாக நம்ப வைக்கப்படுகிறது.

ஆணாதிக்கச் சமுதாயத்தின் கற்பிதப்படி, பெண்களின் மானம், அவர் தம் மார்பகங்களிலும், பாலுறுப்புகளிலும் தான் உண்மையிலேயே இருக்கிறதா? அதை ஆண்கள் பார்த்து விட்டால் அந்த மானம் அழிந்து போய் விடுமா? ஆண் பார்வை பெண் மானத்தை அழித்தெடுக்கும் ரப்பர்களா?

அப்படியென்றால், அவர்களுக்கு மருத்துவமனையில் மகப்பேறு பார்க்கிற ஆண் மருத்துவர்கள், அனஸ்தீசியா கொடுக்கிறவர்கள், மரணித்ததும் சிதையில் வைத்து எறியூட்டுபவர்கள் என பலரும் பல சமயங்களில் பார்க்கிறார்களே, அப்போதெல்லாம் அவள் மானம் இழந்து விடுகிறாளா? பாலுறுப்புகளில் மானத்தை அடைகாத்து வைத்திருக்கிற பெண் அதை பிறர் பார்க்க நேர்ந்ததும் மாய்த்துக் கொள்கிறதன் மூலம் அந்த மானம் மீட்டெடுக்கப்பட்டு விடுகிறதா?

எந்தச் சமூகம் பெண்ணின் மானத்தை மட்டும் அங்கே கொண்டு போய் வைத்தது? அந்தக் கற்பிதத்தை படிப்படியாய் நம்ப வைக்கும் விதத்தில், மூளையில் அறைந்து மாட்டியது யார்?

ஆணின் மானம் எங்கிருக்கிறது? ஆண் குறியிலா? ஆண் குறியைப் பெண் மருத்துவர்களோ, ஆண் மருத்துவர்களோ உடல் அறுவை சிகிச்சைகளின் போது பார்ப்பதில்லையா? அப்போ தெல்லாம் அவனின் மானம் எங்கே போய் ஒளிந்து கொள்கிறது?

பாய்ஸ் படத்தில் சித்தார்த் தன் காதலை நிரூபிப்பதற்காக திறந்தமேனியோடு அண்ணாசாலையில் ஓடி வருவார்.

ஆணின் வேட்டி தற்செயலாக பொதுவெளியில் கழன்று விழுந்து விட்டால், அவன் ரயிலில் போய் விழுந்து விடுகிறானா? இல்லை, எடுத்து கட்டிக்கொண்டு, தூசியை உதறி தட்டி விட்டுச் செல்கிறானா?

சாலையில் வருகிற போது ஒரு பறவை மேலே எச்சம் போட்டு விடுகிறது. வருகிற ஆண் குளித்ததும், சுத்தமாகி விட்டதாக நம்புகிறான். அப்படித் தானே இதுவும்? ஜெயகாந்தன் அக்கினி பிரவேசம் கதையில் வன்புணர்விற்கு உட்படுத்தப்படுகிற நாயகியின் மீது தண்ணீரை ஊற்றி விடும் அம்மாவை நீ சுத்தமாகிட்டேடி கொழந்தெ என்று சொல்ல வைத்திருப்பது இதைத்தான்.

பெண் ஆணைப் போல ஆறறிவு படைத்த ஜீவி என்றால், இருபாலருக்கும் ஒரு நியதி பொதுவாய்த் தானே இருக்க வேண்டும்.? அப்போது தானே அந்த சமூகம் நொதித்துப் போன, போலியான சமூகமாக இல்லாமலிருக்க முடியும்.?

ஒரு விசயத்திற்கு இரண்டு பாலினத்திற்கும் வெவ்வேறு பார்வைகளை யார் கற்பிதம் பண்ணிக் கொடுத்தது? இப்படியான பாரபட்சத்தை இந்த பொதுமை மானுட சமூகம் எப்படி லஜ்ஜை இன்றி கண்டும் காணாமல் சென்று கொண்டிருக்கிறது? முரண்களை இயல்பாகப் பாவித்து எந்தவித வித்தியாசமும் உணராமல் எப்படி கடந்து செல்ல முடிகிறது?

தாய் வழிச் சமூகத்தை அழித்து, உண்டாக்கிய தந்தை வழிச் சமுதாயம் அத்தனை வக்கரித்துப் போயிருக்கிறதா? காதலிலும், காமத்திலும், சமத்துவத்திலும், இயற்கையிலும், அழகியலிலும் தெய்வீகத்தை உணர்ந்த, தொன்மைத் தமிழ் சமூகத்தை, இடையில் யார் வந்து இப்படியாகச் சீரழித்தது?

குடும்ப அமைப்பு என்பது எப்போதும் பெண்களை ஆண்களின் உடைமையாகப் பாவிக்கவே கற்பிதம் செய்து வைத்திருக்கிறது. அதன் நீட்சியாகவே ஒரு குடும்ப அமைப்பில் உள்ள ஆண்கள் அதிலுள்ள பெண்களை அடக்கி ஆள்வதற்கு நினைக்கிறார்கள். அவர்களின் தனித்தன்மைகளை முளையிலேயே கிள்ளி எறியத்

குலசேகர் 185

துடிக்கிறார்கள். அவர்களை உடமையாக நினைப்பதாலேயே, அவர்கள் மீது தங்கள் வன்முறைகளை, அடக்குமுறைகளைப் பிரயோகிக்கிறார்கள்.

குடும்ப அமைப்பு பெண்களை எப்போதும் இரண்டாம் தர பிரஜையாகவே பாவிக்கிறது. தறுதலையாக இருக்கிற தம்பி கூட, தான் ஒரு ஆண் என்பதாலேயே, தன்னை விட வயதில், அறிவில் முதிர்ந்த நபரான அக்காவை அவள் பெண் என்பதாலேயே, ஏன் தாமதம் என்று கையில் சாட்டை எடுத்துச் சொடுக்க முடிகிறது. சமீபத்தில் நாகர்கோவில் அருகே உள்ள கிராமத்தில் தன் அக்கா மாற்று சாதியைச் சேர்ந்த நபரைக் காதலித்ததற்காக பதினேழு வயது நிரம்பிய தம்பி தாக்கி, அவள் உயிரை மாய்த்திருக்கிறான்.

பெண்கள் மகிழ்ச்சியாக இல்லாத சமூகத்தில், ஆண்கள் மகிழ்ச்சியாகவே இருக்க முடியாது என்பது ஏனோ ஆணாதிக்க சிந்தனையில் ஊறிப்போயிருக்கிற ஆண்களுக்கும், ஏன் அந்த சிந்தனையின் கற்பிதத்தில் சிக்குண்டிருக்கிற பெண்களுக்குமே கூட தெரிவதில்லை.

'தப்பட்' திரைப்படத்தில் அமிர்தா கதாபாத்திரம் தன்னை கணவன் அறைந்ததால், விவாகரத்து வரை செல்கிறாள். அது ஒரு குறியீடு. அங்கே அறைதல் என்பது, ஆணாதிக்கச் சமூகம் பெண்ணை தன் உடமையாகப் பாவித்து, அதன் நீட்சியாய் அதன் மீது ஏவும் வன்முறையின் வெளிப்பாடு. எந்த ஒரு பெண்ணையும் எந்த ஒரு ஆணும் பிசிக்கல் வயலன்ஸிற்கு உட்படுத்த முடியாது. அப்படிச் செய்தால் அது சட்டப்படி குற்றம். இந்தியக் குற்றப்பிரிவுச் சட்டம் செக்சன் 498 ஏ அதற்காகவே உருவாக்கப்பட்டிருக்கிறது.

அந்தக் கதையில் விவாகரத்து என்பதும் உண்மையில் விவாகரத்து அல்ல. அதனை நேரடியாக அர்த்தம் கொள்ள வேண்டியதில்லை.

திரைமொழி அதற்கு பூடகமான அர்த்தம் வைத்திருக்கிறது. பெண்ணிற்கு எதிராக இந்த ஆண் பெண் சமத்துவமற்ற குடும்ப அமைப்பு முறை, தன்னிச்சையாக கையில் எடுக்கும் குரூரமான, ஆணாதிக்க மனோநிலையை, நதியாய்த் தொடர்ந்து பயணிக்கத் துடிக்கும் பெண் மனது, விலக்கி வைத்து விட்டு, முன்னோக்கிச் செல்ல நினைக்கிறது என்கிறதன் குறியீடே இதில் வருகிற மணமுறிவு என்கிற நிகழ்வின் சாராம்சம்.

உலகத்தில் பெட்டர்னல் சொஸைட்டி என்கிற தந்தை வழிச் சமுதாயம் தோன்றிய இந்த மூவாயிரத்துச் சொச்ச ஆண்டுக் காலத்தில் பெண்கள் விதவிதமாக ஆண்களிடம் அடிபட்டுக் கொண்டே இருக்கிறார்கள். அதற்கு முன்னால் கிட்டத்தட்ட பத்து லட்சம் வருடங்கள் மானுடம் தாய்வழிச் சமுதாயத்தில் வாழ்ந்திருந்த காலத்தில், ஒரு பெண் கூட எந்த ஆணையும் அடித்த வரலாறு இல்லை.

இந்த நிலவுடைமை, ஆணாதிக்கச் சமுதாயம் தோன்றிய நான்காயிரம் ஆண்டுகளில் எண்ணிலடங்காத அடிகள், உதைகள் பெண்களுக்கு ஆண்களால் தரப்பட்டிருக்கின்றன. தரப்பட்டுக் கொண்டுமிருக்கின்றன. ஆண்கள் தரும் அறைகளைப் பெறுவதற்காகவே அவர்களின் கன்னங்கள் உண்டாக்கப் பட்டிருக்கின்றன என்று நம்பத் தோன்றும் அளவிற்கு அவர்களின் கன்னங்கள் அறைகளால் நிரப்பப்பட்டிருக்கின்றன. அந்த ஒலிகளை அவர்களால் ஒருபோதும் மறக்கவியலாது. அவர்களின் கனவுகளில் அவை சதா நீந்தியபடி நினைவலைகளை நிறைத்துக்கொண்டே இருக்கின்றன.

அந்த அறைதல் காரணங்கள் தாண்டியும் நிகழ்த்தப்படுகின்றன. காரணமேயில்லாத காரணத்திற்காகவும் வழங்கப்படுகின்றன. பல விசயங்களில் காரணம் யாதெனக் கேட்பதற்குப் பதிலாக இந்த அறைதலே பல சமயங்களில் வழங்கப்படுதல் இங்கே வாடிக்கை.

குலசேகர் 187

உடல் பலத்தை வைத்து சக்தியை மிருக சமுதாயம் நிர்ணயிக்கிறது. பின்னர் மனதின் பலத்தை வைத்து, நாகரீக சமுதாயம் சக்தியை அளவிட ஆரம்பிக்கிறது. ஆனாலும், அந்த அளவீடு பெண்கள் விசயத்தில் வார்த்தைகள் அளவிலேயே இருக்கிறது. அவர்களின் அறைகளில் இருந்து தப்பித்தவர்கள் சொற்பமான அளவுகளிலேயே இருக்கிறார்கள்.

ஆணாதிக்கச் சமூகம் ஆண்களின் உரிமையாகவே அறைதல் என்கிற அஸ்த்திரத்தை வழங்கி இருக்கிறது. பெண்களை அறைதல் அவர்களின் ஆதார உரிமை. ஏன் என்று கேட்பது மனித உரிமை மீறல் என்கிறது வர்ணாசிரமக் கோட்பாடு.

பெண் இரண்டாம் தர பிரஜையாக ஆக்கப்பட்டது நிலவுடைமைச் சமுதாயம் தோற்றுவித்த ஆணாதிக்கச் சமுதாயத்திற்குப் பிறகு தான். தந்தை வழிச் சமுதாயத்தில் உறவுகளுக்குள் சமநிலையற்ற அதிகாரப் பகிர்வு உண்டாக்கப்பட்டதோடு, பெண்களைக் கட்டுப்படுத்துவதற்காக ஆண்களுக்கு வழங்கப்பட்ட கூடுதல் அதிகாரம் தான் இந்த அறைதல்.

இந்தச் சீரற்ற குடும்ப அமைப்பில் ஆணுக்கு ஒரு நீதி. பெண்ணுக்கு ஒரு நீதி. பெண் உடல் தடை அரசியலால், உடலால் ஒடுக்கப் படுவதற்கான கற்பிதங்கள் இங்கே வேதங்களாக ஆக்கப் பட்டிருக்கின்றன. அதை பொருளாதாரத்தில் இன்னும் ஆண்களைச் சார்ந்திருக்கிற பெண்கள், அவர்களே அறியாமல், அறியாமையில் ஆணாதிக்கச் சித்தாந்தங்களுக்கு அவர்களும் ஆதரவு தெரிவிக்கிற அபத்த நிலைமையும் இங்கே கட்டியெழுப்பப்பட்டிருக்கிறது.

அவர்கள் ஆண், பெண்ணை அடிக்கிற போது, அடிக்கிற கை தான் அணைக்கும் என்று முந்தானையில் முகத்தை பொத்திக் கொள்ளவும், அழுகையை அடக்கிக் கொண்டு சிரிக்கவும் கற்பிக்கப்பட்டு, அதில் கைதேர்ந்தவர்களாகி இருக்கிறார்கள்.

அழுகையைச் சிரிப்பாக மாற்றி வெளிப்படுத்த அவர்கள் தொடர்ந்து பாடம் நடத்துகிறார்கள். அப்படியாக நடந்து கொள்கிற பெண்களே பவித்திரமான, புனிதத்தன்மை கொண்டவர்கள் என்றும் விடாமல் ஓதிக் கொண்டிருக்கிறார்கள்.

இப்படியாகவே பெரும்பாலான பெண் சமூகம் பெண் இனத்தால் வளர்க்கப்பட்டு வருகிறது. அங்கொன்றும் இங்கொன்றுமாய் கேள்வி எழுப்புகிறவர்கள் மீது, சந்துபொந்துகள், இண்டுஇடுக்குகளில் ஒளிந்து கிடக்கும் அத்தனை தூற்றல் வார்த்தைகளும் தேடிக்கண்டுபிடிக்கப்பட்டு, அவர்கள் அர்ச்சிக்கப்படுகிறார்கள்.

இலக்கியங்களும், திரைப்படங்களும் அறை வாங்குகிற பெண்ணின் சகிப்புத்தன்மையை விதவிதமான காட்சிகளாக வடிவமைத்துக் கொண்டாடித் தீர்க்கிறது. உயர்ந்த மனிதன் படத்தில் சௌகார்ஜானகி கணவன் அறைந்ததில் உள்ள ஆனந்தத்தை தோழி சகுந்தலாவிடம் மறுநாள் அனுபவித்துச் சொல்வதாக ஒரு காட்சி இருக்கிறது.

அதை அடிக்கோடிட்டுக் காட்டுகிற மாதிரி, அடிக்கிற கை தான் அணைக்கும் அணைக்கிற கை தான் அடிக்கும் என்று இங்கே ஒரு பிரபல பாடல் கூட உண்டு. அவர்களை மாதர் குல மாணிக்கங்கள் என வணிக ரீதியில் கதை எழுதி, பார்க்கிற, படிக்கிறவர்கள் மனங்களை உச்சுக்கொட்ட வைக்கிற பெண் - ஆண் எழுத்தாளர்கள், கல்லாப்பெட்டி நிறைக்கிறார்கள். இங்கே அறைதலில் பெறப்படுகிற பெண்களின் கண்கள் வணிகமயமாக்கப்பட்டிருப்பவை. அவை கலைகளில் அதீத லாபம் பெற்றுத்தரத் தக்கவை.

ஆண்களை முதல் தர பிரஜைகளாக ஆணாதிக்க தந்தை வழிச் சமூகத்தில் அறிவிக்கப்பட்டிருக்கிற நிலையில், அறைதல் என்பது அவர்களின் பிறப்புரிமை ஆகிறது. இங்கே ஆண் - பெண் ஏற்றத்தாழ்வுகளின் தோற்றுவாயாக இருக்கிற குடும்ப அமைப்பிற்குள், தம்பி அக்காவை அடிப்பான். தம்பி தங்கையையும்,

அக்காவையும், அம்மாவையும் தன் சமுதாயம் உண்டாக்கிய உடல் அரசியல் சார்ந்த ஒழுக்க விதிகளைப் பிரயோகித்துச் சிறுமைப்படுத்துவான். பாதுகாக்கிறேன் என்று சொல்லி கூண்டில் அடைப்பான். அதை அதே குடும்பத்திற்குள் இருக்கிற பெண்களே, பாராட்டி, பாராட்டுப் பத்திரம் வாசிப்பார்கள். அது பெண்களுக்கு, பெண்மை இழைத்துக் கொள்கிற அநீதி என்று உரைக்காமலே, அவர்கள் அந்த வளர் ஆண்களின் முதுகு தட்டி உச்சி முகர்வார்கள்.

இங்கே பெண்கள் சுயமற்றவள். சுயசிந்தனையற்றவள். தன்மானமற்றவள். ஆணைச் சார்ந்திருப்பவள். முதலில் அப்பா, பிற்பாடு அண்ணன், தம்பி, அதன் பிற்பாடு கணவன், அதனின் பிற்பாடு மகன் என்று அவளின் உலகம் முதுகெலும்பில்லாத உலகமாகத் திரிபு கொண்டிருக்கிறது. பேராசைகள், சுயநலங்கள், சார்புநிலைகள், ஒருபக்கச்சாய்வுநிலைப் பார்வைகளின் பிறப்பிடங்களாக நசித்துப் போயிருக்கிற குடும்ப அமைப்பு இங்கே கட்டிதட்டிப் போய், பெண்களின் முதுகெலும்பை நிமிர விடாமல் அதன் மீதேறி அவர்களுக்கே தெரியாமல் அமிழ்த்தி மிதித்துக் கொண்டிருக்கிறது.

எல்லா மட்டங்களிலும் அறைதல் இங்கே நாளொரு மேனியும், பொழுதொரு வண்ணமும் அரங்கேறிக் கொண்டே இருக்கின்றது. தன்னுடைய ஆற்றாமையை வெளிப்படுத்த வழியில்லாத போது, வடிகால்களாக அறைதல் இங்கே அரங்கேற்றப்படுகிறது. ஒருவரிடம் காட்ட முடியாத கோபத்தை வீட்டில் உள்ள பெண்கள் மீது காட்டி சமன் செய்து கொள்கிற போது இந்த அறைதல் ஆணாதிக்கத்தின் ஆயுதமாகிறது.

பெண் சரிக்குச் சமமாக முன்னேற நினைப்பதை சகித்துக் கொள்ள முடியாத இயலாமையின் தருணங்களில், இந்த அறைதல் கட்டவிழ்த்து விடப்படுகிறது.

அறிவில், ஞானத்தில் தனக்கு இணையாகவோ, தன்னைத் தாண்டியோ பெண் எழுச்சி கொள்கிற போது குறுக்குசால் ஓட்டி அதை பின்னுக்குத் தள்ளி, எப்போதும் ஆணின் வெற்றிக்கு மட்டும், அந்தப் பெண் பின்னால் இருந்தால் போதும் என்கிற ஆணாதிக்கச் சித்தாந்தத்தை நிறுவுவதற்கு எத்தனிக்கிற போது, அறைதல் அரங்கேற்றப்படுகிறது.

பெண்கள் சுதந்திர வெளி பற்றி யோசிக்கிற போதெல்லாம் இந்த அறைதல் அரங்கேற்றப்படுகிறது. பெண்மை, உடல் தடை தாண்டிய சிறகுகள் பற்றிச் சிந்திக்கிற போதெல்லாம் அறைதல் அரங்கேற்றப்படுகிறது.

வீரம் என்பது யாது? தன்னை விட அறிவில் சிறந்தவரை அறிவாலும், தன்னை விட உடல் பலத்தில் கூடியவரை உடல் பலத்தாலும் வெல்லுதல் வீரம். தோற்று ஜெயித்தல் வீரத்தின் வீரம். இந்த ஆணாதிக்க ஆண்களின் பெண்கள் மீதான வீரம் எப்போதும் தங்களை விட உடல் வலு குறைந்த பெண்களிடமே அறைதல் என்கிற விசயம் நடக்கிறது.

தன்னை விட மனதில், மதியில் வலிமை கூடிய பெண்களையும் அறைதல் என்கிற குறுக்கு வழி மூலமாக அவர்களினும் வலிமை குறைந்த ஆணாதிக்க ஆண்கள் வெற்றிகொள்ள இதைப் பிரயோகிக்கிறார்கள்.

அது கோழைத்தனம் என்பது தெரியாமலே இதுகாறும் அறைதல் என்கிற வன்முறை தொடர்ந்து பெண்களின் கன்னங்களில் காயங்களாகவும், மனங்களில் வடுக்களாகவும் பதிக்கப்பட்டு வந்து கொண்டேயிருக்கின்றன.

கோடானுகோடி அறைதல்கள் திருப்பித் தரப்படாமல் பெண்மையின் ரகசிய இதயத்திற்குள் சூல்கொண்டு

பருத்துக்கொண்டே இருக்கின்றன. அவை இருண்மை அறைகளுக்குள் திணித்துத் திணித்து அடைத்து வைக்கப்பட்டுக் கொண்டே இருக்கின்றன.

வெளிப்படாமல் ஒளித்து வைக்கப்படும் இந்தக் கணக்குகள் ஒரு பக்கம் இருக்க, ஏதோ சில மூலைகளில் சில பெண்கள் ஆங்காங்கே அவ்வப்போது சிறகின் நினைவுகளைத் தவிர்க்க முடியாமல் மின்னல் கீற்று போல அவ்வப்போது வெடித்துக் கிளம்பிவிடத்தான் செய்கிறார்கள்.

அப்படியான ஒரு கதாபாத்திரம் தான் இந்த படத்தில் தாப்சி ஏற்றிருக்கும் அம்ரிதா கதாபாத்திரம். அவள் யோசித்து யோசித்துப் பார்க்கிறாள். பொதுவாக, எப்படிப்பட்ட சூழ்நிலையிலும் எந்த ஒரு பெண்ணும் ஒரு ஆணை அறைவதில்லை.

பிறகு, ஏன் பெண் மட்டும் அறைதலுக்கு உட்படுத்தப்படுகிறாள். அவள் அதிகாரியாக, மருத்துவராக, விஞ்ஞானியாக, வக்கீலாக, நீதிபதியாக, துப்புறவுத் தொழிலாளராக, செவிலியராக, காவல்துறை அதிகாரியாக, அரசியல்வாதியாக, எம்.எல்.ஏ வாக, எம்.பியாக, மந்திரியாக இப்படி எந்தப் பதவிகளில் இருந்தாலும், ஆண்களின் அறைதலில் இருந்து அவர்களது கன்னங்கள் தப்புவதேயில்லை. அவள் நாட்டிற்கு அரசியாகவே இருந்தாலும், வீட்டில் ஏதோ ஒரு கணத்தில் அறைதலுக்கு உட்படுத்தப்பட்டு விடுகிறாள்.

ஒரு பெண் தெரிவித்திருக்கிறாள். அவளோடு உறவு கொள்ளும் போதெல்லாம் அவளின் கணவன் அவளை அறைந்து கொண்டே தான் புணர்ச்சியில் ஈடுபடுவாராம். அப்போது தான் அவருக்கு உணர்ச்சியே ஏற்படுமாம்.

பெண்கள் ஆண்களின் உடமைகளா? கடைகளில் வாங்குகிற பொருள்களைப் போல, அவர்கள் பெண்களை வாங்கிக் கொண்டு

வந்து தங்களின் வீடுகளில் அறைபடுவதற்காகவே அலங்கரிக்கிறார்கள். தன்னுடைய கோபம், ஆற்றாமை, பொறாமை, இயலாமை, ஆணவம் அனைத்திற்குமான வடிகாலாய் அந்தப் பதுமைகள் பயன்படுத்தப்படுகிறார்கள்.

இதன் நாயகி, இங்கே அறைபடுதல் தன் சுயத்தை அவமதிக்கும் செயல் என்று நினைக்கிறாள். தன்மானத்தில் விழுந்த அடியாகவே நினைக்கிறாள். அவள் ஒட்டுமொத்த பெண்களின் மீது விழுகிற அறைகளுக்கு ஒற்றை மனிதியாய் நிதானமான ரௌத்திரத்தின் மூலம் பதில் சொல்ல நினைக்கிறாள்.

அறைதலுக்கு மன்னிப்பு கூடக் கேட்கத் தோன்றாத ஆணாதிக்க ஆண் மனநிலை அவளை அதிர்ச்சிக்கு உள்ளாக்குகிறது. உலகில் உள்ள குற்றங்கள் அனைத்தையுமே கூட அவளால் மன்னித்து விடக்கூடும். மன்னிக்கவே முடியாதவொரு குற்றமாக அவளுக்குத் தோன்றுவது, ஒரு ஆண் ஒரு பெண்ணை அறைதல் தான்.

அது எந்த சூழ்நிலையாக இருந்தாலும் அதை அவள் ஏற்றுக்கொள்ளத் தயாராக இல்லை.

கணவன் வழியாக அவள் தற்செயலாகச் சந்திக்கிற அந்த அறை தான், அவளை அவளுக்கு முழுமையாக அடையாளப்படுத்துகிறது. அவளின் சுயத்தைத் தீர்க்கமாக அவள் முன் சுடர்விடச் செய்கிறது. அவள் அறத்திற்கு எதிரான அநீதியாக அதைக் கண்ணுறுகிறாள். அப்படியான இந்தச் சமூக அமைப்பின் மீது ரௌத்திரம் கொள்கிறாள். தனிநபர் மீது அவள் அதற்காக கோபம் கொள்வதில்லை. அவளின் ரௌத்திரம் நுட்பமானது. அந்த நிகழ்வின் மூலம், மீட்டெடுக்க முடியாதபடியான பங்கத்திற்கு சுயமரியாதை ஒற்றை அறைதலில் தள்ளிவிடப் படுவதை துல்லியமாக உணர்ந்து விடுகிறாள்.

இதன் நீட்சியாக, அவள் மௌனமாய் மேற்கொள்கிற செயல்பாடுகளில், இது நாள் வரை பெண் பிள்ளைகளை பிறந்த

வீட்டில் உள்ள ஆண்களோ, புகுந்த வீட்டில் உள்ள கணவனோ, கணவனின் உறவினர்களோ அடிக்கிற போது, தாங்கிக் கொள்ள வேண்டும்.. பொறுத்துக் கொள்ள வேண்டும்.. அதை தட்டிக் கேட்டால் நீ பெண்ணே அல்ல என்று சொல்லிச்சொல்லி வளர்க்கப்பட்டதற்காக வெட்கப்படுகிறாள். அவமானம் கொள்கிறாள்.

மாமியார் தன்னை ஒரு பெண்ணாக பார்க்காமல், மகனின் மனைவியாக மட்டுமே பாசம் காட்டி வந்த அன்பை முழுமையான அன்பல்ல என்பதை, இந்தச் சம்பவத்தின் வாயிலாக அம்ரிதா உணர்ந்து கொண்டதை, அவளின் முன்னாள் மாமியாரும் ஒரு தருணத்தில் உணர்ந்து கூசிப் போகிறாள்.

தன் அப்பா எத்தனை தான் மனைவியை கொண்டாடுபவராக இருந்தாலும், தன் மனைவிக்கு இருந்த பாடும் தனித்திறமையை ரகசியமாய் ஊக்குவிக்காமலே விட்டு விட்டதை உணர்ந்து, இந்த அறைதலின் நீட்சியாக, பிற்பாடு, ஏன் அம்மாவிற்காக தட்டிக்கேட்கவில்லை என்று குற்றவுணர்வு கொள்கிறார்.

தன்னிடம் வீட்டு வேலை பார்க்கிற படிப்பறிவில்லாத, தினமும் காரணமேயில்லாமல் கணவனிடம் அறை வாங்குகிற அவள், தன்னுடைய கணவனிடம் முதன்முதலில் தைரியமாக 'என்னை இனிமே அடிக்கிற வேலை வச்சிக்காத..' என்று எங்கிருந்தோ பொத்துக் கொண்டு வருகிற தைரியத்தில் சொல்லத் துணிகிறாள். அத்தனைக்கும் பின்னால் அம்ரிதாவின் அறைதலின் மீது நிகழ்த்தப்படும் எதிர்ஆற்றல் பூடகமாய்ச் செயலாற்றுகிறது.

நிறைவில், அவளின் முன்னாள் கணவனுக்கு வாழ்நாளில் முதன்முதலில் எந்த ஒரு பெண் உடம்பின் மீதும் எந்தவிதமான வன்முறையையும் பிரயோகிக்க எந்த ஒரு ஆணுக்கும் தார்மீக உரிமை கிடையாது என்பது ஒரு கட்டத்தில் உரைக்கிறது.

அம்ரிதா நிதானமாக தன்னுடைய அடுத்தடுத்த அடிகளைத் தீர்க்கமாக எடுத்து வைக்கிறாள். அவள் பயணம் மணமுறிவு வரை மௌனங்களின் ஊடாக முன்னேறுகிறது. அவள் தெளிவாக நகர்கிறாள். சுயத்தைக் காப்பாற்றிக் கொள்வது என்கிற இலக்கிற்குக் முன்னால், அவளுக்கு எல்லாமே துச்சமாகிவிடுகிறது.

தன் சுயத்தை மீட்டெடுப்பதற்காக, அவள் எதையும் இழக்கத் தயாராகிறாள். சுயத்தை மீட்டெடுக்கிற அந்தத் துணிச்சலான பயணிப்பில், எல்லாமும் கிடைக்கப் பெற்று விடுகிறதை அவளின் அனுபவம் தீர்க்கமாய் உணர்த்திவிடுகிறது.

இந்தக் கதையில் அந்த ஒரு சம்பவம் அம்ரிதா மனநிலையில் எப்படியாக உணரப்படுகிறது என்கிற உருவகப் புரிதலைத் தாண்டி வேறு எதற்குள்ளும் இந்தப் பதிவு செல்லவில்லை.

பெண்ணின் கன்னத்தில் ஆண் அறைதல் என்பது இங்கே ஒரு உருவகம். பெண்ணின் தன்மானத்திற்கு எதிராக உறவுகளில் சமத்துவமற்றிருக்கிற குடும்ப அமைப்பு நிகழ்த்தும் அத்தனை விதமான அவமதிப்புகளையும் ஒருசேரக் குறிக்கிற மெட்டாஃபரிகல் சொல் அது.

ஆணாதிக்கத்தின் வெளிப்பாடாய், தவறு என்பது கூட உரைக்காத வகையில் தன்னை வெளிப்படுத்திக் கொண்டே இருக்கிறது. அந்த அநீதிக்கு எதிராக, அத்தனை பெண்களின் சார்பாக அம்ரிதா என்கிற படித்த, ஆழமாய் வேர் வரை சிந்திக்கத் தெரிந்த ஒரு இளம்பெண் அதற்காக விவாகரத்து வரை செல்கிறாள். அவளால் அந்த அவமதிப்பை ஏற்றுக் கொள்ள முடியவில்லை. அவமதிக்கிறோம் என்கிற லஜ்ஜை கூட இல்லாத ஆணாதிக்க சமூகத்திற்கு, அதன் பொருட்டு பாடம் புகட்ட எத்தனிக்கிறாள்

இதன் நாயகி அம்ரிதாதான் உண்மையான சூப்பர் ஹுயூமன். நீட்சே சொல்வது போல சூப்பர் ஹுயூமன் என்பவர் புஜபல பராகிரமசாலியாக இருக்க வேண்டுமென்பதில்லை. அறிவில், அன்பில், அறத்தில், தலைமைப் பண்பில், தெளிவில், துணிவில் முன்னத்தி தேராக நகர்கிற மனதன்றி வேறில்லை. அப்படியான ஒரு மாமனித வெளிப்பாடாகவே அம்ரிதா ஆர்த்தெழுகிறார். தன்மானம், சமமான வாய்ப்பு, சமத்துவ மனநிலை எட்டும் வரை இந்தச் சீற்றம் விடாமல் பயணித்துக் கொண்டேயிருக்கும்.. இங்கே ஒரே பிரச்சனையில் வலியின் அளவு பெண்ணுக்கும் ஆணுக்கும் வெவ்வேறாக இருக்கிறது.

சமபலம் உள்ளவர்கள் மோதுவதே நியாயமான போட்டி. அத்தனையிலும் சமமான வாய்ப்புகளும், சமூக சமநிலை பார்வையும் வழங்கப்படுகிறபோதே, பெண்ணும் ஆணும் சமமாக பார்க்கப் படுகிறநிலை எட்டப்படும். அப்போதே ஆண்-பெண் சமத்துவம் சாத்தியம் கொள்ளும். அதை நோக்கி தனக்கேயான பாணியில் முதல் அடி எடுத்து வைத்திருக்கிறாள் அம்ரிதா.

ஒரு வகையில் கொரோனா என்கிற ஆயுதம் எடுத்திருக்கிற இயற்கையின் அறச்சீற்றத்திற்கு, மானுடத்தின் சுயநலங்களின், போட்டிகளின், பொறாமைகளின், பேதங்களின், ஏற்றத்தாழ்வுகளின், போர்களின், புவிவெப்பமயதாலை அதிகரிக்கிற போக்குகளின், உணர்விற்கு மதிப்பளிக்காத போக்குகளின் முன், இப்படியொரு ஆயுதத்தோடு நிற்பதற்கு, பெண்களின் மானத்தை மட்டும் பெண்ணின் பாலுறுப்புகளில் பிணைத்து வைத்திருக்கிற சமூக அநீதியும், ஒரு காரணமாக இருக்கிறதென்று சொல்லாமல் சொல்கிறது. அதையே இந்த படைப்பு தன்னுடைய அடிநாதமாக அடிக்கோடிட்டு நிறுவுகிறது.

ஃபயர் பிராண்ட்

16

இந்தப் பதத்திற்கு மிகப் பெரிய சமூக மாற்றத்தை விரும்புகிற நபர் என்று அர்த்தம். அப்படித்தான் இதில் நாயகியாக நடித்திருக்கும் உஷா ஜட்டாவ் கதாபாத்திரம் சிருட்டிக்கப்பட்டிருக்கிறது. ஜட்டாவ் என்பது தாழ்த்தப்பட்ட வகுப்பைக் குறிக்கிறது. இவர் 2012 ல் வெளிவந்த தக் என்கிற படத்தில் நடித்ததற்காக இந்தியாவின் சிறந்த நடிகைக்கான தேசிய விருதினை பிரணாப் முகர்ஜியிடம் இருந்து பெற்றவர்.

இது ஒரு மராத்தி திரைப்படம். இதன் தயாரிப்பாளர் உலக அழகி பட்டம் பெற்றவரும், நடிகையுமான பிரியங்கா சோப்ரா. இதன் இயக்குநர் அருணா ராஜி.

கதையில் இவரின் பெயர் சுனந்தா. பிரபலமான ஃபேமிலி கோர்ட் லாயர். லேசில் உணர்ச்சி வசப்படமாட்டார். அறத்தின் பக்கமே நிற்க விரும்புகிறவர். வொர்க்ககாலிக். அதனால் தன்னுடைய உடல்நலம் பேணுவதில் போதிய அளவிற்கு அக்கறை கொள்ளாதவர்.

இதனால், இவருக்கு அடிக்கடி கழுத்து வலி, முதுகு வலி, இடுப்பு வலி வருவதுண்டு. தானே அதற்கு தற்காலிகமாக பிடித்து விட்டுக் கொள்வதோடு சரி. அவரின் மனதில் இருக்கிற வடுவின் வலியைப் போல, உடம்பிலும் அந்த வலி விடாமல் பிடித்துக் கொண்டு அவரோடேயே உறைவுற்றிருக்கிறது.

இவர் விவாகரத்து, பாலியல் தொல்லைகள், பாலியல் வல்லுறவு முதலான பிரச்னைகளில் பாதிப்புக்குள்ளானவர்களுக்காக ஆஜர் ஆகிறவர்.

இத்தனைக்கும் இவர் தன்னுடைய பதின்பருவத்தில் பள்ளியில் மாநிறமாக இருப்பதற்காகவும், ஒரு தலித்தாக பிறந்ததற்காகவும் பல கொடுமைகளை அனுபவித்திருப்பவர். இதற்கெல்லாம் உச்சமாக, ஒரு குடிகாரனால் பலாத்காரம் செய்யப்பட்டிருப்பார். அதையும் மீறி அவர்

வைராக்கியத்துடன் சட்டம் படித்து, இன்று ஃபேமிலி கோர்ட்டில் ஒரு பிரபலமான வக்கீல் ஆகச் செயலாற்றிக் கொண்டிருக்கிறார்.

இவருடைய கணவன் அவரைப் பற்றி புரிந்திருப்பவர்தான். ஆனாலும், அவர் புணரும் போதெல்லாம், நாயகியின் மனதில், தான் தன் பதின்பருவ வயதில் முன்பு பலாத்காரம் செய்யப்பட்ட காட்சி திரும்பத்திரும்ப வந்து இம்சிக்கிறது. அந்த அதிர்வில் இருந்து அவரால் அத்தனை சுலபத்தில் வெளியே வரமுடியவில்லை என்றாலும், தன்னுடைய பணியில் எப்போதும் போல் மிகுந்த மதிநுட்பத்தோடு, கவனக்குவிப்போடு, பக்கவாட்டுச் சிந்தனை உத்திகளோடு பணியை மிகுந்த விருப்பத்தோடு தொடர்ந்து கொண்டு இருக்கிறார்.

வெற்றி மேல் வெற்றியைத் தொழிலில் குவித்து, ஒரு அப்பர் மிடில் கிளாஸ் வாழ்க்கையை வாழ்ந்து கொண்டிருக்கிற சுனந்தாவின் கல்லூரித் தோழனும் அதே குடும்ப நீதிமன்றத்தில் வழக்குரைஞராகப் பணி புரிகிறார். அவர் ஒரு முறை சுனந்தாவைப் பாராட்டுகிற போது, உன்னை ஒரு முறை ஜெயிப்பதற்காகவாவது உனக்கு எதிராக வாதிட வேண்டும் என்று, ஒரு பேச்சுக்கு சொல்கிறார். அது பிற்பாடு நடக்கவும் செய்கிறது.

ஆர்க்கிடெக்டாக இருக்கிற இவருடைய கணவரும் ஒரு சராசரி மனிதருக்குள்ள பாலியல் அறியாமைகளோடு, புணர்ச்சியின் போது, வான்கோழி தவிட்டை விழுங்குவதைப் போல கடகடவென இயங்கக் கூடியவர்தான். அவரைப் பொறுத்தமட்டில் காதலும், காமமும் தனித்தனி.

சுனந்தாவிற்கு தன் கணவரிடம் அன்பிருந்தாலும், அவர் அவசரஅவசரமாக அவசரக்குடுக்கைத் தனத்தோடு இயங்குகிற பாங்கு அவரை ஒருபோதும் உச்சத்திற்கு அழைத்துச் செல்வதில்லை.

மாறாக, மனதாலும் உடம்பாலும் வலி மிகுந்த அந்தப் பழைய தருணத்தையே ஞாபகப்படுத்துவதாகவே இருக்கிறது.

பதின்பருவத்தில் நடந்த பலாத்காரம் அவரின் விருப்பத்திற்கு மாறாக நடந்தது. இப்போது அவரிடம் சமூக ஒப்புதல் பெற்றுக்கொண்டு அதே பலாத்காரம் நடத்தப்படுகிறதாகவே அவருக்குள் ஒரு எண்ணம். அப்படியாகவே அவர் அந்த நிகழ்வு நடக்கிற போதெல்லாம் உணர்கிறாள். அவர் அதை தாங்கிக் கொள்வதைத் தவிர, வேறு வழி தெரியவில்லை.

இதற்காக ஒரு மனோதத்துவ நிபுணரிடம் சுனந்தா அவ்வப்போது கவுன்சிலிங் பெறுகிறார். அவர் முதலில் ஒரு குரங்கு பொம்மையை தந்து ஆசை தீரக் குத்தும்படி சொல்கிறார். அது ஒரு ஆறு மாதத்திற்கு அவரின் மனஅவஸ்தையிலிருந்து அவரைத் தாங்குகிறது. மறுபடி முன்பு தொடர்ந்து வந்து இம்சித்த கெட்ட கனவுகள் மீண்டும் மீண்டும் விரட்ட ஆரம்பிக்கின்றன.

மறுபடி கவுன்சிலிங். இந்த முறை அவளுக்கு நேர்ந்த அந்த கடந்த காலச் சம்பவத்தை இம்மி பிசகாமல் ஒரு நோட்டில் தினமும் ஒரு முறை எழுதி, அதை தனியாக குளியல் அறையில் கண்ணாடி முன் நின்று கொண்டு வாய் விட்டுச் சொல்லச் சொல்கிறார்.

முதலில் அதை சொல்கிற போது எமோஷனலாக இருக்கும். அதனால் அதை செயல்படுத்துவதில் சிரமம் இருக்கும். அடுத்து அயற்சியாக இருக்கும். பிறகு சலிப்பாக இருக்கும். ஒரு சமயத்தில் அது ஒரு கதையைப் படிக்கிற விசயம் போல சிறுத்துப் போகும். இது தான் அந்த பிரச்னையில் இருந்து அவரைப் படிப்படியாக மீட்டெடுக்க கூடிய சிறந்த வழி என்று அவரது கணவரிடம் தொலைபேசியில் விளக்குகிறார்.

அதனைத் தொடர்ந்து அதே மாதிரி எழுதி, படிக்கிற காட்சியில் சுனந்தா துடிக்கிற துடிப்புகள் பார்க்கிற ஒவ்வொருவர் மனதிற்குள்ளும் அப்படியே இறங்குகிறது.

'அந்த பொதுக் கழிப்பறைக்குச் சென்று விட்டு, வெளியே வந்த போது, எதிர்பாராமல் மோதிக் கொண்ட அந்தக் குடிகாரன் என்னை அப்படியே பிடித்துக் கொண்டான். நான் என் அனுமதியில்லாமல் அவன் என்னை தீண்டுவதைச் சகியாமல் என் கையில் இருந்த பனிரெண்டாம் வகுப்பு நோட்டுப் புத்தகப் பையை வைத்துத் தாக்க முற்பட்டேன். அவன் சொரணையே இல்லாமல், அந்தப் பையைப் பிடுங்கித் வீசினான். பக்கத்திலிருந்த ஷெட்டிற்குள் என்னை மூர்க்கமாகத் தள்ளினான். நான் மல்லாக்கப் போய் விழுந்தேன். அவன் தன் இடக்கரத்தால் என் இரண்டு கைகளையும் தலைக்கு மேல் தூக்கிப் பிடித்து இறுக்கமாகப் பிடித்துக் கொண்டான். வலக்கரத்தால் அவன் என் பாவாடையை அவசரஅவசரமாக அவிழ்த்தான். அவனது ராட்சச உடம்பின் எடையை என் மீது சரித்தான். என் உடம்பு துளி அசையமுடியாமல் அந்த அழுத்தலில் நசுங்கிப் போனது. அவன் தன் வலக்கரத்தால் என் பாலுறுப்பை மூர்க்கமாகக் கசக்க ஆரம்பித்தான். வலி பொறுக்கமாட்டாமல் கத்த யத்தனித்தேன். உடனே மதுவின் துர்நாற்றம் ததும்பும் உதடுகளால் என் உதடுகளை கடித்து முத்தமிட்டு, என் அலறலை அடக்கினான். என் உணர்வுகள் அந்த பிடியிலிருந்து விடுவித்துக் கொள்ள போராட நினைக்கிறது. ஆனால், என்னால் துளியும் அந்த முயற்சியில் வெற்றியடைய முடியவில்லை. அவன் பத்து நிமிடங்கள் அந்த பிடியில் இருந்து என்னை விடுவிக்கவே இல்லை. இயந்திரம் போல இயங்கினான். வலி உயிர் போனது. கண்கள் தாரைதாரையாக கொட்டுகிறது..' அந்த நாளில் நடந்த அந்த சம்பவத்தைத் தத்ரூபமாக வார்த்தைகளுக்குள் கொண்டு வருகிறார்.

இந்தப் பயிற்சி அவருக்கு மிகுந்த மனஅவஸ்தை தருகிறது. தானும் தன்னை, கடந்த கால நினைவுகளில் வதைத்துக் கொண்டு, தன் கணவனையும் எதற்காக வதைக்க வேண்டும் என்று ஒரு புள்ளியில் தோன்ற, அவனிடம், விவாகரத்து பெற்றுப் பிரிந்து விடலாம். நீ ஒரு புதிய வாழ்க்கையைத் தொடங்கலாம் என்கிறார். அவனோ அதற்கு உடன்பட தயங்குகிறான். அவர் அந்த பிடியில் அழுத்தமாகவே இருக்கிறார். அதனால் சில நாட்கள், தான் ஒரு முடிவிற்கு வருகிற வரை தனிமை வேண்டும் என்கிறார். அவரின் உணர்வை மதித்து, அவன் அருகில் உள்ள கிராமத்தில் வசிக்கும் தன் பெற்றோர் வீட்டில் சென்று தங்கிக் கொள்கிறான்.

இந்தச் சந்தர்ப்பத்தில் தான் அந்த வழக்கு சுனந்தாவை தேடி வருகிறது. வசதியான, அந்த மத்திம வயதுப் பெண்தான் சுனந்தாவைத் தேடி வந்து சந்திக்கிறாள். அவள் விவாகரத்து கேட்கிற கணவன் சச்சினிடம் நஷ்டஈடு கேட்க வேண்டும் என்கிறாள்.

சச்சின் கடந்த பதினைந்து ஆண்டுகளில் தன்னுடைய சுயஉழைப்பால் தன் நிறுவனத்தின் வாயிலாக நூறு கோடி லாபத்தைத் தொட்டிருக்கிறார். அவர் நேர்மையான வழியில் தன்னுடைய விளம்பரக் கம்பெனியை மற்றவர்களுக்கு ஒரு ரோல் மாடலாய் நடத்திக் கொண்டிருக்கிறவர்.

மனைவியோ ஒரு காலத்தில் மிஸ் இந்தியா பட்டம் பெற்றவர். இப்போதும் அதே மனநிலையில், அதே போதையில் இருப்பவர். அமைதியாகப் போய்க் கொண்டிருந்த அவர்கள் வாழ்விலும் முரண்பாடுகள் முட்டிக்கொண்டு வர, சச்சின் விவாகரத்து பெற்று சுமூகமாகப் பிரிந்து அவரவர் பாதையில் பயணிப்பதே நல்லது என்கிறார். அவளுக்குப் பற்றிக் கொண்டு வருகிறது. திருமண பந்தம் என்கிற கமிட்மெண்ட்டை ஒரு ஆண் முறிக்க நினைக்கிறபோது, குறிப்பாக ஆண்களைச் சார்ந்திருக்கிற பெண்களுக்கு அப்படியொரு

கோபம் எங்கிருந்தோ பொத்துக் கொண்டு வந்துவிடுகிறது. இது இதில் இடம் பெற்றிருக்கிற ஒரு வசனம்.

விவாகரத்து கேட்கிற தம்பதியருக்கு பனிரெண்டு வயதில் ஆட்டிசக் குறைபாடு கொண்ட ஒரு பெண் குழந்தை இருக்கிறது. அந்தக் குழந்தைக்குத் தன் அப்பாவோடு இருக்கவே விருப்பம். சுனந்தாவும் ஒரு கட்டத்தில் விவாகரத்துக்கு நஷ்டஈடு கேட்கிற பெண்ணிற்காக வாதிட முற்படுகிறாள். அவள் கணவர் அவளுக்கு ஏற்கனவே இருபது கோடி மதிப்பிலான சொத்துகள் வாங்கி தந்திருப்பதும் இதற்கிடையே தெரிய வருகிறது. இருந்தாலும், அவள் அவனின் சம்பாத்தியத்தில் அவன் சேர்த்து வைத்திருக்கிற சொத்தில் சரி பாதியை வாங்கி விட வேண்டும் என பிடிவாதமாக இருக்கிறாள்.

தானே கண்ணாடியில் கையை கீறிக் கொள்கிறாள். அதை, தானே போலீசுக்கு தெரியப்படுத்தி, தன் கணவன் தான் இப்படிக் கொடுமைப் படுத்தியதாகத் தெரிவிக்கிறாள். இதன் விளைவாக சச்சின் மூன்று நாட்கள் காவல்நிலையத்தில் பிக்பாக்கெட் கைதிகளோடு இருக்க நேரிடுகிறது.

இதையெல்லாம் புரிந்து கொள்கிற சுனந்தா, அவனுக்கு எதிராக வாதாடுகிற வக்கீலாகவே இருந்தாலும், தனக்கே தெரியாமல் தன் மனதில் சச்சின் ஜெயிக்க வேண்டும் என நினைக்க ஆரம்பித்து விடுகிறாள்.

முதன்முறையாக இந்த வழக்கிலும் தன் தோழன் முன்பு விளையாட்டாகச் சொன்னது போல, சச்சினின் நல்ல மனதிற்காக மனப்பூர்வமாகத் தோற்கிறாள். அந்த முன்னாள் இந்திய அழகியும், மனைவியுமானவள், வக்கீல் சுனந்தாவை அசிங்க அசிங்கமாகத் திட்டுகிறாள். தீர்ப்பைக் கேட்டு விட்டு ஆக்ரோஷமாக வெளியே வருகிற அந்தப் பெண், நீதிபதி உள்ளிட்ட அனைத்து ஆண்களையும் வசை மழை பொழிகிறாள்.

அவளின் அந்தப் பரிதாபகரமான நிலை, எதிர்பாராத அந்த தருணத்தில் சச்சின் மனதில் ஈரத்தைச் சுரக்க வைக்கிறது. ஒரு நொடி அவர்களுக்கு இடையேயான வீம்பு வடிந்தவர்களாய் ஒருவரை ஒருவர் உணர்வு மேலிடப் பார்க்கிறார்கள்.

அவன் அவளிடம் உனக்கு என்ன வேண்டுமோ அத்தனையையும் எடுத்துக்கோ.. இனிமேலும், உன்னைக் காயப்படுத்திக்காதே என்கிறான். அவ்வளவு தான். அவள் அவனைத் தாவி வந்து கட்டிப்பிடித்துக் கொள்கிறாள்.

அவன் அவளின் குறைநிறைகளோடு அப்படியே மீண்டும் ஏற்றுக் கொள்வது என்கிற முடிவிற்கு அந்த நொடியில் வருகிறான். அவர்களுக்கிடையேயான அலைவரிசை சீர்படுமா என்பது தெரியாமலேயே, ஏதோ ஒரு நம்பிக்கையில், அவளைப் பரிபூரணமாக மன்னிப்பதென அவனுக்குள் தோன்றி விடுகிறது.

அன்றிரவு சச்சின் சுனந்தாவிடம் தன் மனைவி சூழ்நிலை காரணமாக அநாகரீகமாக நடந்து கொண்டதற்காக மன்னிப்பு கேட்க சுனந்தாவின் வீட்டிற்கு வருகிறான். அவர் அவனை உள்ளே அழைத்துக் கதவைத் தாழிட்டு விட்டு, உட்காரச் சொல்கிறாள். அவன் அவள் தனக்குச் செய்த உதவிக்காக நன்றி சொல்லி விட்டு, தன் மனைவி நடந்து கொண்ட விதத்திற்காக மன்னிப்பும் கேட்கிறான். என்னையும் மீறி உங்களுக்கு உதவும்படி உள்ளுணர்வு சொன்னதே காரணம் என்கிறார்.

நீதிமன்ற நடவடிக்கைகளின் போது அவரைக் கவனித்ததாகவும், மனதிற்குள் எதையோ பூட்டி வைத்துக் கொண்டு இறுக்கமாக இருக்கிறதாக உணர்ந்ததாக, சுனந்தாவின் மனதை அப்படியே வாசிப்பது போல சச்சின் சொல்கிறான்.

அவருக்கு பின்னால் உள்ள மாடர்ன் ஆர்ட்டில் ஐந்து பெண்கள் உட்கார்ந்திருக்கிறதைக் காட்டி என்ன தோன்றுகிறது என்று கேட்கிறான். அவள் கவலையோடு ஐந்து பெண்கள் நிற்கிறார்கள் என்கிறார். எனக்கு அப்படி தெரியவில்லை. அவர்கள் எந்த உணர்வையும் வெளிப்படுத்தாமல் இருப்பதாகவே தனக்குத் தோன்றுவதாக சொல்கிறான். ஆச்சர்யப்படும் சுனந்தா, அதனைத் தொடர்ந்து, 'எப்படி இத்தனை அநாகரிகமாக, வன்மத்தோடு நடந்து கொண்ட மனைவியை மன்னிக்க முடிந்தது' என்று ஆச்சர்யத்தோடு கேட்கிறார். 'ஒரு விதிமுறையை தான் பின்பற்றுவதாகவும், வாழ்க்கை போகிற போக்கில் நதி போலப் போகட்டும்.. அதை ஏற்றுக் கொள்வது என்பது தான் அது.. அப்படியான போகிற போக்கிலேயே தம்முடைய வாழ்வின் அர்த்தங்களை வெளிப்படுத்தும் தருணங்களை நிகழ்த்திக் கொண்டே பயணிப்பது தான் அவனின் தாரக மந்திரம். அதன் நிமித்தம் நிகழ் கணம் மட்டுமே தனக்கு நிஜம்.. அதனால், மற்றவை எல்லாம் மாயக் கணங்கள் ஆகி விடுகின்றன' என்கிறான்.

பேச்சிற்கிடையில் அடிக்கடி அவளை விடாமல் பின்தொடர்ந்து வரும் கழுத்து வலிக்கு ஏதுவாக தனக்குத்தானே சுனந்தா பிடித்து விட்டுக்கொண்டே பேசுகிறார்.

உடனே அவன், தான் அவருக்கு உதவுவதாகச் சொல்லி அவர் அருகில் வந்து அமர்ந்து அவரைத் திரும்பி உட்காரச் சொல்லி விட்டு, அவரின் கழுத்தை, முதுகை மஸாஜ் செய்து விடுகிறான். அடுத்த நொடி, அவருக்கு உடம்பில் உள்ள அத்தனை வலிகளும் விடுபடுவதாக ஒரு உணர்வு.

அவன் அவரின் கழுத்து, முதுகுப்பகுதியை இதமாகப் பிசைந்து விடுகிறான். அவர் இத்தனை இதமாக ஒரு ஆணின் ஸ்பரிசம் இருக்கும் என்பதை முதன்முதலாக உணர்கிறார்.

அவர் மனதில் எந்த ஆண் தொட்டாலும், தன்னைப் பலாத்காரம் செய்தவனின் மூர்க்கத்தனமான தொடுகையாகவே இதுவரை அவருக்குள் தோன்றியிருக்கிறது. முதன்முதலாக அந்தத் தொடுகையை, ஒரு ஹீலிங் டச்சாக உணர்கிறார். அந்தக் கணங்களில் மூடியே இருந்த சுனந்தாவின் பரவச ஜன்னல்கள் திறந்து கொள்கின்றன.

அவன் அவருக்கு தொடர்ந்து இதமாக மஸாஜ் செய்து கொண்டே, ஒரு சிறிய மனரீதியான விளையாட்டு விளையாடலாமா என்கிறான். அவள் என்ன விளையாட்டு என்கிறாள்.

அவன் ஒன்று சொல்வான். அதற்கு சுனந்தா ஸோ வாட் என்று பதில் சொல்லி விட்டு, தன் வாழ்வில் நடந்த கசப்பான ஏதாவது ஒரு சம்பவத்தைச் சொல்ல வேண்டும். அதற்கு சச்சினும் ஸோ வாட் என்று பதில் சொல்லி விட்டு, மறுபடி சுனந்தாவிடம் தன் வாழ்வில் முன்பு நடந்த மற்றொரு சோகமான நிகழ்வு பற்றிச் சொல்ல வேண்டும். இப்படியே இந்த விளையாட்டை மாறிமாறி தொடர வேண்டும் என்கிறான். சுனந்தா சரி என்கிறார். அவனே அந்த விளையாட்டைத் தொடங்கி வைக்கிறான்.

என்னை, சிறுவயதில் அப்பா அப்படி அடிப்பார் என்கிறான். அதற்கு அவள் ஸோ வாட் என்று விட்டு, சிறுவயதில் என்னை மாநிறமாக இருப்பதற்காக பலரும் கேலி செய்வார்கள் என்கிறார். ஸோ வாட்.. ஆறாவது படிக்கையில் நான் ஃபெயில் ஆகி விட்டேன் என்பான். ஸோ வாட்.. என்னை தீண்டத்தகாதவளாக சமூகத்தில் பலரும் பூடகமாக அவமதித்திருக்கிறார்கள் என்கிறார். ஸோ வாட் .. சிறுவயதில் ஒரு முறை புத்தகம் ஒன்றை நூலகத்தில் இருந்து திருடி இருக்கிறேன் என்கிறான். ஸோ வாட்.. எப்போதோ நடந்த ஒரு விசயத்திற்காக உங்களை வாழ்நாள் முழுக்க திருடனாகவே பார்க்க

முடியுமா? என்னை ஒருவன் பதின்பருவத்தில் பலாத்காரம் செய்து இருக்கிறான் என்கிறார். ஸோ வாட்.. அது ஒரு விபத்து.. அதில் உங்கள் தவறென்ன.. எப்போதோ நடந்த ஒரு விபத்திற்காக, வாழ்நாள் முழுக்க காயப்பட்டுக் கொண்டே இருக்க முடியுமா? என்கிறான்.

சுனந்தாவிற்கு வியப்பாக இருக்கிறது. சுனந்தாவிற்குள் இருந்த மனத்தடை அந்தக் கணத்தில் முழுவதுமாக விட்டு விலகுவதை பரிபூரணமாய் உணர்கிறார். கழுத்துப்பகுதியை நேர்த்தியாக பிடித்து விட்டபடி தொடர்ந்து கொண்டிருந்தவன், தன்னையறியாமல் தன்னிச்சையாகச் சற்றே உணர்ச்சிவசப்படுகிறதாய்த் தோன்ற, கையை எடுக்க யத்தனிக்கிறான். சுனந்தா அவன் கரத்தை எடுக்கவிடாமல் பிடித்து, தன் தோளில் மறுபடி வைத்துக் கொள்கிறார். அவன் புரிந்து கொள்கிறான்.

அவர்களின் மனங்கள் பரஸ்பரம் ஒரே மாதிரி இயங்குகிறது. சுனந்தாவின் முதுகை லாவகமாய் அழுத்திப் பிசைந்துவிட்டபடி அவரின் கன்னக்கதுப்பை, செவி மடலை மெலிதாக வருடுகிறான். அவரின் ஜாக்கெட், பிரா கொக்கியை நாசூக்காக விடுவிக்கிறான். அவரின் முதுகெங்கும் நிதானமாக, ஐஸ்கட்டி ஒத்தடம் போல நீவி விடுகிறான்.

முதன்முதலாக உச்சத்திற்குச் செல்வதை சுனந்தா பரிபூரணமாய் உணர்கிறார். அந்தப் பரவசத்தை அதற்கு மேல் அடக்கிக் கொள்ள முடியவில்லை. தாவலாய் எழுந்து அவனைக் கட்டிக் கொள்கிறார். அவன் அவரை முழுவதுமாக தனக்குள் ஏந்திக்கொண்டு நிதானமாக இதழ்களில் முத்தங்கள் பதிக்கிறான். அவரின் ஜாக்கெட் நீக்கி கழுத்து, மார்பகங்களில் முத்தமிடுகிறான். அவரின் தொப்புள் மீது கன்னத்தை வைத்து படுத்துக் கொள்வது போல, சற்றுநேரம் கன்னத்தால் அந்த தொப்பிள் மீது படர்ந்திருக்கும் வெப்பத்தை உதடுகள் வழி உறிஞ்சி

எடுக்க, அத்தனை வடுக்களும் கரைந்து போகின்றன. சுனந்தாவின் சேலை பிளிட்ஸ் பகுதியை மெதுவாக கீழே இழுக்க, இளக்கம் கொண்டு தானாக அவிழ்கிறது. முத்தங்கள் தொடர்கின்றன. சுனந்தாவிற்குள் தாளமுடியாத மகிழ்ச்சி. பரவச கானம் முழுவீச்சில் இசைக்க ஆரம்பிக்கின்றன. அவனின் முத்தங்கள் ஒரே நேரத்தில் உடம்பிலும், மனதிலும் ஒத்தடங்களாகப் பதிகின்றன. அவன் தூவும் கதகதப்பான தூறலில் அவரின் மொட்டு தன்னிச்சையாக இதழ் மலர்த்தி, ஏந்தி, ததும்ப, சுனந்தாவின் உலகமெங்கும் கதகதப்பின் வாசம் விரவுகிறது. இரவு முழுவதும் அவர்களோடான ஆலிங்கனம் தொடர்கிறது. அவள் பரிபூரணமாக புதிய மனிதியாக அந்த ஆலாபனைகளில் உளமாறி, புத்துயிர்ப்பு கொள்கிறாள்.

மறுநாள் வரும் கணவனிடம் நமக்குள் விவாகரத்து வேண்டாம். மறுபடி மகிழ்ச்சியாக வாழ முயற்சி பண்ணலாம் என்கிறவர், நேற்று இரவு நடந்தது எதையும் மறைக்காமல் சொல்கிறார். சச்சின் பெயரை மட்டும் குறிப்பிடாமல் ஒரு ஆண் தேவதை என்று மட்டும் குறிப்பிடுகிறார்.

சுனந்தாவால் அத்தனையையும் துளி ஆபாசமில்லாமல் இயல்பாகச் சொல்ல முடிகிறது. காரணம் அவர் தாய் வழிச் சமூக மனநிலை கொண்ட பழங்குடி இனத்தைச் சேர்ந்த பெண்மணி. அங்கே பெண் உடல் தடை அரசியல் கணக்கில் எடுத்துக் கொள்ளப்படுவதில்லை.

அதனால் உடைமை மனநிலை அங்கே இல்லை. மகிழ்ச்சி மட்டுமே அந்த வாழ்க்கையில் இரண்டு பக்கமும் பிரதானமாகப் பார்க்கப் படுகிறது.

அவன் ஒரு கேள்வி வைக்கிறான். தனக்கு மிடில் கிளாஸ் மொராலிட்டி, முரண்கள் நிறைந்த சமூக ஒழுங்கின் மீதெல்லாம்

பெரிய நம்பிக்கைகள் கிடையாது. அதே சமயம், உன் மீதுள்ள காதல் இதற்காகவெல்லாம் மாறாது. ஆனால் உன் உணர்வுகளை மதிக்க விரும்புகிறேன். உனக்கு அந்த நபரோடு வாழ விருப்பமா, என்னோடு வாழ விருப்பமா என்பதே எனக்கு முக்கியம் என்கிறான். அதற்கு அவர் எனக்கு உன்னோடு வாழ்வதற்கான வழியை அமைத்துக் கொடுத்த உளமருத்துவன் அவன். என் நேசகன் நீ என்கிறார். உடனே இருவரும் ஆதர்சத்தோடு தழுவிக் கொள்கிறார்கள்.

வன்புணர்வு ஏற்படுத்திய மனத்தடை பல பெண்களுக்கு இங்கே அவர்களின் வளர்ச்சிக்குத் தடையாக வாழ்நாள் முழுவதும் அவர்களைப் பின்தொடர்ந்து வந்த வண்ணம் இருக்கிறது. அப்படி ஒரு வன்புணர்வுக்கு ஆட்பட்ட ஒரு பெண் சந்திக்கிற ஒரு மென்புணர்வு அவளின் அந்த மனத்தடையையும், அது ஏற்படுத்தியிருந்த காமம் சார்ந்த பார்வைகளிலிருந்தும் எப்படி விடுபடுகிறாள் என்பதை பெண் இயக்குநரான அருணா இந்தப் படைப்பில் அவருக்கே உரிய பாணியில் உணர்த்தி இருக்கிறார்.

தன் கடின உழைப்பால், வைராக்கியத்தோடு போராடி குடும்ப நீதிமன்றத்தில் வழக்காடும் பிரபல வழக்கறிஞராக உருவெடுக்கும் சுனந்தா, தன்னை அடிமைப்படுத்தி வைத்திருக்கும் அந்தக் கொடூர எண்ணத்திலிருந்து எதிர்பாராத எதிர்பார்ப்பற்ற பரஸ்பர அன்பின் சங்கமிப்பாகிற அரிய அனுபவத்தின் வாயிலாக, பரிபூரண விடுதலையடைகிறார்.

வன்புணர்வு எத்தனை பெரிய வடுவை, பாதிக்கப்படுகிற ஒவ்வொரு பெண்-ஆண் மனங்களில் ஏற்படுத்தி விடுகிறது என்பதையும், பல சமயம் அது வாழ்நாள் முழுவதும் அவர்களை இயல்பாக வாழ விடுவதில்லை என்பதையும் இந்தப் படைப்பு நுட்பமாக தன் வெளிப்பாடுகள் வழி உணர்த்துகிறது.

இந்தச் சமூகத்தில் செயற்கையாக உருவாக்கப்பட்டிருக்கும் பாலியல் வறட்சியை, பாலியல் கல்வியின் மூலமாக நமக்குள்ளிருக்கும் பாலியல் அறியாமையைக் களைகிற போதே, இப்படியான மனத்தடைகள் அற்ற, ஆபாசப் பார்வைகள் கடந்த, இயல்பான, மகிழ்வான மானுட சமூகம் உருவெடுக்க இயலும். அதற்கான ஆக்கப்பூர்வமான முயற்சிகளை ஒவ்வொருவரும், விசாலமான, நேர்மறைச் சிந்தனையோடு முன்னெடுக்கிற போது, அது படிப்படியாக சாத்தியப்படும் என்பதை இந்தப் படைப்பு தனக்கே உரித்தான வழியில் உணர்த்திச் செல்கிறது.

தி பிரா

17

பெண் உடம்பை ஆபாசமாக்குவது அவர்கள் அணிகிற உடைகள் அல்ல. ஆபாசப் பார்வையே பெண் உடம்பை ஆபாசமாக்குகின்றன. இயல்பான பார்வையை ஆபாசப் பார்வையாக மாற்றக் கற்றுத் தருகிறது ஆணாதிக்க மனோநிலை..

நிர்வாணத்தை ஆபாசமின்றிப் பார்க்கிறது அறமையப் பார்வையான சமத்துவப் பார்வை. காற்றில் தற்செயலாய் விலகும் பெண் உடைகளில், பர்தா போட்டிருந்தும் எப்போதாவது தெரிகிற கெண்டைக் கால்களில், ஆபாசத்தைக் கற்பிக்கிறது ஆணாதிக்கப் பார்வை. ஆக, இங்கே ஆடை ஒரு விசயம் அல்ல. பார்வை பண்படுகிறபோது அத்தனையும் இயல்பான காட்சி ரூபமாகி விடுகிறது.

இது ஜெர்மானிய மொழியான டச்சு மொழியில் எடுக்கப்படாமல், ஜெர்மானியர்களால் எடுக்கப்பட்ட ஒரு மௌன திரைப்படம். இதன் பெயர் தி பிரா. இதன் கதை நுட்பமானது. சர்ரியலிச, எக்ஸிஸ்டென்சியலிச அம்சங்களை ஒருங்கே கொண்டது.

திரை போடப்படாத உணர்வுகளை மட்டும் நம்பிக் கொண்டு, முகமூடி இல்லாமல் வாழ்தலை இருத்தலியப் பார்வையும், காலங்களை உறைய வைத்து, காலம் தாண்டிய வெளியில் கனவின் நுண்மை நோக்கிய தேடலுமாகிற சர்ரியலியசக் கூறுகள் கொண்ட வாழ்வியலும் இந்தப் படைப்பில் ஒரு சேர ஊடாடுகின்றன.

காமத்தன்மையற்ற காமம் என்று ரஜனிஷ் சொல்வார். ஆபாசம் அறிந்திராத காமம் என்று அர்த்தம். அந்தக் காலத்தில் செயற்கையான பாலியல் வறட்சியற்ற, கட்டற்ற காமம் இயல்பாகவே அனுமதிககப்பட்டிருந்தது. காமம் ஆபாசப்படுத்தப்படாமல் இருந்தவொரு காலம் அது. அதாவது காமம், காதல், பாலுறுப்புகள் அதுவும் பெண்ணின் பாலுறுப்புகள் சார்ந்த விசயங்கள் கூடுதல்

ஆபாசத்தோடு பார்க்கப்படுகிற ஆணாதிக்கச் சிந்தனையில் வக்கரித்துப் போன சமூக மனநிலையை இந்தப் படைப்பு பகடி செய்கிறது.

காமம், காதல் என்பது ஜீவராசிகளுக்கான இயல்பான விசயம். உணவு உண்பது போலவே, காமம் கொள்வதும் இயல்பு.

ஆணின் பாலுறுப்புகளுக்கும், பெண்ணின் பாலுறுப்புகளுக்கும் சிறிய சிறிய வித்தியாசங்களே இருக்கின்றன. இருந்த போதிலும், அதை மூடி மூடி, விலக்கிவிலக்கி வைக்கச் சொல்லி, பெண் சமூகத்தை, ஆணாதிக்கச் சமூகம் நிர்பந்தித்துக் கொண்டே இருக்கிறது. அதன் நிமித்தம் பெண்ணின் பாலுறுப்புகளானது கூடுதல் கவனம் கொள்ளத்தக்க பொருட்களாக மாற்றப்பட்டிருக்கின்றன.

மூடிய கையைத் திறக்க மாட்டேன் என்கிற வரை அது குறுகுறுப்பு தான். பிரமிப்பு தான். திறந்து காட்டி உள்ளே எதுவும் இல்லை என்று சொல்கிற போது, அத்தனை நேரம் இருந்த குறுகுறுப்பு வடிந்து, இயல்பு நிலைக்குத் திரும்பி விடுகிறது.

ஒன்றுமில்லாத விசயத்திற்கு உலக யுத்தம் வரை செல்கிற அதிகார வர்க்கம், உடம்பை குறிப்பாக பெண் உடம்பை அதிலும் குறிப்பாக பெண்ணின் பாலுறுப்புகளை அத்தனை ஆபாசமாகப் பார்க்கவே கற்பித்துத் தந்திருக்கிறது. அந்த மனநிலையை உருவாக்கிக் கொண்டிருக்கிற ஆணாதிக்க சமுதாயத்தை பூடகமாய் நையாண்டி செய்கிறவொரு படைப்புதான் இது.

இதன் கதைக்களம் ஒரு நெரிசலான குக்கிராமம். அங்கே வீடுகள் சின்னச்சின்னதாய் ஒன்றோடு ஒன்று நெருக்கியடித்துக் கொண்டிருக்கும். குறுகலான அந்த தெருவிற்குள் ஒரு ரயில்வே டிராக் வேறு இருக்கும். அதில் தினமும் ஒரு கூட்ஸ் டிரெயின் போய் வந்து கொண்டிருக்கும். அங்கே உள்ள கிராம மக்கள் இடநெருக்கடி

குலசேகர் 213

காரணமாக, அந்த ரயில்வே டிராக்கிலேயே தான் டேபிள் சேர் போட்டு சாப்பிடுவார்கள். கேரம் விளையாடுவார்கள். அதன் குறுக்கே கொடி கட்டி துணி காயப்போடுவார்கள்.

அங்கே ஒரு அநாதைச் சிறுவன் இருப்பான். அவன் தினமும் பச்சை சிக்னல் விழுந்ததும், ரயில்வே டிராக்கில் வேகமாக விசில் ஊதியபடி ஓடி வருவான். அவன் விசில் ஊதினால் டிரெயின் வரப்போகிறதென்பதை தெரிந்து கொள்கிற கிராம மக்கள் அவர்களின் டேபிள், சேர்களை டிராக்கிலிருந்து எடுத்துக் கொள்வார்கள். குறுக்கே கொடி கட்டி துணி காயப்போட்டிருக்கிற பெண்கள் அவசரஅவசரமாக வந்து துணிகளை எடுத்துக் கொண்டு, கொடிகளை கழற்றிப் போவது அங்கே தினந்தினம் நடக்கிற வாடிக்கை. அதற்கு பிரதிபலனாக அந்த கிராம மக்கள் ஒருவர் மாற்றி ஒருவர் என அந்தச் சிறுவனுக்கு உணவு தந்து விடுவார்கள்.

இந்தக் கதையின் நாயகன் அறுபது வயது நிறைவடையப் போகிறவர். அந்த கூட்ஸ் டிரெயினின் ஓட்டுநர். அவருக்கு அடுத்த ஷிஃப்டில் ஒரு அழகிய இளம்பெண் வருவாள். அவள் தான் நாயகி. ஆனால், அவர்கள் ஒருவரை ஒருவர் அதுவரை பார்த்திருக்க மாட்டார்கள். அவள் புதிதாக வந்திருப்பவள். இவன் டியூட்டி முடித்துச் சென்ற பிறகு தான் அவள் வருவாள்.

நாயகன் கிராமத்திற்குள் வருகிற போது மெதுவாகத் தான் டிரெயினை இயக்குவார். இருந்த போதும், எல்லோராலும் காயப்போட்ட துணிகளை எடுக்க முடியாது. சமயங்களில் டிரெயின் சில கொடிகளை அறுத்துக் கொண்டு போக நேரிடும். அப்போது அதில் காய்ந்து கொண்டிருந்த துணிகள் கூடவே பறந்து வரும். டிரெயினை ஓட்டிக் கொண்டே அதைச் சன்னல் வழியாக லாவகமாகப் பிடித்து, தன்னுடைய பணி முடிந்ததும், அந்தச் சிறுவனின் உதவியோடு யாருடையது என்று தேடிக் கண்டுபிடித்துத் தருவது நாயகனின்

வழக்கம். அப்படி அவர் பலமுறை பலரின் பனியன்கள், கவுன்கள், ஜீன்ஸ்கள் என்று கொண்டு போய் கொடுத்திருக்கிறார்.

அப்போதெல்லாம் அவர்கள் அவருக்கு நன்றி தெரிவித்திருக்கிறார்கள்.

இந்த முறை அவரிடம் ஒரு பிரா பறந்து வந்து மாட்டுகிறது. அது ஊதா வண்ணத்தில் வேலைப்பாடுகளோடு இருக்கிறது. இன்னும் சில நாட்களில் நாயகன் ரிடையர் ஆகப் போகிறார். அதனால் அதற்குள் அதைக் கொடுத்தாக வேண்டும் என்று நினைக்கிறார்.

ஒரு பெண்ணிடம் கேட்கிறார். அவள் அவளுடையது என்று பொய் சொல்கிறாள். அவர் போட்டுக் காட்ட சொல்கிறார். அவள் போட்டுக் காட்டுகையில் அது அவளுக்குப் பொருந்துவதில்லை. உடனே திரும்ப அவளிடமிருந்து பெற்றுக் கொள்கிறார். அவரைப் பொருத்தமட்டில் அது யாருக்கு உரியதோ அவரிடம் அதைக் கொண்டு போய்ச் சேர்ப்பதை ஒரு கடமையாகவே நினைக்கிறார்.

அடுத்து ஒரு பெண்ணிடம் கேட்கிறார். அவள் ஒரு கால் கேர்ள். அவள் அதை போட்டுக் காட்டியபடி அவரை மயக்க முயற்சிக்கிறாள். அவர் அப்படியான உறவிற்குத் தயாராக இல்லை. அவளிடமிருந்து பிராவை கழற்றி கிட்டத்தட்ட பிடுங்கிக் கொண்டு வேறு எதையும் சட்டை செய்யாமல் அங்கிருந்து செல்கிறார்.

ஒரு முறை ஒரு சுவரொட்டியைப் பார்க்கிறார். அங்குள்ள பெண்களின் மார்பைச் சோதித்து, புற்று நோய் அறிகுறி இருக்கிறதா என்று பார்ப்பதற்காக, நடமாடும் மருத்துவமனையோடு ஒரு மருத்துவர் வர இருப்பதாக அதில் செய்தி இருக்கிறது. நாயகன் அந்த சிறுவன் மூலம் பேதி மருந்து கலந்த தேநீரை வருகிற அந்த டாக்டருக்குத் தந்து விட, அந்த டாக்டர் ஊருக்கு ஒதுக்குப்புறமாக உபாதையை கழிக்க ஓட்டம் பிடிக்கிறார்.

இந்தச் சமயத்தை பயன்படுத்திக் கொண்டு அந்த மருத்துவ வேனிற்குள் போய் நாயகன் மருத்துவரின் வெள்ளைக் கோட்டை மாட்டிக் கொண்டு உட்கார்ந்து கொள்ள, உள்ளே ஒவ்வொரு பெண்ணாக வந்து மார்பகத்தைக் காட்டி பரிசோதித்துக் கொள்கிறார்கள். அப்போது அவர் அந்த பிராவை போடச் சொல்கிறார். யாருக்கும் அது பொருந்துவதில்லை. அதற்குள் ஒரிஜினல் டாக்டர் சென்ற பணி முடித்துக் கொண்டு வந்து விட, நாயகன் ஓட்டம் பிடிக்கிறார்.

இந்தக் காட்சி ஏன் அந்த கிராம மக்களுக்கு ஆபாசமாகத் தெரிகிறது. நாயகனுக்கும், அந்த சிறுவனுக்கு மட்டும் ஏன் அப்படித் தெரிவதில்லை என்பதில் தான் இந்தக் கதையின் அடிநாதம் இருக்கிறது. இங்கே பிரா ஒரு படிமமாக, செக்ஸை ஆபாசமாகப் பார்க்கிற பார்வையின் வெளிப்பாடாக இடம் பெற்றிருக்கிறது.

காமம் எந்த அளவிற்கு இங்கே ஆபாசப்படுத்தப்பட்டிருக்கிறது. பெண்ணின் பாலுறுப்புகள் என்றால் ஆணாதிக்க மனதில் அபரிமிதமான கற்பனை தோன்றும் விதத்தில் இந்தக் கட்டமைப்பு தொடர்ந்து பாலுறுப்புகள் பற்றி ஊதிஊதிப் பெரிதாக்கி, ஆணாதிக்க மனங்களுக்குள் ஆபாசத்தை விதைத்து வைத்திருக்கிறது.

அதுவே பெண்களின் சுதந்திரத்திற்கும், வளர்ச்சிக்கும் தடையாக மாறிப் போய் இருக்கிறது என்பதை இந்த மௌனப் படம் குறியீட்டு மொழி வாயிலாக உணர்த்துகிறது.

இவரின் செயல்கள் யாருக்கு ஆபாசமாகத் தெரிகிறதோ அவர்கள் இந்த ஆணாதிக்க சமூகத்தின் வார்ப்புகள். எவரெவருக்கு இந்த விசயம் இயல்பாக தெரிகிறதோ, அவர்கள் காதலை, காமத்தை ஆபாசமின்றிப் பார்க்கத் தெரிந்தவர்கள் என்று எடுத்துக் கொள்ளலாம்.

இந்தத் திரைப்படத்தை மேலோட்டமாக பார்க்கிற போது, ஒரு நகைச்சுவைப் படம் போல தோற்றம் தரும். உண்மையில் பாலியல் கல்வியின் அவசியத்தை வலியுறுத்துகிற கவிதையான படம்.

குழந்தை மனதாக இருக்கிறபோது, காமம் ஆபாசமாக்கப்படுவதில்லை. வளர வளர காமத்தை ஆபாசமாகப் பார்க்கக் கற்பிக்கப்படுகிறது. அதனால் இங்கே காமம் ஒரு செயற்கையான பிரச்சனையாக பூதாகரப்படுத்தப்பட்டிருக்கிறது. அதற்குப் பின்னால் பெருவணிகமும் இருக்கிறது. அத்தனையையும் இந்த மௌனப் படம் சொல்லாமல் சொல்கிறது.

நாயகன் இப்படியாக, ஒவ்வொரு வீடாகப் போய் இது உங்களுடையதா? என்று வெள்ளந்தியாய் சளைக்காமல் கேட்கிறார். பெண்கள் முகம் சுளிக்கிறார்கள். இதைக் கவனிக்கிற அந்த வீட்டு ஆண்கள் அவரைத் துரத்தியடிக்கிறார்கள். உச்சபட்சமாய், ரயில்வே டிராக்கில் சங்கிலி போட்டுக் கட்டி வைத்து விடுகிறார்கள்.

ஒரு பிரா விசயம் ஒரு மனிதரைச் சாகடித்து விடுகிற வரை அவர்களை யோசிக்க வைக்கிறது. அந்த நேரம் பார்த்து அதைக் கவனிக்கும் கல்மிஷமில்லாத, அந்த வெள்ளந்தி அநாதைச் சிறுவன் அவரை சமயோசிதமாய்க் காப்பாற்றுகிறான்.

அவர்கள் இருவரும் ஒரு வகையில் ஒரே மாதிரி நிலையில் இருப்பவர்களே. அந்தச் சிறுவன் அநாதை. இவரும் அநாதை. இவருக்கென யாருமே கிடையாது. அறுபது வயதானாலும் அவர் ஒரு வெர்ஜின் மனிதர்.

கிராம மக்கள் அந்த பிரா விசயத்தை அத்தனை பெரிதாக எடுத்துக் கொண்டாலும், நாயகன் மட்டும் அதைப் பெரிதாக எடுத்துக் கொள்வதில்லை. ரொம்ப இயல்பாகவே எடுத்துக் கொள்கிறார்.

அவருக்கு அது மார்பகத்தைத் தூக்கி பிடிக்கிற பயன்பாடு கொண்டிருக்கிற ஒரு சிறிய உடை. அவ்வளவு தான்.

அவர் உள்ளதை உள்ளபடி மட்டுமே பார்க்கிற பார்வை கொண்டிருப்பவர். அந்த உள்ளாடையை உரியவரிடம் எப்படியாவது சேர்த்து விட வேண்டும் என்பது மட்டுமே அவரின் இலக்கு.

அன்று ரிடையர்மெண்ட். இன்று தான் கடைசி. இன்று முடியாவிட்டால் அந்தப் பிராவை அதற்கு உரியவர்களிடம் ஒரு நாளும் ஒப்படைக்க வாய்ப்பு கிடைக்காது.

அவர் மிகவும் நெருக்கமாகி விடுகிற அந்தச் சிறுவனோடு கடைசி முயற்சியாய் டிராக் ஓரமாக நடந்தபடி கவனித்துக் கொண்டு வருகிறார். அப்போது ஒரு கொடியில் அவர் எடுத்து, தோய்த்து, அயர்ன் செய்து உரியவரிடம் கொடுப்பதற்கென பத்திரமாக வைத்திருக்கிற அந்த ஊதா பார்டரோடான மார்புக் கச்சையை, தன் தோள் பையில் எடுத்து வைத்துக் கொண்டு வருகிறார்.

அப்போது அங்கே ஒரு கொடியில் இந்த பிராவில் உள்ளது போலவே ஊதா நிற எம்பிராய்டரி வேலைப்பாடுகளோடு கூடிய அவளின் ஜட்டி, மற்ற உடைகளுக்கு இடையே கொடியில் காய்ந்து கொண்டிருப்பதைக் கவனித்து விடுகிறார். உற்சாகத்தோடு அதன் அருகே போய், ஒரு கிளிப்பினால் அந்த ஜட்டிக்கு அருகே, தொங்க விடுகிறார்.

அவருக்கு அந்த விசயத்தில் கொஞ்சமும் கூச்சமில்லை. எதற்காக கூச்சப்பட வேண்டும். அது ஆண்களைப் போல பெண்கள் போட்டுக் கொள்கிற ஒரு உடை. அவ்வளவு தான் அவருக்கு. அதற்கு மேல் எதுவும் இல்லை.

ஊர் மக்களுக்கு அப்படியில்லை. அது பெரிய விசயம். இந்தச் சமூகம் கற்பித்துக் கொடுத்திருக்கிற கற்பிதங்கள் ஒளிந்து கொண்டிருக்கின்றன.

எப்படியோ அதை அதற்கு உரியவரிடம் ஒப்படைத்தாகி விட்டது.

சோசியல் மீடியாவில் ஒரு பெண் ஒரு தகவலை குறிப்பிட்டிருக்கிறார். அந்த விசயத்தை இந்த இடத்தில் குறிப்பிடுவதென்பது பொருத்தமாக இருக்கும் என்று தோன்றுகிறது.

அந்தப் பெண்ணுக்கு பனிரெண்டு வயதில் மாதவிடாய் துவங்கி இருக்கிறது. அந்த நாட்களில் இருந்தே அவரின் உள்ளாடைகளை அதாவது ஜட்டி, பிரா இத்யாதிகளை மொட்டை மாடியில் இனிமேல் காயப்போடக்கூடாது என்று அந்த வீட்டு ஆண்கள் மற்றும் பெண்களே நிபந்தனை விதித்து இருக்கிறார்கள்.

அந்தப் பெண்ணிற்கு உண்மையிலேயே அதன் காரணம் அப்போது புரியவில்லை. வீட்டிற்குள் காயப்போட்டாலும், ஆண்கள் கண்களில் படாதபடிக்குதான் காயப்போட வேண்டும் என்றும் நிர்பந்திக்கப்பட்டிருக்கிறாள். அதன் காரணமாக அந்தப் பெண்ணிற்கு பாலுறுப்பில் ஃபங்கஸ் அல்லது பூஞ்சை என்கிற பாக்டீரியா நோய் தொற்று அடிக்கடி வந்து, யாரிடம் சொல்வது, எப்படி வைத்தியம் செய்து கொள்வது என்று தெரியாமல் படாதபாடு பட்டிருக்கிற அனுபவத்தை எழுதியிருக்கிறாள்.

ஒரு எளிய விசயம். அது பெண்ணின் பாலுறுப்பு சம்பந்தப்பட்டதாகிற போது, பூதாகரப்படுத்தப்பட்டு விடுகிறது. கண், காது எல்லாம் அதில் ஒட்ட வைக்கப்பட்டு, பெரிது படுத்தப்படுகிறது. கற்பிதங்கள் வழியாக ஆபாசம் அதில் இடைச்செருகலாய் திணிக்கப்படுகிறது. இந்த மாதிரியான செயல்களைத் தங்களை

அறியாமலே பெற்றோர்களும், ஆசிரிய-ஆசிரியைகளில் பெரும் சதவிகிதத்தினரும் செய்கிறார்கள்.

அவர்களை அறியாமலேயே வளரும் இளைய தலைமுறையினர், பாலியல் குறித்து தெளிவாகப் புரிந்து கொள்ள இயலாமல், அந்த வயதிற்கே உரிய ஆர்வத்தோடு இருக்கிற போது, தவறான புரிதல்களை வலுக்கட்டாயமாகத் திணிப்பதென்பது மறைமுக வன்முறைதான். அது, வன்கொடுமை, வன்புணர்விற்கு இணையானது தான் என்றால் மிகையில்லை.

அதனால் அந்தப் பெண்ணிற்கு ஏற்படுகிற மனத்தடை பெரும்பாலும் அவளின் வாழ்நாள் முழுக்க நீடிக்கிறது. அவளுக்கு காமம் என்றாலோ, செக்ஸ் என்றாலோ அசிங்கம் என்கிற உணர்வே அதன் காரணமாக ஏற்பட்டு விடுகிறது.

கிட்டத்தட்ட தொண்ணூறு சதவீதம் பெண்கள் இப்படியான பாலியல் குறித்த அறியாமையின் தாக்குதல்களுக்கு ஏதோ ஒரு வகையில் உட்படுத்தப்பட்டு, அதன் காரணமாக ஏற்படுகிற ரகசிய மனத்தடைகளோடே வாழ்நாள் முழுக்க அதை யாருக்கும் வெளிக்காட்டிக் கொள்ளாமல் வாழ்ந்து கொண்டிருக்கிறார்கள் என்பதே கசப்பான நிஜம்.

அதன் காரணமாக அப்படிப் பாதிக்கப்பட்ட பெண்கள் அதற்கு மறைமுகக் காரணமாக இருக்கிற ஆணாதிக்க மனநிலை கொண்டவர்கள் மீது ரகசிய வெறுப்பு கொள்கிறார்கள். அப்படியான ஆண்கள் மீது பெண்கள் கொள்கிற வெறுப்பின் காரணமாகவே புணர்ச்சியின் போது ஆவேசமாய் ஒருவரை ஒருவர் தழுவிக் கொள்கிறார்கள் என்கிற மனோவியல் கோட்பாட்டை கவிக்கோ அப்துல் ரகுமான் ஒரு இடத்தில் குறிப்பிட்டிருக்கிறார்.

இப்படியான மனநிலைக்குத் தள்ளப்படுகிறவர்கள், தங்களின் அடுத்த தலைமுறைகளுக்கும் அதையே போதிக்கிறார்கள். அல்லது நிர்பந்திக்கிறார்கள். இது ஒரு மாயச் சுழற்சியாக இங்கே வலம் வந்து கொண்டிருக்கிறது என்பதையே இந்தப் படைப்பு உணர்த்துகிறது.

இப்படித் தான் பெண்களுக்கான ஒவ்வொரு உடைகளும் உருவாகிற போது ஒரு எதிர்ப்பு எழுந்து அடங்குவது இங்கே வழக்கமாகி விட்டிருக்கிறது. காலத்திற்கேற்ப, ஆண்களின் உடைகள் மாறுவது இங்கே எவராலும் கேள்விக்கு உட்படுத்தப்படுவதில்லை. பெண்களுக்கு சுடிதார் என்று ஒரு ஆடை உருவாக்கப்பட்ட காலத்தில் ஆணாதிக்க மனநிலை கொண்டவர்கள் பெண்களின் மார்பு எடுப்பாகத் தெரிகிற மாதிரி இருக்கிறது என்று குறை சுமத்தினார்கள். பின்னர் துப்பட்டா கண்டுபிடிக்கப்பட்டது. பின்னர் வளரும் பெண்கள் மத்தியில் எழுகிற கலகக் குரலின் தொடர் செயல்பாடுகளால், அது கழுத்தில் மட்டும் போடப்பட்டு, இப்போது பெரும்பாலும் தவிர்க்கப்பட்டும் வருகிறது.

பெண்களுக்கு சௌகர்யமாக இருக்கும் என்பதற்காக லெக்கின்ஸ் என்கிற உடை அறிமுகப்படுத்தப்பட்டது. அது உண்மையில் பெண்களுக்கு பல சமயம் சேலை மாதிரியான பழைய ரக உடைகள் காற்றில் பறந்து விலகிக் கொள்வதும், அவசர ஆத்திரத்திற்கு ஒரு நாய் விரட்டினால் கூட தெறித்து ஓட முடியாதபடி தடுக்கி விடுவதையும் உணர்ந்தே இப்படியான உடைகள் அறிமுகப்படுத்தப்படுகின்றன.

உடனே தொடை அழகைக் காட்டுகிற மாதிரி இந்த உடை இருக்கிறது என்று ஒரு பழமையோடிப் போன குரல் ஒலிக்க ஆரம்பித்தது. பெண்கள் அதை சட்டை செய்யவில்லை. கால்களின் அழகை அது எடுத்துக் காட்டுகிறதென்றால் நல்ல விசயம் தானே.

எங்களுக்கு அதுதான் சௌகர்யமாக இருக்கிறதென்றால், அதை தேர்ந்தெடுக்கிற உரிமை எங்களுக்கு உண்டு. மேலும், விலை மிகவும் குறைவு. பருத்தித் துணியால் உருவாக்கப்படுவதால், வெயிலுக்கு ஏற்ற உடையாகவும் இருக்கிறது என்று முழுஆதரவை அதற்கு அளித்திருக்கிறார்கள். அதனால் இப்போது இந்த முணுமுணுப்பு அடங்க ஆரம்பித்திருக்கிறது.

என் உடம்பு என் விரும்பம் என்கிற குரலைப் போல என் உடை என் விருப்பம் என்கிற குரலும் இப்போது ஓங்கி ஒலிக்க ஆரம்பித்திருக்கிறது. ஆணாதிக்க மனோநிலையைத் தூக்கிப் பிடிக்கிற குடும்ப அமைப்பின் சமனற்ற சிடுக்குகளை கொஞ்சங்கொஞ்சமாக விழித்துக் கொண்ட பெண் சமூகம் தூக்கி எறியத் துவங்கி இருக்கிறது.

பக்கத்து வீட்டில் வசிக்கிற நபரோடு சரவண பவன் சென்றிருந்தேன். அப்போது அங்கே ஒரு இளம்பெண் வந்தார். எதிரே அமர்ந்து உணவை ஆர்டர் செய்ய ஆரம்பித்தார். பார்க்கிற பார்வையிலேயே கனிவான புன்னகையை வெளிப்படுத்தினார். என்னோடு வந்திருந்தவருக்கு அந்தப் பெண்ணைப் பிடிக்கவில்லை. காரணம், அந்தப் பெண் நவீன உடை அணிந்திருந்தாள். அவளுக்கு இருபது அல்லது இருபத்திரண்டு வயதிருக்கலாம்.

அந்தப் பெண் காற்றோட்டமான பெல்பாட்டம் மற்றும் மேலே ஒரு காட்டன் பனியன் அணிந்திருந்தாள். அந்தப் பனியனில் 'ஐ ஆம் நாட் ஃபெர்பெக்ட்' என்று ஆங்கிலத்தில் எழுதி இருந்ததை, அந்த நபர் உற்றுநோக்கிக் கொண்டே இருந்தார். அவருக்கு அந்தப் பெண் அவர் உருவகித்து வைத்திருக்கிற பழைய பெண்ணாகத் தெரியவில்லை.

அவரது பொதுப்புத்தியின் கற்பிதப்படி வேறு மாதிரித் தெரிந்திருக்கிறார்.

ஐ ஆம் நாட் ஃபெர்ஃபெக்ட் என்பது சமூக ஒழுக்கங்களில் பெரிதாக ஈடுபாடு இல்லை. உணர்வுகளின் ஒழுங்குகளிலேயே நம்பிக்கை இருக்கிறது என்கிற அர்த்தத்தில் உருவாக்கப்பட்ட வாசகம்.

ஜே.கிருஷ்ணமூர்த்தி சமூக ஒழுக்கம் என்பது நம்மை பின்னோக்கி அழைத்துச் செல்கிற சமூகத்தின் பழைய மதிப்பீடுகள், கற்பிதங்கள் என்கிறார்.

நதி போல் புதிய புதிய தேடல்கள், சிந்தனைகள், செயல்பாடுகள் என்று பயணிக்கிற நவீன பெண்கள் இதையெல்லாம் பொருட்படுத்துவதில்லை.

சமூக, பொருளாதார, அரசியல் அதிகாரங்களில் சரி பங்கு உரிமைகளை மீட்டெடுக்கிற வரை இந்தக் கலகக் குரல் தொடர்ந்து கொண்டு தான் இருக்கும் என்று சொல்லாமல் சொல்கிறார்கள்.

அந்த நபருக்கு ஒரு பெண்ணின் மார்பு ஏன் ஆபாசமான அங்கமாகத் தெரிகிறது. அவரின் மார்பு ஏன் அப்படித் தெரியவில்லை.

பெண்ணின் ஒவ்வொரு அங்கமும் பாலுறுப்பாகவே ஆணாதிக்க மனநிலை கொண்டவர்களால் பார்க்கப்படுகிறது. தொப்புள், இடுப்பு, முகம், மார்பு, கழுத்து, தொடை என்று பெண்ணின் ஒவ்வொரு அங்கமும், ஆபாசமாகவே பார்க்கப் படுகிறது. எங்கிருந்து அந்த கோணல் பார்வை வந்தது? அதே அங்கங்கள் ஆணுக்கும் தானே இருக்கிறது. அது ஏன் அப்படி ஆபாசமாகப் பார்க்கப்படுவதில்லை?

இசையமைப்பாளர் ரஹ்மானின் மகள் கதீஜா ஸ்லம்டாக் மில்லியனர் படத்தின் பத்தாவது ஆண்டு விழாவில் கலந்து கொள்கிற போது பர்தா அணிந்து வந்திருந்தது பலரால் கேள்விக்குள்ளாக்கப்பட்டது.

ரஹ்மான் சூஃபியிஸத்தை பின்பற்றுகிற பண்பட்ட கலைஞர். சமநிலை தவறாதவர். அன்பால் அனைவரையும் அவர் தம் இசை மூலம் ஆராதிக்க நினைப்பவர். அவர் தமிழ்நாட்டின், இந்தியாவின், உலகத்தின் பெருமைமிகு அடையாளம். அது குறித்து எந்த மாற்றுக் கருத்துமில்லை. இங்கே சிந்திப்பது அவரைப் பற்றியானதல்ல. உடை என்பது அவரவர் விருப்பம். அதில் தலையிடுவதில்லை என்று அவர் கௌரவமாக சொல்லி விட்டார்.

கதீஜாவின் பர்தா விசயத்திற்கு வருவோம்.

லஜ்ஜா என்கிற உலகப் பிரசித்தி பெற்ற நாவலின் மூலம் அறியப்பட்டிருக்கிற பிரபல எழுத்தாளர் தஸ்லிமா நஸ்ரின் கூட அது குறித்து கேள்வி எழுப்பி இருந்தார். தஸ்லிமா உலகப் பெண்கள் உரிமைக்காகக் குரல் கொடுத்து வருபவர். அவருக்கு கதீஜா மீது வேறெந்தக் காழ்ப்புணர்ச்சியும் இருப்பதற்கான சாத்தியங்கள் இல்லை. அவர் இசுலாமிய நாட்டில் மத அடிப்படைவாதிகள் பெண்கள் மீது பிரயோகிக்கிற கொடூரமான கட்டுப்பாடுகளை எதிர்த்து அவர் பெண்களின் உண்மையான உரிமைகளுக்காகவும், சுதந்திரதிற்காகவும் போராடி கொண்டிருப்பவர்.

அப்படிப்பட்ட அநீதிகளைத் தான் பெண்கள் மீது இப்போது ஆப்கன் நாட்டில் மத அடிப்படைவாதிகளான தாலிபான்கள் மீண்டும் பிரயோகிக்கத் துவங்கி இருக்கிறார்கள். உலக நாடுகள் கைகட்டி மௌனம் சாதித்துக் கொண்டிருக்கின்றன.

உண்மையில், மதத்தின் அடையாளங்கள் எதையும் ரஹ்மான் பயன்படுத்துவதில்லை. அது திரையுலகில் அவருக்கு அனைத்து மதங்களிலிருந்து ஏகோபித்த ரசிகர்களின் ஆதரவை பெற்றுத் தந்திருக்கிறது. எல்லா மதப் பின்புலங்கள் கொண்ட பாடல்களுக்கும் இசை அமைத்திருக்கிறார்.

கதீஜாவிடமும் இதே கேள்விகள் முன்வைக்கப்பட்டன. பாலைவன நாடுகளில் முன்பு காற்று மணலை அள்ளித் தட்டும். அதனால், ஆண்களுமே கூட முகம் வரை மறைக்கிற தளர்வான உடைகளை அணிவார்கள். பெண்கள் பர்தா அணிந்து இருக்கிறார்கள்.

காலம் மாற மாற உடைகளும் மாற்றம் கொள்ளவே செய்கின்றன. எப்போதோ ஏதோ ஒரு காரணத்திற்காக பயன்படுத்திய விசயம் நவீன யுகத்தில் மதத்தின் பெயரால் உலகம் முழுவதும் உள்ள பெண்களின் மீது திணிக்கப்படுவதென்பது அவர்களின் சுதந்திரத்தையும், சமத்துவம் நோக்கிய அவர்களின் முன்னெடுப்பையும் பாதிக்காதா என்பதே அவர்களின் கேள்வி.

அதற்கு, அவர் தனக்கு தன்னுடைய உடையையோ, இணையரையோ தேர்ந்தெடுக்கிற பக்குவம் வந்து விட்டது. இது என் தனிப்பட்ட விருப்பம். இதில் யாரும் தலையிட வேண்டியதில்லை. என் பெற்றோர் உட்பட என்றிருக்கிறார். இந்தப் பதில் தெளிவான பதில் என்பதில் சந்தேகமில்லை. வரவேற்கத் தக்கது.

அதே சமயம், கதீஜா வேறு மதங்களில் உள்ள ஒரு பழக்கத்தை, புதிதாக தன் வசதிக்காகக் கடைப்பிடிக்கவில்லை. அவர் பின்பற்றுகிற மதத்தில் கற்பித்திருக்கிற ஒரு பழைய வழக்கத்தைத் தான் பின்பற்ற ஆரம்பித்திருக்கிறார்.

அங்கே அவரை யாரும் கட்டாயப்படுத்தவில்லை தான். ஆனால், மதம் மறைமுகமாக உடை விசயங்கள் குறித்த கற்பிதங்களை இளைய நெஞ்சங்களில் நஞ்சாக தூவிக்கொண்டேதான் இருக்கிறது. அப்படியான கற்பிதங்கள் ஒரு கட்டத்தில் அவர்களையும் அறியாமல் அவர்களுக்குள் ஆளுமை செய்யத் துவங்கி விடுகின்றன.

மற்றபடி இதை மனித உரிமை மீறலாகப் பார்க்க வேண்டியதில்லை. இங்கே அப்படி எதுவும் நடக்கவில்லை

என்பதற்கு உதாரணமாக அவரின் இன்னொரு மகளான ரஹீமா நவீன பாணியிலான உடைகளையே அணிகிறார்.

கதீஜா விசயத்தில் மட்டுமல்ல, அனைத்துப் பெண்கள் விசயங்களிலும், மதங்கள் தங்களால் முடிந்த வரை அவர்களின் உடை விசயத்தில் தேவையில்லாமல் மூக்கை நுழைக்கவே செய்கிறது என்பது மட்டுமே இந்த நிகழ்வின் பின்புலத்தில் கவனிக்கப்பட வேண்டிய விசயம்.

தாய் வழிச் சமூக வாழ்வியல் நடைமுறைகளை இப்போதும் பழங்குடியினர் வாழ்வில் பார்க்கலாம். பழங்குடியினர் மட்டுமல்ல, சில நூற்றாண்டுகள் வரை அனைத்து பெண்களும், ஆண்களைப் போல மார்பை காற்றாட திறந்து வைத்துக் கொண்டு தான் வலம் வந்திருக்கிறார்கள். அது அப்போதெல்லாம் இயல்பாகவே பார்க்கப்பட்டிருக்கிறது. பிற்பாடு தான் மதங்களுக்கு பெண்களின் உடம்பும் உடையும் உறுத்த ஆரம்பித்திருக்கிறது. அதனைத் தொடர்ந்து, ஆபாசமாகப் பார்க்கிற கற்பிதம் புகுத்தப்பட்டிருக்கிறது.

பறவைகள், இன்னபிற உயிரினங்கள் அனைத்தும் உடை உடுத்துவதில்லை.

உடம்பில் பிரத்யேகமாக ஒன்றும் இல்லை என்பதை வெளிப்படுத்துவதற்காக கபீர் பேடியின் முன்னாள் மனைவியும், ஒடிசி நடன கலைஞருமான புரோத்திமா ஒரு நாள் மும்பை ஜுகு பீச்சில் நிர்வாணமாக ஓடினார். இவ்வளவு தான் பெண் உடம்பின் அனடாமி என்று பத்திரிகைகளுக்கு பேட்டியும் அளித்திருக்கிறார்.

பழங்குடியினரில் பலரும் மேல் கச்சை இல்லாமல் திறந்த மார்போடே இருக்கிறார்கள். அங்கே வாழ்கிற ஆண்களாலும், பெண்களாலும் அந்த விசயம் ஆபாசமாகப் பார்க்கப்படுவதில்லை.

அப்படியென்றால் ஆபாசம் பெண்களின் மார்பங்களில் இருக்கிறதா? அவர்கள் அணிகிற உடைகளில் இருக்கிறதா? அதை ஆபாசமாகப் பார்க்கிற ஆணாதிக்க மனநிலைகளில் இருக்கிறதா?

பெண் அங்கங்களும், உடைகளும் ஆபாசமாக இருப்பதாக ஒரு சாராரால் முணுமுணுக்கப்படுகிற விசயம் உண்மையென்றால், பல பழங்குடியினரில் மேலாடை இல்லாமல் பெண்கள் இயல்பாக வாழ்கிற இடங்களில் பாலியல் வன்முறை இருக்க வேண்டுமல்லவா?

அப்படி எதுவும் அங்கே நடப்பதில்லை. கட்டுப்பாடுகளை வாரி இறைக்கிற கலாச்சாரக் காவலர்கள் நிறைந்திருக்கிற இடங்களில் தான் பாலியல் வன்கொடுமை அதிகமாக அரங்கேற்றப்படுகிறது. அறிந்திராத ஒரு பெண்ணை அவளின் உடையை வைத்து அனுமானிப்பதென்பது அறியாமை. பெண்கள் தங்களின் சமன் நோக்கிய முன்னெடுப்புகளில், உடை குறித்த உரிமைகளை மீட்டெடுப்பதென்பதும் ஒரு கூறாகவே பார்க்கப்படுகிறது.

பெண்களின் ஆடை குறித்து இங்கே ஏன் இப்படிப் பதறுகிறது ஆணாதிக்க சமூகம்? அது தான் இங்கு பாலியல் குற்றங்களுக்குக் காரணமாகிறது என்று ஒரு சாரார் சொல்கிறார்களே? அதில் கொஞ்சமாவது உண்மை இருந்திருந்தால், ஐரோப்பிய நாடுகளில் இது ஏன் பாலியல் வன்கொடுமையை நிகழ்த்தவில்லை.. உடம்பை முழுவதுமாக உடையால் மூடிக் கொள்கிற வழக்கத்தை அமலில் வைத்திருக்கிற நாடுகளில் பெண்கள் மீதான பாலியல் குற்றங்கள் குறையவில்லையே. மாறாக, அவர்களின் சமத்துவ உரிமைகள் பலவிதங்களில் நசுக்கப்படுகின்றன என்பதே அங்கு நிலவுகிற உண்மை.

மதத் துவேசம் தேவையில்லை. எல்லா மத நூல்களையும் இலக்கியமாகப் படித்து ஏற்புடையதை மட்டும் எடுத்துக் கொள்கிற

திறந்த மனதே போதுமல்லவா.. மதங்களில் பல நல்ல விசயங்கள் இருந்தாலும்,. அனைத்து மதங்களும் ஏதோ ஒரு வகையில் பெண் அடிமைத்தனத்திற்கு வேர்க்காரணியாக இருக்கிறதென்பதே நிஜம். அதிலுள்ள நல்ல கூறுகளை மட்டும் அன்னப்பறவையாய் எடுத்துக்கொண்டு, (சென்ட்ரிச) மைய மனநிலையோடு பயணிப்பதென்பதே உசிதம். அதற்கு ஆணாதிக்க மனநிலை கொண்டிருக்கிற ஆண்களும், பெண்களும் அதிலிருந்து தங்களை விடுவித்துக் கொண்டாக வேண்டியது தவிர்க்க முடியாதது.

விக்ரம் படத்தில் கமல் பதிலுக்குப் பதில் வாயாடும் காதலி லிசியிடம் ஆணின் பெருமையாக அவர் ஏற்றிருந்த கதாபாத்திரம் இப்படி குறிப்பிடும். அந்த வசனத்தை எழுதியவர் சுஜாதா. பேசியவர் கமல். அது இது தான். அவள் சொல்வாள். “இப்போதெல்லாம் ஆண்களுக்குப் பெண்கள் சளைத்தவர்கள் அல்ல.. கம்ப்யூட்டரில் இருந்து ராக்கெட் ஓட்டுவது வரை ஆண்களுக்கு இணையாக அவர்கள் எல்லாமே செயல்பட ஆரம்பித்து விட்டார்கள்” என்பார். அதற்கு கமல், “உன்னால ஒரு ஆம்பளை செய்யற மாதிரி செவத்துல ஒண்ணுக்கு அடிக்க முடியுமா? என்பார். சமத்துவம் என்று வருகிற போது, இந்த ஆணாதிக்க மனநிலை கொண்டிருக்கிற ஆண்கள் எத்தனை அபத்தமான பார்வை கொண்டிருக்கிறார்கள். பெண்ணை உண்மையாக எதிர்கொள்ள முடியாத தருணங்களில் எல்லாம், இப்படிப்பட்ட அருவருப்பான உடற்கூறு, உடை கூறு அரசியலைக் கையாண்டு, அவர்களை குறுக்கு வழியில் வீழ்த்த நினைப்பதை வழக்கமாக வைத்திருக்கிறார்கள். உண்மையில் அந்த இடத்தில் லிசி கதாபாத்திரம் தோற்றுப் போனதாய் மௌனம் அனுஷ்டிக்கும். அது தோற்றுப் போகவில்லை. அந்தப் பெண் கதாபாத்திரம் பதிலுக்குக் கேட்க எவ்வளவோ இருக்கிறது. உங்களால குழந்தை பெத்து தர முடியுமா? இப்பிடி அருவருப்பாக பேசுகிற ஆண்கள் கூட, பெண்கள்

இல்லாவிட்டால் இந்த உலகத்திற்கே வந்திருக்க முடியாது தெரியுமா? என்று எவ்வளவோ எதிர்கேள்விகள் கேட்டிருந்திருக்க முடியும். கேட்டிருந்தால், நாயகனும், வசனகர்த்தாவும் திக்குமுக்காடிப் போயிருப்பார்கள்.

புராணத்தில் ஒரு ஆணாதிக்க மனோநிலையின் பின்புலத்தில் பல கதைகள் புனைந்து செருகப்பட்டுள்ளதில், இப்படி ஒரு கதை உண்டு. யார் சிறந்தவர்கள் என்பதை அறிவதற்காக சிவன், பார்வதிக்கு இடையே நடனப் போட்டி வருகிறது.

உடனே இருவரும் நடனமாட ஆரம்பிக்கிறார்கள். சிவன் எப்படியெல்லாம் ஆடுகிறாரோ அத்தனையையும் அப்படியே அட்சரம் பிசகாமல் மேலும் மெருகோடு பார்வதியாகிற காளி ஆடுகிறாள். சிவன் ஆடி ஆடிப் பார்க்கிறார். அத்தனை அசைவுகளையும், அடவுகளையும் கச்சிதமாக காளி ஆடி விடுகிறார். உடனே ஆத்திரமாகி விடும் சிவன், தன்னுடைய கால்களை முன்னால் தூக்கி தலையைத் தொடுகிற விதத்தில் ஒரு நடன அசைவை ஆடுகிறார். காளிக்கு வெட்கம் வந்து விடுகிறது. அவள் உடுத்தி இருப்பதோ இந்திய ஆணாதிக்கம் கண்டுபிடித்திருக்கிற சேலை என்கிற பழங்காலத்துச் சிக்கலான உடை. அந்த உடையில் சிவன் காலை முன்னால் தூக்கி தூக்கி ஆடுகிறாற் போல ஆடினால், பார்வதியின் பாலுறுப்பு வெளியே தெரிய ஆரம்பித்து விடும். அதைத் தந்திரமாகக் கொண்டே சிவன் என்கிற ஆண் அப்படி ஆடுகிறார். உடனே காளி அப்படி ஆடாமல் ஆட்டத்தை நிறுத்தி விடுகிறார். கடவுள்கள் இத்தனை ஆணாதிக்க மனோநிலையோடு ஓரவஞ்சனையாக பாரபட்சத்தோடு சிந்திப்பார்களா? இதிலிருந்தே கடவுள்கள் அனைவரும் அதிகார வர்க்கத்தைச் சேர்ந்த மனிதர்களால் உருவாக்கப்பட்டவர்களே என்பதை உணர்ந்து கொள்ள முடியும்.

மனிதர்கள் படைத்த கடவுளர்கள் என்பதால், அவர்கள் அந்த மனிதர்களை அப்படியே கொண்டிருப்பதில் எந்த வியப்புமில்லை.

இந்தக் கதையை ஒரு ஆன்மீகப் பேச்சாளர் ஒரு தொலைக்காட்சியில் ஒரு விசேட நாளின் போது பேசுகையில், அங்கே பெண்ணாகிற காளி காலை முன்னால் தூக்கி ஆடாததால் அவள் தோற்றாள். அவளின் மானம் ஜெயித்தது என்கிறார். அப்படியென்றால், இந்த ஆணாதிக்க சமூக மனநிலையின் பார்வையில், பெண்களின் மானம் அவர்களுடைய பிறப்புறுப்பில் ஒளித்து வைக்கப்பட்டிருக்கிறதாகவே சொல்லி வைத்திருக்கிறார்கள்.

யோனியிலும், மார்பகத்திலும் தான் ஒவ்வொரு பெண்ணின் மானமும் ரகசியமாய் பாதுகாக்கப்பட்டிருக்கிறதா? மனது என்று ஒன்று ஆண்களுக்கு இருப்பது போல அவர்களுக்குக் கிடையவே கிடையாதா? ஒவ்வொரு ஆணாதிக்க மனநிலை கொண்டவர்களும் அப்படியே தான் இப்போதும் நம்பிக் கொண்டிருக்கிறார்கள்.

இப்படித்தான் தங்களுக்கு இணையாக சகல விதங்களிலும் முன்னேறுகிற பெண்களிடம் ஆணாதிக்க ஆண்கள் நடந்து கொள்கிறார்கள்.

இதை அப்படியே தங்க மகன் என்கிற படத்தில் காட்சியாக வைத்திருப்பார்கள். நடனம் என்றால் சுட்டுப்போட்டாலும் வராத ரஜினிகாந்திற்கும், நடனமங்கையான பூர்ணிமாவிற்கும் நடனப் போட்டி வருகிறது. அப்போது இருவரும் மாறிமாறி ஆடுகிறார்கள்.

ஒரு கட்டத்தில் ரஜினி ஏற்றிருக்கும் அந்த ஆணாதிக்க ஆண் கதாபாத்திரமானது ஆடிக் கொண்டே மேற்சட்டையைக் கழற்றி தலைக்கு மேலே ஒரு சுற்று சுற்றும். உடனே பூர்ணிமா கதாபாத்திரம் ஒடுங்கிப் போய் நின்று விடும். அங்கிருக்கிற ஆண்கள்

ஆர்ப்பரித்தபடி ரஜினி ஏற்றிருந்த அந்தக் கதாபாத்திரத்தைத் தூக்கி தலையில் வைத்துக் கொண்டு கூத்தாடுவார்கள். அந்தப் பெண் கதாபாத்திரமோ அவமானத்தில் கூனிக்குறுகிப் போய் நிற்கும்.

ஆணாதிக்கச் சமூக மனநிலையானது பெண்ணை இரண்டாம் தர பிரஜை என நம்ப வைக்க, பெண் உடம்பு மற்றும் உடை குறித்து பொய்யாய்க் கற்பித்து வைத்திருக்கிற கற்பு என்கிற கற்பித அரசியலை இப்போது வரை பகடையாய்ப் பயன்படுத்திக் கொண்டிருக்கிறது.

ஆணையே படைக்கிற சக்தியாக இருக்கிற பெண், இப்போது அதற்கேயான மாற்று உபாயங்களைக் கண்டடைந்து, அவற்றையும் துணிச்சலோடு எதிர்கொள்ளத் தயாராகி கொண்டிருக்கிறாள்.

அத்தனை ஆணாதிக்க அழுத்தங்களையும் தாங்கிக் கொண்டிருக்கிற அதே பூ மகள் தான், பூகம்பமாகவும், எரிமலையாகவும், சுனாமியாகவும், சீற்றம் கொள்கிற போது, பிரளயமாக உருவெடுக்கிற சக்தியையும் தன்னகத்தே கொண்டிருக்கிறாள் என்பதை உணர்ந்து கொள்கிற போது, மானுடம் பெண் ஆண் சமத்துவ சமூக மனநிலை நோக்கி ஆக்கப்பூர்வமாய் பயணிக்க ஆரம்பிக்கும்.

பெண்ணுலகம் உச்சுநெற்றியில் பொட்டு வைப்பது, தாலி அணிந்து கொள்வது, மெட்டி அணிந்து கொள்வது, மத அடையாளங்களை வெளிப்படுத்துவது, பெயருக்குப் பின்னால் ஆணின் பெயரைப் போட்டுக் கொள்வது போன்றவற்றைச் செய்யாமல், ஆண்களைப் போலவே இயல்பாக இருக்க யத்தனிப்பது இந்தப் பயணத்தின் ஒரு படிநிலை.

சமத்துவத்தின் சாத்தியப்பாடுகளை அனைத்து வகைகளிலும் படிப்படியாய் முன்னெடுப்பதற்கு இவை ஏதுவாகலாம். ஒரு பெயர் தனித்து எந்தவித ஆபரணமோ, அலங்கரிப்போ இல்லாமல்

நிற்கிறதோ, அப்போதே அது அதற்கான சுயத்தை வெளிப்படுத்துவதாய்த் தோன்றுகிறது. அறிவாலும், திறமையாலும், உழைப்பாலும் தன்னைத் தானே காத்துக் கொள்கிற சுயத்தை அடைவதற்கான ஒரு அடையாளமாகவே இதனைப் பார்க்கலாம்.

பெண் சமத்துவம் எட்டப்படாதது வரை இங்கே இருக்கிற ஆணாதிக்கச் சமூகத்தில் இருபாலரும் புரிதலோடு, மகிழ்வோடு இருப்பது என்பது கண்ணாமூச்சு காட்டிக் கொண்டே தான் இருக்கும்.

ஐம்பது சதவீதம் அரசியல் பங்கெடுப்பில் பதவிகள், அனைத்து பெண்களுக்கும் கல்வி, வேலை வாய்ப்பு, பெண் உடல் தடை அரசியலில் இருந்து முற்றாக விடுபடுதல் போன்றவை சாத்தியப்படுகிற போதே உறவுகளின் தரம் மேம்பாடு கொள்ள வாய்ப்பிருக்கிறது.

பெண்களின் பரிபூரண சுதந்திரத்தில் ஒளிந்திருக்கிறது மானுடத்தின் சுதந்திரம்.

உயரே

18

எப்போதோ பார்த்த ஒரு படம். அதில் வருகிற சிற்றரசனுக்கு உயிரணுக் குறைபாடு இருக்கிறது. அதாவது அவனது உயிரணுக்களில் உயிரை உண்டாக்குகிற அளவிற்கான போதிய சக்தி இல்லை. அதேசமயம் வாரிசு இல்லாவிட்டால், சாம்ராஜ்யம் கவிழ்ந்து விடும். அதேசமயம் ஒரு ஆணாதிக்க சமூகத்தில் ஆணாக இருக்கிற சாதாரணன் கூட தனக்கு அப்படி ஒரு குறைபாடு இருந்தால் ஒப்புக்கொள்ள முன்வரமாட்டான். மலடன் பட்டத்தை ஏற்றுக் கொண்டு அவனாலும் இங்கே காலம் தள்ள வாய்ப்பே இல்லை என்றே நினைக்கிறான். அதனால் ரகசியமாய் ஒரு உபாயம் செய்கிறான்.

ஒரு நாடோடியைப் பிடித்துக் கொண்டு வந்து ரகசியமாய் தன் பட்டமகிசியோடு கலவி கொள்ளச் செய்கிறான். தேவைகள் சமூக விதிகளை மாற்றி அமைக்கின்றன. சில முறை அது நடக்கிறது. அவள் கர்ப்பமடைகிறாள். உடனே அந்த நாடோடிக்கு அரசன் ரகசியமாய் பணமுடிப்பு தந்து கண்காணாத இடத்திற்குச் சென்று விடும்படிச் சொல்லி அனுப்புகிறான்.

அனுப்பியதும் அவனைப் பின்தொடர்கிறான். ஆளில்லாத ஒரு வனந்தாரப் பகுதியில் அவனின் ஆண்குறியை தன் வாளால் வெட்டி எறிகிறான். அவன் அந்த இடத்திலேயே மரிக்கிறான்.

இங்கே அரசிக்கு குழந்தை பிறந்ததும், அவள் அரசனின் ரகசிய நிர்பந்தத்திற்கேற்ப ஓசையற்று, தாளமுடியாத வயிற்று வலி என்று எழுதி வைத்து விட்டு, தற்கொலை செய்து கொள்கிறாள்.

அரச ரகசியங்கள் வரலாற்றில் ஒரு போதும் இடம்பெறுவதில்லை. இங்கே பெண் உடம்பு என்பது ஆணின் சொத்து என்கிற கற்பிதத்தை இந்தத் திரைப்படம் அழுத்தமாக வெளிப்படுத்துகிறது. அதுவே அமில மழைக்கும் காரணகர்த்தாவாகிறது.

பெண் உடம்பை உடமையாக பார்க்கிற ஆண்களை, பெண்கள் வெவ்வேறு காலக்கட்டத்தில், வெவ்வேறு விதமாகப் பார்த்திருக்கிறார்கள்.

நதிகள் ஒருபோதும் நிற்பதில்லை. இதயங்கள் ஒருபோதும் துடிப்பை நிறுத்துவதில்லை. பிரபஞ்சம் விடாமல் விரிந்தும் சுருங்கியும் தொடர்ந்து தன் நடனத்தை வெளிப்படுத்தியபடி பிரபஞ்ச கானம் இசைத்துக் கொண்டே இருக்கிறது. ஒன்றிலிருந்து இன்னொன்றாய் ஒவ்வொரு கணங்களிலும் புத்துயிர்ப்பு கொண்டபடி பயணிக்கின்றன. அதில் நிகழும் பரிணாம மாற்றங்களை இங்கே மூன்று திரைநாயகிள் வழியாகப் பார்க்கலாம்.

அதற்கு முன் ஒரு உண்மைச் சம்பவம்.

தன் பிறந்த ஊரான காரைக்காலுக்கு தீபாவளி கொண்டாடுவதற்காக வருகிறார் விநோதினி. அவர் ஒரு எஞ்சினியர். கஷ்டப்பட்டுப் படித்து, வேலை பெற்று, தன் குடும்பத்தை முன்னேற்ற வேண்டும் என்கிற வேட்கையோடு செயல்பட்டுக் கொண்டிருந்தவர். பண்டிகை கொண்டாடி விட்டு, வேலை பார்த்துக் கொண்டிருந்த சென்னைக்குச் செல்ல வேண்டிய நாள் வருகிறது. அப்பா இருசக்கர வாகனத்தில் அவரை காரைக்கால் பேருந்து நிறுத்தத்தில் கொண்டு வந்து விடுகிறார். அப்போது அவரை ஒரு தலையாகக் காதலித்ததாக சொல்கிற சுரேஷ் என்கிற நபர் அவர் மீது ஆசிட் அடித்து விட்டு ஓடி விடுகிறார்.

விநோதினி சென்னை அரசு மருத்துவமனைக்குக் கொண்டு செல்லப்படுகிறார். ஐந்து நாட்கள் உயிர்ப் போராட்டத்திற்கு பிறகு தன் கனவுகளோடு கருகிப் போகிறார். இறப்பதற்கு முன்னால் தன்னை இந்த நிலைக்கு ஆளாக்கிய நபருக்கு உரிய தண்டனை வாங்கித் தர

வேண்டும். தான் குணமாகி அனைவரும் பிரமிக்கும்படி வாழ்ந்து காட்ட வேண்டும் என்பதே அவரின் இறுதி வார்த்தைகள். அதுவே அவரின் மரண வாக்குமூலமும்.

அப்போது எழுந்த கோடானுகோடி கேள்விகளுக்கு உள்ளேயே விநோதினி கரைந்து காணாமல் போய் விட்டார். அதன் பிறகு அந்த குற்றத்தை செய்தவன் ஜாமீனில் வெளியே வந்து விடுகிறான். வேறு திருமணமும் செய்து கொள்கிறான்.

இப்படி எத்தனையோ பெண்கள். வருடத்திற்கு 200 - க்கும் மேற்பட்ட பெண்கள் இந்தியாவில் அமில வீச்சுக்கு ஆளாகிக் கொண்டிருக்கிறார்கள். மரத்துப்போன இந்த ஆணாதிக்க சமுதாயம் அது குறித்து கிஞ்சித்தும் அலட்டிக் கொண்டதாகத் தெரியவில்லை.

தமிழ்நாட்டில் கலெக்டராக இருந்த சந்திரலேகா மீது இப்படியாக நட்டநடு ரோட்டில் மும்பையைச் சேர்ந்த ஒரு அடியாள் அரசியல் காரணங்களுக்காக வரவழைக்கப்பட்டு அவர் முகத்தில் டிராஃபிக் சிக்னலில் வைத்து, ஆசிட் அடித்த நிகழ்ச்சி இங்கே அரங்கேறி இருக்கிறது.

அவர் வசதி படைத்தவர். அதனால் பல பிளாஸ்டிக் சர்ஜரி மேற்கொண்டு கிட்டத்தட்ட தன்னுடைய முகத்தைப் பழைய நிலைக்குக் கொண்டு வர முடிந்திருக்கிறது. அவ்வளவு தான் முடிந்திருக்கிறது. அதற்குப் பின்னால் உள்ள அரசியல் காழ்ப்புணர்ச்சியை அவராலும் வெளியே இன்று வரை கொண்டு வர இயலவில்லை. அதற்கான நீதி இன்னும் நீதிமன்றத்தில் உறங்கிக் கொண்டு தான் இருக்கிறது.

இப்படிப்பட்ட சம்பவங்களின் தாக்கத்தில் எடுக்கப்பட்ட தமிழ் திரைப்படங்களில் முக்கியமான ஒரு படம்தான் இயக்குநர் பாலாஜி

சக்திவேல் இயக்கியிருக்கிற வழக்கு எண் 19/8. இந்தப் படமானது பலவிதமான பாலியல் கொடுமைகளைப் போகிற போக்கில் சுட்டிக்காட்டிக் கொண்டே செல்கிறது.

வசதி படைத்த ஒரு டீன்-ஏஜ் பையன். அவனுடன் படிக்கிற பெண் ஒருத்தி வடிவாக இருக்கிறாள். அவளைத் தன் பாலியல் இச்சைக்குப் பயன்படுத்திக் கொள்வதற்காக, அன்பாக பழகுவதாக நாடகமாடுகிறான். அவன் நோக்கம் அவளின் தோற்றப்பொலிவு கொண்ட உடம்பின் மீது மட்டுமே. அவளின் உணர்வுகள் ததும்பும் மனதல்ல. அவளும் உயர்நடுத்தர வகுப்பை சேர்ந்தவளாக இருந்தாலும், அவளின் உடம்பு தான் அவனுக்குக் குறியாக இருக்கிறது.

அது பொதுப்புத்தி கற்பித்துத் தந்திருக்கிற ஒரு அறியாமை. மனதில்லாத உடம்பில் ஒரு நிறைவும் எட்டப்படாது என்பது தெரியாத அறியாமை.

அவன் அவளுக்கு சில பல உதவிகளை அக்கறையோடு செய்கிறவனாய் இருந்து அவளின் மனதில் சின்னதாய் ஒரு இடம் பிடிக்கிறான். பிற்பாடு அவளைத் தற்செயலாக நடப்பது போல பீச் அழைத்துச் செல்கிறான்.

வருகிற வழியில், ஒரு அறை எடுத்து சிறிது நேரம் உடை மாற்றுவதற்காகத் தங்குகிறார்கள். அப்போது அவன் ஒளித்து வைக்கிற செல்ஃபோன் கேமராவில் அவளிள் உடை மாற்றுகிற விசயம் பதிவாகி விடுகிறது.

அதை அவன் ஃபோனை ஒரு முறை தற்செயலாக பார்க்கிற போது கவனித்து விடுகிறாள். உடனே அத்தனையையும் அவனுக்குத் தெரியாமல் நீக்கி விடுகிறாள். அது மாதிரி பல பெண்களின்

படங்களும் அதில் இருக்கின்றன. அத்தனையையும் சேர்த்தே நீக்கி விடுகிறாள். தனக்கு பீரியட்ஸ் என்று சொல்லி அவனிடம் இருந்து சமயோதிதமாக அந்தத் தருணத்தில் தப்பியவள், அவனிடமிருந்து முற்றாக விலகி விடுகிறாள்.

தாமதமாய் அதை அறிந்து கொண்ட அவனுக்குள் கொதிநிலை அதிகரிக்கிறது. ஒளித்து வைத்திருந்த கோரமுகத்தைக் காட்ட ஆரம்பிக்கிறான். அவள் சுதாரித்துக் கொண்டு விடுகிறாள்.

அவனை சட்டை செய்வதில்லை. உடனே அவளை மூர்க்கமாகத் தாக்க வேண்டுமென்கிற இச்சை அவனுக்குள் தினவெடுக்க ஆரம்பிக்கிறது. உடனே அவள் முகத்தில் ஆசிட் அடிக்கத் திட்டமிடுகிறான்.

இங்கே துவக்கத்திலேயே காட்டப்பட்டு விடுகிறது. அவனிடம் அவள் மீது எந்தக் காதலும் இல்லை. காமமும் இல்லை. ஆபாசப்படுத்தப்பட்ட காமத்தன்மை மட்டுமே இருக்கிறது. அவளின் உடம்பின் மீதான ஈர்ப்பு மட்டுமே அவனை அவளை நோக்கி நகர்த்தியிருக்கிறது.

அப்படி ஆசிட் அடிக்கச் செல்கிற போது, எதிர்பாராமல் அந்த வீட்டில் வேலை செய்கிற ஒரு இளம்பெண் குறுக்கே வந்து விட, ரிஃலெக்ஸ் ஆக்சன் காரணமாக அவன் அவள் மீது ஆசிட் அடித்து விட்டு ஓடி விடுகிறான்.

அவனின் அம்மா மினிஸ்டர் வரை தொடர்பு உடையவள். காவல் அதிகாரியிடம் பணத்தைக் கொடுத்து சரி செய்து விடுகிறாள்.

இந்தத் தருணத்தில் அந்த வேலைக்காரப் பெண்ணை உண்மையாகவே நேசிக்கிற சாலையோரக் கையேந்தி பவனில் வேலை செய்கிற நாயகனை, இந்தக் கேஸில் அந்த பணத்தாசை பிடித்த

போலீஸ்காரர் கோர்த்து விட்டு விட்டுத் தண்டனையும் வாங்கிக் கொடுத்து விடுகிறார்.

கோர்ட் வாசலில் வைத்தே அந்தப் பெண் கோரமாக்கப்பட்ட தன் முகத்தை மறைத்தபடி, அந்த காவல் அதிகாரி முகத்தில் ஆசிட் அடிக்கிறாள். இதன் காரணமாக கோர்ட் தானே முன்வந்து இந்த வழக்கை மறுவிசாரைனைக்கு உட்படுத்துகிறது. காவல் அதிகாரி கைது செய்யப்படுகிறார். வேலைக்காரப் பெண்ணின் காதலன் சிறையிலிருந்து விடுவிக்கப்படுகிறான். பிற்பாடு அவர்கள் சேர்ந்து கையேந்தி பவன் நடத்தியபடி தங்கள் வாழ்க்கையை வாழத் தொடங்குகிறார்கள்.

இந்தக் கதையின் நாயகி காவல் அதிகாரிக்குப் பணம் கொடுத்து கேஸை திசை திருப்பிய வசதி படைத்த பெண்ணின் மீதோ, ஆசிட் அடித்த பதின்பருவ வாலிபன் மீதோ ஆசிட் அடிக்கவில்லை. மாறாக, சட்டத்தை வளைத்து அவர்களிடமிருந்து நைச்சியமாய்ப் பணம் பெற்றுக் கொண்டு, வழக்கைத் திசை திருப்ப நினைத்த காவல் அதிகாரி மீது தான் ஆசிட் அடிக்கிறாள். அதுவே அவளின் முதன்மை இலக்கு.

அவள் இந்த பிரச்னையின் மூலகாரணியாக அதிகாரத்தில் இருக்கும் அந்தக் காவல் அதிகாரியின் ஊழல், லஞ்சம் வாங்கும் போக்கையே பார்க்கிறாள். அவள் அதற்கெதிராகவே அமிலத்தை வீசுகிறாள். இனியொருவன் இப்படிப்பட்ட காரியத்தைச் செய்வதற்கு யோசிக்க வேண்டும் என்று நினைக்கிறாள்.

சப்பக். லட்சுமி அகர்வால் என்கிற பெண்ணின் மீது இதே மாதிரி ஒருவன் ஆசிட் அடித்து விட்டுச் செல்கிறான். விநோதினியின் கேஸ் போல தான். விநோதினியின் கேஸ் வெறுமனே வயிறெரிந்து சாபம் விட்டதோடு நின்று போய் விட்டது. லட்சுமி அப்படி இந்த விசயத்தை விட்டுவிடவில்லை. அவள் சுப்ரீம் கோர்ட்டுக்குச் செல்கிறார். இதற்கு

கடுமையான தண்டனை வேண்டும் என்று தன வக்கீல் மூலம் ஒரு புதிய கேஸைப் பதிவு செய்கிறார்.

இவர் நடத்திய சட்டப் போராட்டத்தின் விளைவாக செக்சன் 377 பிரிவில் இருந்து, செக்சன் 326-ஏ பிரிவிற்கு அமில வீச்சு நடத்துகிறவர்களுக்கான தண்டனை மாற்றப்பட்டு கடுமையாகக்கப்பட்டுள்ளது.

மேலும், முறையான அனுமதிக் கடிதம் இல்லாத எவரும் அமிலத்தை எளிதாக வாங்குகிற முறையையும் இப்போது அரசு தடை செய்து அதற்கான வரையறைகளை வகுத்திருக்கிறது. லட்சுமியின் இடைவிடாத சட்டப் போராட்டமே இதைச் சாதித்திருக்கிறது. இது ஒரு படி வளர்ச்சி.

லட்சுமி ஒரு வேலையில் சேருகிறார். அது ஒரு என்.ஜி.ஓ நிறுவனம். யார் யாருக்கு அமில வீச்சு நடக்கிறதோ அவர்களைச் சந்தித்து கவுன்சிலிங் தந்து மன ஆறுதலும் தைரியமும் தந்து அவர்களை' இயல்பாக உலவ விடுகிற வேலை.

அந்த வேலை லட்சுமிக்கு மிகவும் பிடித்துப் போகிறது. ஒரு கட்டத்தில் அந்த என்.ஜி.ஓ நிர்வாகியோடு காதலாகித் திருமணம் செய்து கொண்டு இப்போது ஒரு குழந்தைக்கும் பெற்றோர் ஆகி இருக்கிறாள். இந்த உண்மைச் சம்பவத்தை அடிப்படையாகக் கொண்டு தான், தீபிகா படுகோன் நாயகியாக நடிக்க, சப்பக் என்கிற படத்தை 2020 - ம் வருடம் எடுத்தார்கள்.

உயரே. மூன்றாவதாகப் பார்க்கப் போகிற படம். இது ஒரு மலையாளப் படம். இந்தக் கதையின் நாயகி அடுத்த கட்டத்திற்கு நகர்கிறாள். அது என்ன என்று பார்க்கலாம்.

தொடக்க கட்டங்களில் இவளும் வழக்கம் போல ஒரு சராசரி பொதுபுத்தி கொண்ட காதலியாகவே தன் காதலனிடம் நடந்து

கொள்கிறாள். அவன் பள்ளிக் காலத்தில் அவளுக்கு ஒரு முறை நாப்கின் வாங்கித் தந்த நன்றிக்கடனுக்காக அவனின் காதலை ஏற்றுக் கொள்கிறாள்.

அவர்களுக்குள் மனப்பொருத்தம் இருக்கிறதா? அது முக்கியமா இல்லையா என்பது கூட அந்தத் தருணத்தில் அவளுக்குத் தெரிவதில்லை. அப்போதைய பக்குவம் அவ்வளவுதான். மெழுகுவர்த்திச் சுடருக்கு நடுவே விரல் நகர்த்தி ரசிக்கிற வெள்ளந்திப் பருவம். அவள் இன்னும் பல பல அனுபவ படிக்கட்டுகளைக் கடந்தாக வேண்டி இருக்கிறது. அப்போது அவள் ஒவ்வொன்றாய் அத்தனையையும் உணர்ந்து கொள்வாள். இப்போது அவள் எழுதப்படாத ஒரு நோட்டுப் புத்தகம். அதில் விழ இருக்கிற கோணல்மாணலான சற்றும் எதிர்பார்த்திராத கிறுக்கல்களே அவளுடைய ஆளுமையை, அடையாளத்தை, குணவார்ப்பைத் தீர்மானிக்க இருக்கிறது.

அந்த நாயகி கதாபாத்திரத்தில் பார்வதி நடித்திருக்கிறார்.

அவளுக்குள் ஆதியிலிருந்து இந்தச் சமூகத்தில் பெண்கள் எப்படியெல்லாம் முடக்கப்பட்டிருக்கிறார்கள் என்பது மரபணுக்களில் ஞாபகமற்ற ஞாபகவெளியில் உறைந்திருந்திருக்க வேண்டும். அதனால் அவள் பல உயரங்களைத் தொடத் துடிக்கிறாள். அவள் சதா வளர்ந்து கொண்டே இருக்க வேண்டும் என்பது பற்றியே சிந்திக்கிறாள்.

அவளுக்கு எப்போதும் பறந்து கொண்டே இருக்க வேண்டும். தூக்கத்திலும், விழிப்பிலும் அவள் தன்னை ஒரு பறவையாகவே உணர்கிறாள். அவள் தனக்குள் உயரம் மேலும் உயரமெனப் பறந்து கொண்டே இருக்கிறாள். அவளுக்கு விமான ஓட்டியாகப் பயிற்சி எடுப்பதற்கான வாய்ப்பு கிடைக்கிறது.

குலசேகர்

அவளின் காதலன் அபு, அரபு நாட்டிற்குச் சென்று சம்பாதிக்க வேண்டும் என்கிற கனவில் இருப்பவன். அவனுக்கு அவளின் அருகாமை எப்போதும் தேவையாக இருக்கிறது. அவள் அத்தனை அன்பு காட்டுகிறாள். அப்படிப் பார்த்துக் கொள்கிறாள். ஒரு வகையில் அவன் அவளைச் சார்ந்தே இருக்கிறவனாய் இருக்கிறான்.

என்ன செய்வது? அவள் பறந்தாக வேண்டுமே? பயிற்சிக்காக வடமாநிலம் செல்கிறாள். கிடைத்தற்கரிய வாய்ப்பு அது. அது அவளின் கனவு. கர்மசிரத்தையோடு, வெற்றிகரமாகப் பயிற்சியை மேற்கொள்கிறாள். அவள் விமானத்தை இயக்க வேண்டிய நாளும் நெருங்கிக் கொண்டிருக்கிறது.

இந்த நேரத்தில் அவளின் காதலனுக்கு அரபு நாட்டில் ஊழியம் கிடைக்கிறது. அவன் அவளை எல்லாவற்றையும் விட்டுவிட்டு அவளோடு வரச் சொல்கிறான். அவள் தன்னுடைய வரவியலாத சூழ்நிலையின் யதார்த்தத்தை அவனுக்கு எடுத்துச் சொல்கிறாள்.

அவனுக்கு அவனின் பார்வை மட்டுமே அவளின் பார்வையாகவும் இருக்க வேண்டும் என்று தீர்மானமாக நினைக்கிறான். அதனால் அவள் முதன்முறையாக அவனின் சொல்லைத் தாண்டிச் செல்ல நேர்கிறது.

அவள் விமானத்தில் தன் பயணத்தைத் தொடங்க வேண்டிய நாள் வருகிறது. அவன் வருகிறான். உன் வாழ்த்து எனக்கு முக்கியம் என்கிறாள். அவனோ அமிலத்தை அடித்து விட்டுச் செல்கிறான்.

அவளின் முகத்தில் ஒரு பக்கம் கருகிப் போகிறது. கீழே விழுந்து துடிதுடிக்கிறாள். அவள் தங்கியிருந்த விமன்ஸ் ஹாஸ்டல் இருந்த இடம் ஆளநடமாட்டம் இல்லாதவொரு தெரு. அவன் உடனே அங்கிருந்து ஓடி விடுகிறான்.

அவளுக்கு அவனின் உலகத்தில் தன்னை எந்த இடத்தில் வைத்திருக்கிறான் என்பது புரிந்து விடுகிறது. அவனின் ஆத்திரம் அவளின் ஒட்டுமொத்தக் கனவை ஒற்றை நொடியில் சிதைத்து விடுகிறது.

அவள் அயர்ந்து விடவில்லை. அவளுக்கான தளர்ச்சி எல்லாம் கொஞ்சமே கொஞ்ச காலம் தான். அவள் அந்தக் கடினமான காலத்தைத் கடந்தே ஆவதென யத்தனிக்கிறாள். அவள் விட்ட இடத்திலிருந்து பயணத்தைத் தொடர்வதென தீர்மானிக்கிறாள்.

சில அறுவை சிகிச்சைக்குப் பிற்பாடு முகம் கொஞ்சமே இயல்புநிலைக்குத் திரும்புகிறது. அவளைத் தற்செயலாகக் கவனிக்கும் நாயகன் டொவீனோ தாமஸ் அவளிடம் ஒரு பயணத்தின் போது பேசுகிறான். ஒரு ஜன்னல் மூடினால் இன்னொரு ஜன்னல் திறக்கும் என்கிறான். அவளை ஒரு விமானக் கம்பெனியில் பணிப்பெண்ணாக வேலை செய்ய விருப்பமா என்கிறான்.

அவள் சிறிய யோசனைக்குப் பிற்பாடு சரி என்கிறாள். அவள் அங்கே இன்டர்வியூவிற்குச் செல்கிறாள். அப்போது தான் தெரிகிறது அந்த நிறுவனத்தில் எஜமானனே அவன் தான் என்பது.

அவள் பணிப்பெண்ணிற்கான பயிற்சியை மேற்கொண்டு விட்டு, திறம்படப் பயணிகளை எதிர்கொள்கிறாள். படிப்படியாக தன்னுடைய வைராக்யத்தால் தனக்குள் விதைக்கப்பட்டிருந்த தாழ்வுமனப் பான்மையைப் பிடுங்கி எரிகிறாள். இப்போது அவளுக்குள் ஒரு ஞானம் உதிக்கிறது.

பெண் உடம்பைத் தாண்டி ஒன்று இருக்கிறது. அதற்கு மனது என்று பெயர். அதன் அழகே பிரதானம். அதன் அழகு கூடிக் கொண்டே இருக்கக் கூடியது. அதை எந்த அமில வீச்சினாலும் அழிக்கவே

முடியாது என்பதை அவள் உணர்கிற தருணம் அது. விருப்பு வெறுப்பு தாண்டிய அனுபவங்களுக்கு அதன் நன்றியைக் காணிக்கை ஆக்குகிறாள்.

இதற்கிடையே அமிலம் வீசியவன் மீது நீதிமன்றத்தில் வழக்கு நடந்து கொண்டிருக்கிறது. இந்த வழக்கில் அவன் தோற்று விட்டால் வாழ்நாள் முழுக்க அவன் எந்த வெளிநாட்டிற்கும் செல்ல முடியாது. அவனுக்கான சிபில் கோடில் கரும்புள்ளி விழுந்து விடும்.

அதனால் அவன் அவளிடம் வெட்கமில்லாமல் வந்து, வழக்கை வாபஸ் வாங்கிக் கொள்ளும்படி நைச்சியமாய் பேசுகிறான். அப்போதும் அவனிடம் சுயநலம் தான் வெளிப்படுகிறது. அவள் மறுத்து விடுகிறாள். வழக்கு அவளுக்குச் சாதகமான பாதையை நோக்கியே நகர்ந்து கொண்டிருக்கிறது.

அமில வீச்சு அவளை வீழ்த்தி விடவில்லை. இன்று அவள் விமானப் பணிப்பெண்ணாக இருப்பவர்களுக்கு தோற்றப்பொலிவே பிரதானம் என்கிற கட்டமைவை உடைத்துக் காட்டியிருக்கிறாள். அவளை பொருத்தமட்டில் அது ஒரு சாதனை தான்.

இன்னும் ஏராளமான மைல்கற்களை அவள் கடந்தாக வேண்டும். கடந்து கொண்டே இருந்தாக வேண்டும் என்கிற வேட்கை அவளுக்குள் இப்போது முன்பை விடத் தீவிரமாக எழுகிறது.

அப்படியான ஒரு தருணத்தில் தான் எதிர்பாராதவிதமாக அந்தச் சம்பவம் நடக்கிறது. அவள் பணிப்பெண்ணாய்ப் பயணித்துக் கொண்டிருந்த விமான ஓட்டிக்குத் திடீரென நெஞ்சு வலி வந்து விடுகிறது.

அவர் தான் சீனியர் பைலட். மற்றொருவர் புதிது. இந்தச் சூழ்நிலையை எப்படி எதிர்கொள்வது? ஒரு நொடி தான் அவள்

யோசிக்கிறாள். உடனே அந்த விமான ஓட்டியின் நாக்கிற்கு அடியில் திராம்போலைடிக்ஸ், நைட்ரோ கிளிசரின் வில்லைகளை வைத்து, வலியைக் கட்டுப்படுத்துவதோடு, ரத்த உறைவையும் கட்டுப்படுத்துகிறாள்.

அவர் அரை மயக்க நிலையில் இருக்கிறார். அவரை நகர்த்திப் பக்கத்தில் படுக்க வைத்து விட்டு, அவள் இயக்க ஆரம்பிக்கிறாள். விமானக் கட்டுப்பாட்டு அறைக்குத் தகவல் கொடுக்கிறாள்.

இப்போது என்ன செய்வது என்று முடிவெடுக்க முடியாதவொரு நிலை. அந்த நிறுவனத்தின் இளம் இயக்குநரான நாயகன் அவள் மீதுள்ள நம்பிக்கையில் அந்தத் துணிச்சலான முடிவை எடுக்கிறான்.

அவளை விமானத்தை ஓட்டச் சொல்கிறான். அவளும் வெற்றிகரமாக விமானத்தை ஓட்டித் தரையிறக்குகிறாள். உலகமே செயற்கரிய செயல் என்று அவளைத் தலையில் தூக்கி வைத்துக்கொண்டு கொண்டாடுகிறது.

அந்த விமான நிறுவனத்தின் இளம் இயக்குநரும் நாயகனுமான டொவீனோ தாமஸ் அவளைத் திருமணம் செய்து கொள்ள விரும்புகிறான். விமான ஓட்டியாக இருந்த அவள், வாழ்வில் நிகழ்ந்த சூறாவளியில் எங்கெங்கோ அடித்துச் செல்லப்பட்டாலும், விடாமல் தனக்குக் கிடைத்த ஒவ்வொரு சந்தர்ப்பத்தையும் பயன்படுத்தி, எதிர்நீச்சல் போட்டுத் தன்னுடைய புதியபுதிய இலக்குகளை உருவாக்கிக் கொண்டே சென்றதால் இன்று ஒரு விமானக் கம்பெனியையே நிர்வகிக்கிற இடத்திற்கு உயர்ந்திருக்கிறாள். அவள் குயினாக விரும்பியவள். இன்று பல குயின்களை அவளால் உருவாக்க முடியும் என்கிற நிலைக்கு உயர்ந்திருக்கிறாள்.

இத்தனைக்கும் பிறகு தான் அவளின் வீரியம், அவள் முகத்தில் அமிலம் அடித்தவனுக்கு உரைக்கிறது. முதன்முதலாக அவளிடம்

மனப்பூர்வமாக மன்னிப்புக் கேட்கிறான். அவள் அவனை மன்னிக்கிறாள். அவன் அவளுக்கு யாரோ தான். இனி அப்படித் தான். இருந்தாலும் தன்னால் ஒருவனின் வாழ்க்கை பறிபோக அவள் விரும்பவில்லை. அவள் நோக்கம் பழி வாங்குவதல்ல. நிரந்தரத் தீர்வே அவளின் இலக்கு. மன்னிப்பை யாசிக்க முன்வந்த பிறபாடு மன்னிக்காமல் இருப்பது நியாயமில்லை என்று சொல்லி, அந்த வழக்கை வாபஸ் பெறுகிறாள். அவளின் பறத்தல் நிற்காமல் தொடர்கிறது.

விநோதினிக்கு நியாயம் வேண்டும். ஆணாதிக்க மனோநிலையில் செயல்படுகிறவர்களின் பெண்கள் மீதான அத்துமீறல் தண்டிக்கப்பட வேண்டும் என்று விரும்பியதைத் தாண்டி அவரால் எதுவும் செய்ய முடியாத சூழ்நிலை. வழக்கு எண் நாயகி, பெண்கள் மீதான அமில வீச்சு என்கிற கோழைத்தனத்திற்கு மூலவேராக இருக்கிற அதிகாரத்தின் மீது எதிர்வினையாக அமில வீச்சு நடத்துகிறாள். சப்பக் படத்தின் நாயகியான தீபிகா, தன்னுடைய தன்னம்பிக்கையால் தன்னைப் போல பாதிக்கப்பட்ட அமில வீச்சு பாதிப்பாளர்களுக்கு ஆறுதல் சொல்லி, மனோதத்துவ ரீதியில் தேற்றி, அவர்களை மீண்டும் இயல்பு வாழ்க்கைகைக்குத் திருப்புகிற பணியைச் செய்வதோடு, தனக்கான புதிய வாழ்க்கையையும் அதன் வழியாகவே தேடிக் கொள்கிறாள்.

அதே சமயம், அமில வீச்சுக்கு இது நாள் வரை இருந்த 377 சட்டப்பிரிவின்படி குறைவான தண்டனையே இருந்ததை, உச்சநீதிமன்றத்தில் போராடி செக்சன் 326-ஏ பிரிவின் கீழ் கொண்டு வந்திருப்பதென்பது குறிப்பிடத்தக்க ஒரு நகர்வு தான். அச்சவுணர்வும் தற்காலிகமாகவாவது அந்த பிரச்னையை மட்டுப்படுத்தி வைக்கும் தான்.

உயரே படத்தின் நாயகி பார்வதி அமில வீச்சிற்குப் பிறகும், தளர்ந்து போகாமல் யதார்த்தத்தைப் புரிந்து கொண்டு, ஒவ்வொரு ஜன்னலும் தனக்கு மூடப்படுகிறபோது, தானே முனைந்து இன்னொரு ஜன்னலைத் திறக்கிறாள். அவள் யாரும் தடுக்க முடியாத உயரத்திற்கு தன் ஈடுபாட்டோடான அயராத உழைப்பினால் உயர்ந்து கொண்டே செல்கிறாள்.

அவளுக்கு வானம் தொட்டு விடும் தூரமாகிறது. அவளின் அந்த பிரம்மிக்கத்தக்க வளர்ச்சி, அதற்கு மறைமுக காரணமாக இருந்தவனை, மன்னிக்கவும் செய்ய வைக்கிறது. அவள் சராசரி மனித மனநிலையில் இருந்து இங்கே அடுத்த கட்ட நகர்விற்கு நகர்வதன் மூலம், தன்னுடைய அகவளர்ச்சியையும் ஊர்ஜிதம் செய்கிறாள்.

பூட்டாத பூட்டுக்கள்

19

ஒரு வகையில் பரிபூரண சுதந்திரமே இதன் குறியீடு. இந்த திரைக்கதை முழுமையாக பெண்ணை, பெண் உடல் தடை அரசியலில் இருந்து முழுமையாக விடுவிக்க யத்தனிக்கிறது. பெண்கள் காலங்காலமாய் மனதைப் பூட்டி வைத்தே வாழ்ந்திருக்கிறார்கள். அப்படியாகவே அவர்கள் பழக்கப்படுத்தப்பட்டு இருக்கிறார்கள். இப்போது தான் சொந்தமாக யோசிக்க ஆரம்பித்திருக்கிறார்கள். உணர்வின் சுதந்திரத்தையே பூட்டாத பூட்டுகள் என்கிற தலைப்பு குறியீட்டுப் படிமமாக வெளிப்படுத்துகிறது.

மகேந்திரன் இயக்கத்தில் வெளிவந்த பூட்டாத பூட்டுகள் திரைப்படம் நாற்பது ஆண்டுகளைத் தாண்டி விட்டது. இன்னமும் இந்தப் படைப்பு உணர்த்திய துணிச்சலான விசயத்தை சமூகம் வசப்படுத்திக் கொண்டு விட்டதா என்றால், அறுதியிட்டுச் சொல்லப்படாதவொரு கேள்விக் குறியாகவே இருக்கிறது.

எழுத்தாளர் பொன்னீலனின் நாவலைத் தழுவி எடுக்கப்பட்ட படம் இது. இதன் கதை எளிமையானது. நாயகன் பாத்திரத்தை ஏற்றிருக்கும் ஜெயன் ஊரில் எவருக்கும் அடங்காதவொரு காளையாகத் தன்னைக் காட்டிக் கொள்வார். அதற்கு ஒரு காரணம் இருக்கிறது.

அவருக்கு குழந்தை பெற்றுக் கொள்கிற சக்தி இல்லை. நியாயத்திற்குக் கட்டுப்பட்ட மனிதர் தான் என்றாலும், தன்னால் அத்தனை சுலபமாக அந்த உண்மையை ஜீரணித்துக் கொள்ள முடியவில்லை. இந்தக் கிராமத்தில் உள்ளவர்களுக்கு உண்மை தெரிய வருகிற போது எப்படித் தன்னை ஊர் தலைக்கட்டாக ஏற்றுக் கொள்வார்கள்? எப்படியெல்லாம் முதுகிற்குப் பின்னால் புரணி பேசுவார்கள் என்று யோசிக்கிறான்.

பொட்டை என்பார்கள்.

இதிலும் ஒரு வலி மிகுந்த முரண் இருக்கிறது- பொட்டை என்பது பெட்டை என்பதன் திரிபு. பெட்டை என்றால் பெண். பெண் என்கிற பதமே இந்த ஆணாதிக்கச் சமூகத்தில் ஒரு கெட்ட வார்த்தையாகப் பயன்படுத்தப்படுகிறது. நீ என்ன பொட்டையாடா? போடா பொட்டப்பயலே போன்ற வார்த்தைகளை ஆண்களைத் திட்டுவதற்குப் பயன்படுத்துகிறார்கள். பெண் என்றால் துணிச்சல் இல்லாதவள், எல்லாவற்றிற்கும் பயப்படுகிறவள் என்கிற அர்த்தத்தில் தான் இந்தப் பதத்தை உபயோகிக்கிறார்கள்.

அப்படித் தன்னை யாரும் சொல்லிவிடக் கூடாது என்று ஒரு சராசரி ஆணின் மனநிலையில் நாயகன் ஜெயன் நினைக்கிறான். அதனால் அவனுக்கு இன்ஃபெர்டலிட்டி குறைபாடு உள்ள விசயத்தை ஊர்க்காரர்களிடமிருந்து மறைப்பதற்காக, வழக்கமாக ஒரு காரியம் செய்ய ஆரம்பிக்கிறான்.

பெண்களுக்கு பொதுவாக அவனின் ஆண்மை மீது ஒரு ஈடுபாடு உண்டு என்று அந்த ஊர் ஜனங்கள் எண்ணும் விதத்தில், திருவிழாவிற்கு வருகிற ஆட்டம் பாட்டம் நடத்துகிற பெண்களோடெல்லாம் தான் ஆடிப்பாடி சல்லாபிப்பதாக ஊர் மக்கள் முன் காட்டிக் கொள்கிறான். யாரும் தன் குறைபாட்டை அறிந்து விடக்கூடாது என்பதற்காகவே அப்படியெல்லாம் நடந்து கொள்கிறான்.

குழந்தை பெறத் தகுதியற்றவன் என்பதை இன்ஃபெர்டிலிட்டி என்கிறார்கள். ஆண் குறியின் விரைப்புத் தன்மையில் குறைபாடு உள்ளவர்களை இம்பொட்டன்ட் என்று குறிப்பிடுகிறார்கள். அவனால் ஒரு குழந்தை பெற்றுக் கொள்ள முடியாது. மற்றபடி தாம்பத்தியத்தில் ஈடுபடுவதில் எந்தப் பிரச்னையும் இருக்காது. அப்படிப்பட்டவனை

இந்தச் சமூகம் ஆண்மையற்றவன் என்கிற தவறான பதத்தைச் சொல்லி அழைக்கிறது.

ஒரு செயலைச் செய்ய முடிவெடுத்துவிட்ட பிறகு அதை வெற்றியோடு செய்து முடிக்கிற வரை அந்தச் செயலிலிருந்து பின்வாங்காதவர்களையே ஆண்மையாளர்கள் என்கிறார் வள்ளுவர்.

நாயகி சாருலதாவிற்கு குழந்தை என்றால் உயிர். குழந்தைக்காக ஏங்கிக் கொண்டிருப்பவள். அவளுக்கு குழந்தை தான் உலகம். அதனால் சாருலதாவிற்கும், ஜெயனுக்கும் துவக்கத்தில் தாம்பத்யம் சீராக இருந்தாலும், நாளாக நாளாக அதில் கண்ணுக்குத் தெரியாத ஒரு கீறல் விழ ஆரம்பிக்கிறது. சுருதி பேதம் தலைகாட்ட ஆரம்பிக்கிறது.

இந்தச் சூழ்நிலையில்தான், புதிதாய் அந்த ஆசிரியன் வருகிறான். அவனுக்கு பெண் சரசத்தில் மோகிப்பு அதிகம். நாயகியின் வீட்டில் பேயிங் கெஸ்டாக மாதாமாதம் பணம் கொடுத்துச் சாப்பிடுகிறான். அப்போது நாயகி உணவு பரிமாறுகிற போது அவள் மீது ஈர்ப்பு கொள்கிறான். அவளும் அதைப் புரிந்து கொள்கிறாள். அவள் புரிந்து கொண்டதை அவனும் புரிந்து கொள்கிறான்.

ஒரு முறை சாப்பிடும் போது அவள் கூந்தலில் இருந்து உதிரும் மல்லிகைப் பூவை எடுத்து அவள் மார்பகங்களுக்கு இடையே சுண்டி விடுகிறான். அவள் முந்தானையை வேகவேகமாக சரி செய்து கொள்கிறாள். தொடர்ந்து அவனுக்கு வேண்டியதை அறிந்து பரிமாறுகிறாள். அவன் அவளின் சம்மதத்தைப் புரிந்து கொள்கிறான்.

அவர்களுக்குள் ரகசியமாக உறவு அரங்கேறுகிறது. ஒரு கட்டத்தில் ஆசிரியன் சொந்த ஊருக்குச் செல்லவேண்டி வருகிறது. தன்னை அழைத்துக் கொண்டு செல்ல அவன் வீட்டில் பேசி விட்டு வருவான் என நாயகி நம்பிக் கொண்டிருக்கிறாள். போனவன் வருவதாகத் தெரியவில்லை.

இதற்கிடையே அவள் கர்ப்பம் தரிக்கிறாள். உண்மையை கணவனுக்கு எழுதி வைத்து விட்டு, ஆசிரியனை தேடி தானே, செல்கிறாள். ஆசிரியன் வேறு திருமணத்திற்குத் தயாராகிக் கொண்டு இருக்கிறான். ஆசைக்காக மட்டுமே தொட்டதாகவும், இன்னொருவனின் மனைவி மீது எப்படி காதல் வரும் என்கிறான்.

அவன் என்ன சொல்ல வருகிறான் என்பதே இங்கே முக்கியமானது. இன்னொருவன் தொட்ட பெண் உடம்போடு, எப்படி ஆணாதிக்க மனநிலையுள்ள, ஒரு சராசரி பொதுப்புத்திக்காரனால் காதல் கொள்ள முடியும்? அவள் மனைவியாகவே இருந்தாலும், அவளை விலக்கி வைப்பது தானே, அகல்யா, கௌதமன் காலத்திலிருந்து இங்கே நடந்து கொண்டிருக்கிறது. பெரும்பான்மையான சராசரி ஆண்களின் மனநிலை இப்படியான கற்பிதத்திற்குள்ளேயே திணித்து வைக்கப்பட்டிருக்கிறது. அதிலிருந்து இப்போது தான் படிப்படியாக விடுபடத் தொடங்கியிருக்கிறார்கள்.

ஆனாலும், கணிசமான தொகையினர் இந்த ஆசிரியனைப் போன்ற சராசரி பொதுப்புத்தியோடே பெண் உடம்பைப் பார்க்கிறார்கள். அந்த பெண் உடம்பை இந்த ஆசிரியன் அனுபவித்ததால், இவனின் கற்பு துளியும் கெடுவதில்லை. அது குறித்த எந்த லஜ்ஜையையும், இந்த ஆணாதிக்க சமூகம் அவனுக்கு மட்டுமல்ல வேறு எந்த ஒரு ஆணுக்கும் வழங்குவதில்லை. அதனாலேயே அந்த ஆசிரியன் அத்தனைக்கும் பிறகு அவளுக்குப் புத்தி சொல்கிறான். அவன் ஆசிரியன் அல்லவா? அதனால் அவளிடம் கணவனோடேயே போய் வாழும்படி புத்தி சொல்கிறான்.

அவள் ஒரு வார்த்தை பேசாமல் அங்கிருந்து வெளியேறுகிறாள். அவள் இப்போது எங்கே செல்வாள்? கணவனிடம் செல்லலாமா? அதற்கு அவளுடைய குற்றவுணர்வு தடையாக இருக்கிறது.

இவனிடம் கெஞ்சி இவனோடு வாழவும் தன்மானம் இடம் கொடுக்கவில்லை. அதனால் அவள் தனியளாக வாழ்வதென முடிவெடுக்கிறாள். ஒரு பெயர் தெரியாத ஊரில் தறி நெய்கிற கூலியாளாக வேலைக்குச் சேர்கிறாள். தனக்குப் பிறக்கிற குழந்தையோடு அங்கேயே வாழ ஆரம்பிக்கிறாள்.

இதற்கிடையே நாயகன் ஜெயன் மனைவியின் மீதுள்ள காதலால் உருகுகிறான். அவள் அவனை விட்டுப் பிரிந்து சென்றதற்கான காரணம், அவள் சொல்லாமலேயே அவனுக்குத் தெரிந்துதான் இருக்கிறது. அவனுக்குள் அவளின் பிரிவு, குற்றவுணர்வை நாளுக்கு நாள் அதிகரிக்கச் செய்கிறது. அவளின் இந்த நிலைமைக்கு, தானே காரணம் என்கிற விசயம் அவனுக்குள் ஒளிந்திருந்து விடாமல் குடைச்சல் தந்தபடியே இருக்கிறது.

அவன் உடனே அவளைத் தேடிச்செல்கிறான். அவளை எப்படியாவது கண்டுபிடித்து விட வேண்டுமென்கிற இலக்கோடு காடு, மலையென மனம்போன போக்கில், நாடோடியாய் அலைந்து திரிந்து, விடாமல் தேடுகிறான்.

ஒரு நாள் அவளை எப்படியோ கண்டுபிடித்தும் விடுகிறான். அவன் அவளிடம் அவள் சொல்லாத எது பற்றியும் அக்கறை கொள்வதில்லை. அவளிடம் நடந்தது குறித்து ஒரு வார்த்தையும் கேட்பதில்லை. அவன் தாய் வழிச் சமூக மனநிலை கொண்டவன் என்பதே இதற்கான பதில்.

அவளுக்கு அவனின் காதல் அப்போது தான் முழுமையாகப் புரிகிறது. அவன் அவளைச் சமாதானப்படுத்தி, மனப்பூர்வமாக அவளிடம் மன்னிப்புக் கேட்டு அழைத்து வருகிறான்.

அவள் நாயகனின் மனதைப் புரிந்து கொள்கிறாள். என்றாலும், அவனோடு அவளால் உடனடியாக ஒன்ற முடியவில்லை. யானை

தான் மோதிய மரத்தை விட்டு விலகி இருந்தாலும், அந்த கிளையில் அதன் அதிர்வுகள் சிறிது காலம் பாக்கி இருக்கும் என்பார்கள். அந்த அதிர்வு அதனிலிருந்து முற்றாக விலக காலம் பிடிக்கத்தான் செய்யும் என்பதை நாயகன் புரிந்து கொண்டு அவளிடம் பாந்தமாக நடந்து கொள்கிறான். அந்தக் குழந்தையை தன் குழந்தையாகவே ஏற்றுக் கொண்டு, அவளையும், அந்தக் குழந்தையையும் கண்ணின் இமை போல அன்பு கொண்டு பார்த்துக் கொள்கிறான்.

ஊர்ப் பஞ்சாயத்து அவளை ஊருக்குள் சேர்க்க மறுக்கிறது. இந்த நேரத்தில், திருமணம் செய்து கொண்டு மீண்டும் நாயகியை ஏமாற்றிய ஆசிரியன் அந்த ஊர்ப் பள்ளிக்கூடத்திற்கே பணியாற்றுவதற்காக திரும்ப வந்து சேருகிறான். வந்ததோடு, தான் யோக்கியசிகாமணி என்று ஊருக்கும் தெரிவித்து விட விரும்புகிற வகையில், அவள் வீட்டிற்கே வந்து, நாயகனிடம் நலம் விசாரிக்கிறான். நாயகன் முன்பே நாயகிக்குப் புத்தி சொல்கிறான். அவளின் கணவனுக்குப் பிடித்த மாதிரி வாழ்ந்து நல்ல பெயர் எடுக்கும்படி சொல்கிறான். நாயகன் நாயகியிடம் காபி எடுத்து வரும்படி சொல்கிறான்.

அவள் உள்ளே சென்றவள், ஒரு வாளியில் சாணியை கரைத்து எடுத்துக்கொண்டு வந்து, அந்த ஆசிரியன் மீது ஊற்றி, விளக்குமாறுக் கட்டையில் ஓங்கி நான்கு இழுப்பு இழுக்கிறாள். வலி பொறுக்கமாட்டாமல், ஆசிரியன் தெறித்து ஓடுகிறான்.

ஊர்ப் பஞ்சாயத்து கூடுகிறது. அவள் உடம்பால் கெட்டுப் போனவள் என்கிறது. அதே ஊர், அந்த ஆசிரியனை அப்படி ஒன்றும் சொல்வதில்லை. இது ஆண்களின் ராஜ்ஜியம். ஆண்களுக்கான சட்டம். பெண்கள் இங்கே பாதிக்கப்பட்டவர்களாகவே இருந்தாலும், அவர்களே தண்டிக்கவும் படுவார்கள்.

அப்படியாக சாருலதாவை ஊரை விட்டு ஒதுக்கி வைக்க பஞ்சாயத்து முனைகிறது. அந்தக் கணமே, பொங்கி எழும் நாயகன் ஜெயன் இப்படிச் சொல்கிறார். 'என் மனைவியோட யோக்கியதைய பத்தி கொறை சொல்றதுக்கு இங்க ஒரு பயலுக்கும் எந்த யோக்கியதையும் கிடையாதுடா... உங்க ஒவ்வொருத்தர் வீட்லயும் என்னென்ன வண்டவாளம் நடக்குதுங்கிறது எனக்குத் தெரியும். எடுத்து விட்டா, உங்க முகத்தை எங்க கொண்டு போயி வச்சிக்குவீங்க... இந்த அழுக்கு மூஞ்சியை வச்சிக்கிட்டு, எங்களை ஊரை விட்டுத் தள்ளி வைக்கப் போறீங்களா... நீங்க என்னடா தள்ளி வைக்கிறது.. நாங்க இந்த ஊரை தள்ளி வைக்கிறோம்டா...'

ஏசு, மேரியின் மீது இரண்டாயிரம் ஆண்டுகளுக்கு முன்னால் எறியப்பட்ட அதே கற்களை எடுத்துத் தான் இப்போதும் சாருலதாக்கள் மீது இந்த ஆணாதிக்கச் சமூகம் எறிந்து கொண்டு இருக்கிறது. அந்த கற்கள் அநீதியின் கற்கள்... பாவக்கறை படிந்த கற்கள்... ஓரவஞ்சனைக் கற்கள்... சமனற்ற கற்கள்... உணர்வை மதிக்கத் தெரியாத கற்கள்... மனிதமற்ற கற்கள்...

மறுநாள் விடியலில் கோழி கூப்பிடுகிற நேரம். விடியக் காத்திருக்கும் பொழுதில், தன் வீட்டில் உள்ள அத்தனை சாமான், சட்டுகளை மாட்டு வண்டியில் மூட்டை கட்டி எடுத்துக்கொண்டு, ஜெயன் தன் மனைவி சாருலதாவோடு வேறு ஒரு புதிய ஊருக்கு நேசம் செழிப்பதற்கான வாழ்வின் கூறுகள் தேடிப் புறப்படுகிறான்.

அந்த மாட்டு வண்டியின் பின்னால் நடுவில் ஒரு அரிக்கேன் விளக்கு சுடர்ந்து கொண்டிருக்கிறது. மாட்டு வண்டியின் அசைவிற்கேற்ற தாளலயத்தோடு, அரிக்கேன் விளக்கும் உற்சாகமாய் அதன் தாளலயத்திற்கேற்ப ஊஞ்சலாடியபடி, கவிந்திருக்கிற இருளை கிழித்துக் கொண்டு நம்பிக்கையோடு பயணிக்க ஆரம்பிக்கிறது.

இதன் நாயகன், உடம்பில் எந்தத் தூய்மையோ, புனிதமோ இருப்பதாகக் கருதுவதில்லை. சாருலதா இன்னொருவனோடு உறவு வைத்துக் கொண்டது, அவனுக்கு ஒரு விசயமாகவே இல்லை. அவள் தன் மீது வைத்திருந்த அன்பை மீட்டெடுக்க முடிகிற பட்சம் அவளோடு சேர்ந்து வாழ்வதென முடிவெடுத்தே அவளைத் தேடிச் செல்லத் தலைப்படுகிறான். கண்டடைகிறான்.

அவனின் காதல், அவளுக்கு ஆதரவாய் இருப்பதைத் தாண்டியும், அவளின் உணர்வுகளை மதிப்பதையே பிரதானமாக விரும்புகிறது. அதை உணர்கிற அந்தப் புள்ளியில்தான், சாருலதா அவனை முழுமையானவனாக ஏற்றுக் கொள்கிறாள்.

பெண் உடம்பு என்பது ஒரு பொருளும் அல்ல.. அது ஆணின் உடைமையும் அல்ல என்பதை இயல்பாகவே தெரிந்து வைத்திருக்கிறான். அதனாலேயே அவன் நாயகனாகிறான்.

சமூக, பொருளாதார, அரசியல் அதிகாரப் பகிர்வில் சமனை நோக்கி நகர்கிற பெண்கள் நிறைந்திருக்கிற நாடுகளில், பெண்ணை வெறும் உடம்பாகப் பார்க்கிற பார்வை நீர்த்துக் கொண்டே வருகிறது. அங்கே பெண்கள் ஆண்களுக்கு இணையாக எல்லா விசயத்திலும் சமன் நோக்கி நகர ஆரம்பித்து விட்டார்கள்.

அங்குள்ள பெண்களை பெண் உடம்பு அரசியலால் இனியும் கட்டிப் போட முடியாது. அது குறித்த கற்பிதங்களை எல்லாம் அவர்கள் எப்போதோ கடந்து வந்து விட்டார்கள்.

அங்கே லிவிங் டுகெதர் சகஜமாகி விட்டது. காரணம் பெண்களும் ஆண்களுக்கு இணையாகச் சம்பாதிக்கிறார்கள். சொந்தக் காலில் ஆண்களைச் சாராமல் நிற்கிறவர்களாய் இருக்கிறார்கள். அவர்கள் எந்த விசயத்திற்காகவும் ஆண்களைச் சார்ந்து இருப்பதில்லை. உடம்பு சார்ந்த கற்பு என்கிற கற்பிதம் அங்கே எப்போதோ காலாவதி ஆகி

விட்டது. அதனால் அங்கே பரஸ்பரம் நிர்பந்தமற்ற, நிபந்தனையற்ற, சுதந்திரமான, மகிழ்வான உறவை அந்த வாழ்க்கை முறை சாத்தியப்படுத்துகிறது.

அது பரிபூரண பரஸ்பர நம்பிக்கையின் மீது கட்டியெழுப்பப்படுகிறது. ஒருவரை ஒருவர் எந்த வகையிலும் சார்ந்திராத போது அந்த உறவு எதிர்பார்ப்பற்றதாகிறது. எதிர்பார்ப்பற்றதாகிறபோது, அங்கே ஏமாற்றத்திற்கு இடமில்லாமல் போகிறது. அங்கே அன்பை இரண்டு பக்கமும் கொடுப்பதில் மகிழ்வைக் காண்கிறது. அந்த வாழ்க்கை முறையில், குழந்தைகளும் பத்து வயதிலேயே சுயமாகச் செயல்பட ஆரம்பித்து விடுகிறார்கள்.

காதலர்களாக இருந்த போது அனுபவித்த வாழ்க்கை மகிழ்ச்சிப்படுத்துவதாக இருக்கிறது. அதேசமயம் நிர்பந்தத்திற்குக் கட்டுப்பட்ட கணவன் மனைவி வாழ்க்கை உவப்பானதாக இருப்பதில்லை. அங்கே முன்பிருந்த சுதந்திரம் இரண்டு பக்கமும் பறிபோய் விடுவதே காரணம்.

ஒருவன் ஒருத்தியோடு நிறைவு கொள்வதற்கு ஒரு பிளட்டோனிக் காதல் தேவைப்படுகிறது. முழுமையான புரிதல் அந்தக் காதலில் பரஸ்பரம் இருக்கிறபட்சம், அது சாத்தியப்படுகிறது.

பெரும்பாலும் மற்ற உறவுகளில், ஒன்றுக்கு மேற்பட்ட உறவுகள் ஏதோ சில தருணங்களில் தேவைப்படுவதாகவே இருக்கிறது. அப்படியான தருணங்கள் வாய்க்காதவர்கள், அதனை மனதிற்குள் அடக்கி வைத்துக் கொண்டு வாழ்வைக் கடத்துகிறவர்களாய் இருக்கிறார்கள். அது அவர்களுக்குள் எரிமலையாகவோ, சுனாமியாகவோ, பூகம்பமாகவோ அரூபமாய் உறைவு கொண்டே இருக்கிறது- அப்படியாக இருக்கிறவர்களால் எப்படி மகிழ்ச்சியாக வாழ முடியும்? அவர்கள் வேறு வழியற்ற ஒரு வாழ்வை வாழ்ந்து தீர்க்கிறவர்களாய் இருக்கிறார்கள்.

கலகக்குரலும், துணிச்சலும் கொண்ட ஒரு சாரார், அந்தக் கோட்டைத் தாண்டி புதிய கோடுகளை தாங்களாகவே தங்கள் தங்களின் சுதந்திரவெளிக்கு ஏற்ப வரைந்து கொள்கிறார்கள்.

உலகமயமாக்கலுக்குப் பிற்பாடு நடந்த நல்ல விசயமாக ஒன்றை பார்க்கலாம். உலகத்தில் உள்ள ஆண்கள் மற்றும் பெண்கள் என்னென்ன செய்கிறார்கள் என்பதெல்லாம் அடுத்த நொடி இங்குள்ள பெண்களுக்குத் தெரிந்து விடுகிறது. அதனால், அவர்கள் தாங்கள் இதுநாள் வரை இழந்ததை, தங்களின் உண்மையான சுதந்திரம் பற்றி சுயமாக யோசிக்கத் தொடங்கியிருக்கிறார்கள்.

பூட்டியே கிடந்த பூட்டுகள் திறந்து கொள்ள ஆரம்பித்திருக் கின்றன. சுதந்திரத்தைச் சுவாசிக்க ஆரம்பித்திருக்கின்றன. அதன் விடுதலையைக் கொண்டாடத் துவங்கி இருக்கின்றன.

இந்தக் கதையிலும் ஒரு விசயம் கடைசி வரை ரகசியமாகவே இருந்து விடுகிறது. அது குறித்து எந்தவிதக் கேள்விகளையும் இந்த ஆணாதிக்கச் சமூகம் எழுப்பவே இல்லை.

நாயகனுக்கு எத்தனை தான் அது குறித்த குற்றவுணர்வுகள் இருந்தாலும், அவன் அந்த ஊர்ப் பஞ்சாயத்திடம் தன்னுடைய குழந்தை பேற்றுக்குத் தகுதியற்றவனாய் இருக்கிற தன்னுடைய குறைபாடு பற்றி ஒரு வார்த்தை சொல்லவில்லை.

அவனுக்கு தன்னுடைய உடற்கூறில் உள்ள குறையை வெளிப்படையாக ஒத்துக் கொள்கிற திராணியை இன்னும் இந்தச் சமூகம் வழங்கவில்லை என்பதையே, இந்த படைப்பு தனக்குள் ஒளித்து வைத்திருக்கிற கூடுதல் சேதியாக எடுத்துக் கொள்ளலாம்.

செல்லுலாய்ட்
20

மலையாளத்தில் முதல் மௌனப் படத்தை எடுத்தவர் ஜே.ஸி டேனியல். இவரின் முழுப்பெயர் ஜோசப் செல்லப்பா டேனியல். கன்னியாகுமரி மாவட்டம் அகஸ்தீஸ்வரம் என்ற ஊரைச் சேர்ந்தவர். இவர் தன்னுடைய நூறு ஏக்கர் தோட்டத்தை நான்கு லட்ச ரூபாய்க்கு விற்று இந்தப் படத்தை எடுக்கிறார். அவர் எடுத்த படத்தின் பெயர் விகதகுமாரன்.

டெப்ரி கேமரா வாங்கி அதை வைத்துதான் படம் எடுக்கிறார். ரோஸி என்கிற தாழ்த்தப்பட்ட சமூகத்தைச் சார்ந்த நாடக நடிகையை நாயகியாக அறிமுகப்படுத்துகிறார். அவர் திருவனந்த புரத்திற்கு அருகேயுள்ள தைக்காடு என்கிற கிராமத்தைச் சேர்ந்தவர்.

பிற்காலத்தில் 2013 ல் மலையாள இயக்குநர் கமல், செல்லுலாய்ட் என்கிற பெயரில் டேனியல் நிகழ்த்திய மௌனப் படச் சாதனையை ஒரு கலைப்படமாக எடுப்பதற்கு, நஷ்ட நாயகிகா நாவலும், கோபாலகிருஷ்ணன் என்கிற சினிமா பத்திரிகையாளர் எழுதிய டேனியலின் வாழ்க்கை வரலாற்று நூலும் பெரிதும் உதவிகரமாக இருந்திருக்கிறது.

இதில் ஜெயச்சந்திரனாக நாயகன் வேடத்தில் நடித்திருந்தவர் டேனியல் தான்.

அன்றைய ஒன்றிணைந்த திருவாங்கூர் சமஸ்தானத்தில் உள்ள அகஸ்தீஸ்வரத்தில் பிறந்து அங்கேயே வாழ்ந்திருக்கிறார்.

பிறப்பால் இவர் தமிழர். தமிழ், மலையாளம், ஆங்கிலம் நன்கு அறிந்தவர். திருவனந்தபுரத்தில் உள்ள மகாராஜா கல்லூரியில் பல் மருத்துவம் படித்தவர். இவருக்கு மூன்று மகன்கள். இவர் இயக்கிய விகதகுமாரன் திரைப்படம் மலையாளத்தின் முதல் மௌன

திரைப்படம். மலையாளத்தில் சப்டைட்டில் போட்டு இருக்கிறார். இதில் இவர் கதாநாயகன் மட்டுமல்ல. இயக்குநர், எடிட்டர், சினிமாட்டோகிராஃபர், தயாரிப்பாளர், ஆர்ட் டைரக்டர் என பலதரப்பட்ட பணிகளையும் மேற்கொண்டிருக்கிறார்.

ஒளிப்பதிவு மேற்பார்வைக்கு ஒரு பிரிட்டீஷ்காரரைத் துணைக்கு வைத்துக் கொண்டிருக்கிறார். அந்த நாட்களில் பெண் அடிமைத்தனத்தைக் கொள்கையாகவே கொண்டிருந்த இந்த ஆணாதிக்கச் சமுதாயம் பெண்களைத் திரைப்படங்களில் நடிக்க அனுமதிக்கவில்லை. அப்படி நடிக்க முன்வருகிறவர்களை வேசி என்று என்று சாதிய அடிப்படைவாதிகள் தரம் தாழ்த்தித் தூற்றினார்கள்.

அதனால் பொதுவாக அந்த காலக்கட்டங்களில் ஆண்களே பெண் வேடம் போட்டு நடிப்பதுண்டு. நாடகத்திலேயே கூட ஸ்திரி பார்ட் என்று ஆண்களே பெண்களின் வேடத்தைப் போடுகிற காலமாக அது இருந்திருக்கிறது.

ஆனால் டேனியல் அப்படியான சமரசம் செய்து கொள்ளவில்லை. அவர் தாழ்த்தப்பட்ட சமூகத்தை சார்ந்த ரோஸம்மா என்று அழைக்கப்பட்ட ரோஸ் என்கிற நாடக நடிகையை ரோஸி என பெயர் மாற்றம் செய்து இந்தப் படத்தில் நாயர் பெண்மணி கதாபாத்திரத்தில் நடிக்க வைத்திருந்தார்.

நாயகி ரோஸி படப்பிடிப்பிற்கு வரும் போது தன்னுடைய தூக்குச் சட்டியில் தன்னுடைய உணவை எடுத்துக் கொண்டு வருவார். தாழ்த்தப்பட்ட பெண் அல்லவா? அவர் மற்றவர்களோடு சரிக்குச் சமமாக உட்கார்ந்து சாப்பிட்டால் அவர்கள் கௌரவம் குறைந்து விடக் கூடும், தீட்டு பட்டுவிடக் கூடும் என்கிற உயர்த்தப்பட்ட குடியின் ஆரிய சம்பிரதாயங்களோடான தாக்கம் அடர்ந்திருந்த காலக்கட்டம்.

அப்படியான அத்தனை அவமதிப்புகளையும் ரோஸி மௌனமாக ஏற்றுக் கொள்கிறார். அத்தனையையும் தாண்டி, அந்த கதாபாத்திரத்தில் அவர் வாழ்ந்திருக்கிறார்.

இந்தியர்கள் அனைவரும் மேற்கொண்ட பாணியில், புராணக் கதைகளைக் கருப்பொருளாகக் கொள்ளாமல் மேலை நாட்டினரைப் போல சமூகப் பிரச்சனையை, தன் முதல் படத்திலேயே கருப்பொருளாக கையாண்டு புரட்சி செய்திருக்கிறார். சாதி பேதங்களுக்கு எதிராக அப்போதே காதல் கதையை உருவாக்கியவர். இந்தப் படம் 1928 -ல் எடுக்கப்பட்டு, 1930 -ல் வெளியிடப்பட்டது. மலபாரில் உள்ள கேபிட்டல் என்கிற திரையரங்கில் முதன்முதலில் திரையிடப்படுகிறது.

இந்தப் படத்தை பார்க்க வந்த உயர்த்தப்பட்ட சாதி இந்துக்கள் இந்த படத்தை ஆவலோடு பார்க்க வந்த கதாநாயகி ரோஸம்மா என்கிற ரோஸியை வெளியே நிற்க வைத்து அவமதித்திருக்கிறார்கள். உள்ளேயே அனுமதிக்கவில்லை.

உள்ளே போய்ப் படம் பார்த்தவர்கள், அதில் தாழ்த்தப்பட்ட ரோஸி உயர்த்தப்பட்ட நாயர் பெண்ணாக, நாயகியாக நடித்திருப்பதையும், சாதிக்கு எதிராக அதன் கதைக்கரு இருப்பதையும் தாங்கிக் கொள்ள முடியாமல், சாதி வெறிபிடித்த அடிப்படைவாதிகள் தியேட்டரை உடைத்து நொறுக்குகிறார்கள். வெளியே வந்து ரோஸியை விரட்டிவிரட்டி அடிக்கிறார்கள். அவர் உயிருக்குப் பயந்து ரத்தக் காயங்களோடு தப்பி ஓடுகிறாள்.

அவள் செய்த குற்றமென்ன? ஏழ்மையாக பிறந்ததா? சாதிகள் என்கிற மனுவின் வர்ணாசிரமக் கோட்பாட்டைத் திணித்த இந்தியாவில் பிறந்ததா? அவர்கள் கற்பிதத்தின்படி உருவாக்கிய தாழ்த்தப்பட்ட சமுதாயத்தில் பிறந்ததா? கலைத் தாகத்தோடு

வளர்ந்ததா? நாடகத்தில் கொடி கட்டிப் பறந்ததா? மலையாளத்தின் முதல் மௌனப் படத்தில் நாயகியாக நடித்ததா?

அவர் எப்படியெல்லாம் கொண்டாடப்பட்டிருந்திருக்க வேண்டும். நடந்ததென்ன? ஓட ஓட விரட்டியடிக்கப்படுகிறாள். விபச்சாரம் செய்தவளாக கருதப்படுகிறாள். வசைபாடப்படுகிறாள். அவமானப்படுத்தப்படுகிறாள். அவளின் வீடு தீக்கிரையாக்கப் படுகிறது.

அதற்கு பிறகான அவரின் வரலாறு சுவடற்றுப் போய் விடுகிறது. அந்தப் பிரகாசமான கனவின் சுடர் அந்தப் புள்ளியில் மங்கித்தான் போனது. இன்னும் இங்கே சாதி பேசுகிறார்கள்? சாதிப் பெருமை பேசுகிறார்கள்? ரோஸம்மா என்கிற ரோஸியின் அறம் அவர்களை மகிழ்ச்சியாக எப்படி வாழ அனுமதிக்கும்?

ஏற்கனவே தன்னுடைய சொத்துகளை விற்றுத்தான் டேனியல் கேமரா, ஸ்டுடியோவிற்கான ஏற்பாடுகள் அத்தனையையும் செய்திருந்தார்.

அவர் முதன்முதலில் சார்லி சாப்ளின் நடித்த 'தி கிட்' என்கிற மௌனப் படத்தை, தன்னுடைய ஊரில் உள்ள திரையரங்கில் பார்க்கிறார். அதன் பிறகு தான், தானும் இப்படி இங்கே திரைப்படம் எடுக்க வேண்டும் என்கிற உந்துதலை பெறுகிறார். சார்லி சாப்ளினைப் போலவே சமூக சீர்திருத்தக் கதையைத் தான் எடுக்க வேண்டும் என நினைத்து, அப்படியான கருப்பொருளையே கதையாக தெரிவு செய்திருக்கிறார்.

அத்தனை பெருமைகளுக்குச் சொந்தக்காரரான டேனியல் வாழும் காலத்தில் யாராலும் கண்டுகொள்ளப்படவில்லை. பிற்பாடு அவர் தனக்கேற்பட்ட கடன்களை எல்லாம், தன்னுடைய சினிமா சாதனங்களை விற்று அடைக்கிறார்.

ஒரே நாளில் வசதி படைத்த டேனியல் வறுமையின் பிடிக்குள் தள்ளப்படுகிறார். கன்னியாகுமரி மாவட்டத்தில் உள்ள நாகர்கோவில் அருகில் இருக்கிற அகஸ்தீஸ்வரத்தில், சிறிது காலம் பல் மருத்துவராக இருந்திருக்கிறார். ஆனால், யாரிடமும், மலையாளத் திரையுலகின் முதல் மௌனத் திரைப்படத்தை எடுத்த டேனியல் தான்தான் என்கிற விசயத்தை, ஒரு நாளும் சொல்லிக் கொள்ளவில்லை. அவர் அவருக்குள்ளேயே சுருங்கிப் போய் விடுகிறார். அவரின் உலகம் அவருக்குள்ளேயே முடங்கிப் போய் விடுகிறது. முடக்கப்பட்டு விடுகிறது. தனியொருவராக, தனித்து, யாருமற்றவராகத் தன்னுடைய காலம் முழுக்க வாழ்ந்து, சினிமாவின் கனவிலேயே கரைந்து 1975 -ம் வருடத்தில் ஏதோ ஒரு நாளில் அடையாளமற்று உயிர் நீத்திருக்கிறார்.

யாருமே அதுவரை அவரைக் கண்டுகொள்ளவே இல்லை. ரோஸம்மா என்கிற ரோஸிக்கு அதன் பிறகு என்னென்ன கொடுமைகள் நடந்தது என்பது இப்போதும் இருட்டடிக்கப்பட்ட வரலாற்றுப் பக்கங்களாகவே இருக்கின்றன.

அவள் எந்த அளவு சிரமங்களை அந்த காலக்கட்டத்தில் அனுபவித்திருப்பாள். இந்த முதல் மலையாள மௌனத் திரைப்படத்தில் நாயகியாக நடிப்பதற்காக, அவளுக்குள் என்னென்ன கனவுகள் மிளிர்ந்திருந்திருக்கும். அவளின் கலைத்தாகம் சாதி,மத அடிப்படைவாதிகளால் கண்டுகொள்ளப்படவேயில்லை. அவள் எங்கோ, யாருக்கும் தெரியாமல் ஒளிந்திருந்து வாழ்ந்து ஒரு நாள் மறைந்தே போனாள்.

செல்லுலாய்ட் படத்தில் பிருத்விராஜ் டேனியலாக நடித்திருக்கிறார். மலையாள சினிமாவின் தந்தையாக டேனியலை ஏற்றுக்கொண்டு, அந்தக் கதாபாத்திரத்திற்கு உயிரூட்டி இருக்கிறார்.

அவரின் மனைவி ஜேனட் கதாபாத்திரத்தில் மம்தா மோகன்தாஸ் நடித்திருக்கிறார். ரோஸி கதாபாத்திரத்தில் சாந்தினி நடித்திருக்கிறார்.

ஒரு மனிதனின் வாழ்க்கை நெடுக சந்திக்கிற வெவ்வேறு காலக்கட்டத்திலான விதவிதமான அனுபவங்களையே விகதகுமாரன் படத்தின் கதைக்கருவாக டேனியல் சிருட்டித்திருந்தார்.

அவரின் அந்தப் படைப்பை எல்லா ஊர்களிலும் திரையிட அனுமதித்திருந்தால், இன்னொரு வெற்றிகரமான தாதாசாகிப் பால்கே இங்கே தென்னகத்திற்குக் கிடைத்திருப்பார். பலபல பெண் சமத்துவத்திற்கான கதாபாத்திரங்களைத் தன்னுடைய படைப்புகளில் உருவாக்கி உலவ விட்டிருந்திருப்பார். அந்தக் கனவின் திரைநாயகிகள் அவரின் இறுதி நாள் வரை அவரை அவரின் கனவுகளில் துரத்திக் கொண்டு தான் இருந்திருப்பார்கள்.

ஒரிஜினல் விகதகுமாரன் என்கிற 'தி லாஸ்ட் சைல்ட்' படச்சுருளை அவரது மகன் தங்களுக்கு நிகழ்ந்த அநீதியின் காரணமாக சீற்றம் கொண்டு, எரித்து விடுகிறார். இன்று அவற்றில் சில பகுதிகள் மட்டுமே கிடைக்கப்பெற்று, ஆவணமாக்கப் பட்டிருக்கின்றன.

அவரின் மனைவி ஜேனட் மட்டும் இறுதி வரை அவரைத் தாங்குகிறார். அவரும் சென்ற பிறகு, டேனியல் தனிமரமாக தன் உலகில் தனக்குத் தான் மட்டுமே என்று ஒடுங்கிப் போய் விடுகிறார்.

1992- லிருந்து கேரள அரசாங்கம் ஜே.சி. டேனியல் வாழ்நாள் சாதனையாளர் விருது என்கிற விருதினை ஒவ்வொரு வருடமும் திரைப்படத்துறையில் சாதித்த ஒரு வாழ்நாள் சாதனையாளருக்கு வழங்கி வருகிறது.

திரைநாயகிகள் இப்போதும் எவ்வளவோ சொல்லவொண்ணா அவமானங்களையும், இடைஞ்சல்களையும், பாலியல்

துன்புறுத்தல்களையும் ஒருங்கே திரைப்படத்துறையிலும், சமுதாயத்திலும் எதிர்கொள்ள நேர்ந்திருந்தாலும், அவர்கள் இந்த அளவிற்காகவாவது முன்னேறி வந்திருப்பதற்கு, அவர்கள் பின்னால், ரோஸம்மாக்களின் வலிகள் நிறைந்த அர்ப்பணிப்புகள் அஸ்திவாரங்களாக நிற்கின்றன.

மனிதம் உள்ள ஒவ்வொருவரும் ரோஸியின் அர்ப்பணிப்பை நினைவில் வைத்துக் கொள்வது மட்டுமே அந்த அற்புதக் கலைத் தேவதைக்கு செய்ய முடிகிற நியாயமான பரிகாரம்.

வஜ்டா

21

சட்டகத்திற்குள் அடைபடாத பறவை வஜ்டா. இது சவுதி அரேபியாவின் முதல் முழுநீளப்படம். ஹைஃபா என்கிற பெண் இயக்குநர் இயக்கி இருக்கிறார். வேட் என்கிற பதின்பருவப் பெண் நாயகியாக நடித்திருக்கிறார்.

அரை வரிக் கதை. அதில் வருகிற அந்த கிளைமாக்ஸ் பற்றி எத்தனை பக்கம் வேண்டுமானாலும் எழுதலாம்

இந்தப் படத்தின் இயக்குநர் தன் வாழ்க்கையில் நடந்த உண்மை சம்பவத்தை அடிப்படையாக வைத்து உருவாக்கிய கதை வஜ்டா. இதன் நாயகி பள்ளியில் பிளஸ் டூ படிக்கிறாள். இயல்பானவள். துறுதுறுப்பானவள். அவள் ஒரு பாடும் பறவை. அவளுக்குப் பாடல் என்றால் உயிர். நதி என்றால் உயிர். வானம் என்றால் உயிர். கடல் என்றால் உயிர். வனம் என்றால் உயிர். இசை என்றால் உயிர்.

சவுதி அரேபியா, மதச்சட்டங்களுக்கு முக்கியத்துவம் தருகிற ஒரு நாடு. அங்கே இசை ஹராம். வஜ்டா அதையெல்லாம் சட்டை செய்வதில்லை. எத்தனையோ சிங்கங்கள் வாழ்கிற காட்டில், சாமர்த்தியமாக மான்களும் வாழ்கின்றனவே.

அவள் எப்படியோ அந்தக் கடைக்காரரை தாஜா பிடித்து வைத்துக் கொண்டு, அவளுக்குப் பிடித்த கேசட்டுகளை வாங்கிக் கொண்டு வந்து வீட்டில் ஹெட் செட்டில் போட்டுக் கேட்க ஒரு நாளும் தவறுவதில்லை.

அவளுக்கு ஒரு தோழன் இருக்கிறான். அவனுக்கு பனிரெண்டு வயது இருக்கலாம். அது ஒரு நட்பு அல்லது பப்பி லவ். அவன் தன்னை விட ஐந்து வயது அதிகம் உள்ள வஜ்டாவிடம் ஒருமுறை வெள்ளந்தியாக, நாம சின்னப்புள்ளையா இருக்கறப்போ, பெருசானதும் உன்னைக் கல்யாணம் பண்ணிக்கறேன்னு சொன்னன்ல.. அதனால தான் என்கிட்ட இருக்கிறதெல்லாம்

உன்கிட்டக் குடுக்கறேன் என்பான். அவள் அலட்டிக்கொள்ளாமல் சிறுபுன்னனகையோடு கடந்து செல்வாள்.

அதிசயம் என்னவென்றால், அவளுக்கு இந்தச் சமூகத்தை அலட்டிக்கொள்ளாமல் எப்படி எதிர்கொள்வது என்கிற சூட்சுமம் இயல்பிலேயே தெரிந்திருப்பது தான்.

அவளின் பிரதானக் கனவு; ஒரு சைக்கிள் வாங்கி ஆசை தீர வேகவேகமாக ஓட்ட வேண்டும். ஆனால், அங்கே பெண்கள் சைக்கிள் பொதுவாக ஓட்டுவதில்லை. அம்மாவிடம் சைக்கிள் வாங்கித் தரச் சொல்வாள். அம்மா சைக்கிள் ஓட்டினால் அவங்களுக்கு குழந்தை பிறக்காது என்பாள். இத்தனைக்கும் அவள் அம்மா நவீனமாக உடை உடுத்துபவள் தான். குரான் ஓதும்போது மட்டும் சிவப்பு நிறத்தில் முகம் மட்டும் தெரிகிறாற்போல் ஒரு பர்தா அணிந்து கொள்வாள்.

உடனே வஜ்டா, நீ சைக்கிள் ஓட்டிட்டுத் தான இருந்தெ? உனக்கு நான் பிறந்திருக்கேனே? என்பாள். அவளிடம் யாரும் பேசி ஜெயிக்க முடியாது. அவள் அமைதியானவள். அளவாக அளந்து அளந்து தான் பேசுவாள். அவள் வாய் பேசுவதை எல்லாம் அதற்கு முன்பாக அவளின் கண்கள் பேசி விடும். ரத்தினச் சுருக்கமாக இருக்கும். அதிபுத்திசாலி. சமயோசிதசாலி.

அவளின் தோழன், அந்தக் குட்டிப் பையனிடம் சைக்கிள் இருக்கும். அவன் அவள் எது கேட்டாலும் செய்வான். அவன் சைக்கிளை வாங்கி, தானாகவே விழுந்து எழுந்து ஓட்டக் கற்றுக் கொள்கிறாள்.

இதைப் பார்த்தபோது கல்லூரிக் காலத்தில் தூர்தர்சனில் பார்த்த ஒரு ஆவணப்படம் மின்னலாய் ஞாபகத்திற்கு வருகிறது. அதிலும் ஒரு பாவாடை சட்டை அணிந்து பதினைந்து வயதில் இருக்கிற ஒரு பருவப்பெண் தான் கதை நாயகி.

அது ஒரு குக்கிராமம். அந்த காலக்கட்டத்தில் அந்தக் கிராமத்தில் முதன்முதலாக அவள் வீட்டில் தான் சைக்கிள் வாங்குகிறார்கள்.

அதை வேடிக்கை பார்க்க ஊரே திரள்கிறது. அது ஆண்களுக்கான வாகனம். பெண்களுக்கான வாகனம் அல்ல என்று அவளின் தந்தை துரத்தி விடுகிறார். அந்த சைக்கிளை ஓட்ட அவள் அப்பா தன் மகனுக்குக் கற்றுத் தருகிறார். அவனுக்காகத் தான் அதை வாங்கியும் தந்திருப்பார்.

ஆனால், நாயகிக்கோ தானும் எப்படியாவது இந்தச் சைக்கிளை ஓட்டிப்பார்க்க வேண்டும் என்கிற ஆசை துளிர் விடுகிறது. அவளை அவர்கள் அந்த சைக்கிளைத் தொடக்கூட விடுவதில்லை. அவள் நடுஇரவில் எழுந்து போய் யாருக்கும் தெரியாமல் அந்தச் சைக்கிளின் ஒவ்வொரு அங்கமாகத் தொட்டுப் பார்க்கிறாள். அது அவளுக்குள் அப்படியொரு சிலிர்ப்பைத் தருகிறது.

அதன் பிறகு அவள் யாருக்கும் தெரியாமல் இரவு நேரங்களில் ஊர் உறங்கியதும் அந்தச் சைக்கிளை சாவி போட்டுத் திறந்து ஊருக்கு ஒதுக்குப்புறமாகத் தள்ளிக்கொண்டே போய் விட்டுத் திரும்புகிறாள். இப்படியாகச் செய்து செய்து அந்த சைக்கிளோடு கொஞ்சங்கொஞ்சமாய் நட்பாகி விடுகிறாள்.

என்னுடைய ஆரஞ்சு நிறச் சைக்கிளோடு எப்போதும் பேசிப்பேசி அவள் என் உற்ற துணையாக மாறிப்போன கதை மாதிரி தான் அவளுக்கும் அந்த சைக்கிள் உற்ற துணையாக ஒரு கட்டத்தில் மாறிப் போகிறது.

ஒரு இரவின் தனிமையில் ஒரு சிறிய ஆற்றுப்பாலத்தின் திட்டில் ஏறி நின்று அந்தச் சைக்கிளில் ஏறி விடுகிறாள். கொஞ்சதூரம் போய் விழுகிறாள். அவள் சளைப்பதாயில்லை. திரும்பத்திரும்ப முயற்சித்து ஒரு வழியாக ஒரு புள்ளியில் பேலன்ஸ் பிடிபட்டுவிடுகிறது.

உடனே அந்தச் சரிவான ஆளில்லாத சாலையில் அவள் உற்சாகத்தோடு, அதிவேகமாய் சைக்கிளை மிதிக்க ஆரம்பிக்கிறாள். சைக்கிள் அவள் மனதோடு சேர்ந்து பறக்கத் தொடங்குகிறது. அவளின் கேசங்கள் படபடக்கின்றன. அவள் தனக்குத்தானே வாய் விட்டுச் சிரித்துக் கொள்கிறாள். இந்த நினைவு வஜ்டாவை பார்க்கிறபோது தன்னிச்சையாகவே வந்து விட்டது.

கதை நெடுக மதவாத நாட்டில் எப்படி இருக்குமோ, அப்படி அங்கே இசுலாமிய சட்டங்கள் கடுமையாக குழந்தைப் பருவத்திலிருந்தே திணிக்கப்படுவதை அணுவணுவாகக் காண்பிக்கிறார்கள்.

இதன் திரைக்கதையில். எந்த இடத்திலும் விளக்கங்களோ, விவாதங்களோ, அங்கலாய்ப்புகளோ இருக்காது. ஆனாலும், குரானை எப்படி நினைவு தெரிந்த நாளில் இருந்து ஒவ்வொரு பெண்ணிற்குள்ளும் கட்டாயமாக அந்தச் சமூகம் திணிக்கிறது என்பதை நுட்பமாக இதன் இயக்குநர் உணர்த்தியிருக்கிறார்.

வஜ்டாவிற்கு குரான் பிடிபடுவதில்லை. அது அந்நியமாகவே இருக்கிறது. அவளை வெளியே செல்லும்போது பர்தா போடச் சொன்னால், தலையில் ஸ்கார்ஃப் சுற்றிக்கொள்ளச் சொன்னால் அதை ஒழுங்காக அவள் செய்வதில்லை. அதே சமயம் ஊருக்குள், பள்ளிக்குள் செல்கிற போது சமத்தாக ஊர் சொல்கிறபடி அதனைச் சரியாய் அணிந்து கொள்வாள்.

குரானில் கடவுள் எல்லாவற்றையும் செய்வார் என்று படிக்கையில், எனக்கேன் சைக்கிள் அவரால் வாங்கித் தர முடியவில்லை என்று தோன்றும். அவளுக்கு குரானில் சில விசயங்கள் ஏற்புடையதாக இருக்கும். பல விசயங்கள் அதுவும் பெண்களைப் பற்றிச் சொல்கிற விசயங்களில் அவளுக்கு ஏராளமான கேள்விகள் இருக்கும். அதனால்

அவள் அதைப் புனிதப்படுத்துவதில்லை. புரியாத விசயங்களை அலட்டிக்கொள்ளாமல் கடந்து செல்வதே அவளின் சுபாவம்.

எந்த ஒரு பெண்ணுக்கும் தனிப்பட்ட விருப்பு வெறுப்பு இருப்பதற்கு அங்கு வாய்ப்பில்லை. பள்ளிப்படிப்பு முடிப்பதற்குள் பெரும்பாலும் பெண்களுக்குத் திருமணம் செய்து வைத்து விடுகிறார்கள். பள்ளியில் குதிரைக்கு லகான் போட்டு விட்டது மாதிரி அதை அப்படியே பின்பற்றும்படித் திரும்பத்திரும்பக் கண்டிப்போடு போதிக்கிறார்கள்.

ஆண் பிள்ளைகளோடு சேர்ந்து பழக அனுமதி மறுக்கிறார்கள். ஆண்கள் செய்வதையெல்லாம் பெண்கள் செய்ய முடியாது என்று பிரலாபிக்கிறார்கள்.

ஒரு தோழி ஒரு ஃபோட்டோ காட்டி, அடுத்த மாதம் தன்னைக் கல்யாணம் செய்து கொள்ளப் போகிற நபர் என்று காட்டுகிறாள். அவள் வயதுக்கு வந்து ஒரு சில வருடங்கள் கூட ஆகி இருக்காது.

வஜ்டா அந்த மாதிரியான சடங்கு சம்பிரதாயங்களை எதிர்க்கவும் மாட்டாள். இணங்கவும் மாட்டாள். அவளுக்குச் சரியெனப் படுவதைச் செய்வாள். படிப்பில் படுசுட்டி. அவளுக்கு எதுவாக இருந்தாலும், அதன் வேர்க்காரணியைக் கண்டுபிடித்துவிடத் தெரியும்.

அதனால் கணித வகுப்பில் ஆசிரியை சொல்லித் தருவதைத் தாண்டி அவர் வேறு வழியில் அந்த ஆசிரியையை விட வேகமாக அந்தக் கணிதத்தைச் செய்து முடித்து விடுவாள். வாழ்க்கையை ஒரு இறகின் மென்மையைப் போல, லெகுவாக, லேசாக வாழ்ந்து விடத் துடிப்பவள்.

அங்கே பெண்கள் பள்ளியும், ஆண்கள் பள்ளியும் அடுத்தடுத்து இருக்கிறது. அவள் படிப்பது பெண்கள் பள்ளி. அங்கே எல்லோரும்

தனிப்பட்ட விருப்பத்தின் பேரில் குரான் வகுப்பிற்குச் செல்லலாம். இவள் அதில் கலந்து கொள்வதில்லை.

இந்தத் தருணத்தில் குரான் படித்து அது சார்ந்து நடக்கிற போட்டியில் வெற்றி பெறுகிறவர்களுக்கு ஆயிரம் ரூபாய் பரிசு என்று அறிவிக்கிறார்கள்.

அடுத்த நாள் வஜ்டா குரான் வகுப்பில்போய்ச் சேருகிறாள். முதலில் மிகவும் தடுமாறுகிறாள். அவள் ஒன்றை நினைத்து விட்டால் அதை எப்படியாவது அடைந்துவிடக் கூடியவள்.

அதற்கு அவள் ஒரு உபாயம் செய்கிறாள். அவள் கேசட், சிடி வாங்குகிற ஒரு பெரியவர் கடைக்குச் சென்று பேரம் பேசி குரான் சிடி ஒன்று வாங்குகிறாள். அது அதிலுள்ள முக்கியமான விசயங்களை அப்ஜக்டிவ் டைப் வடிவில் எளிமையாய் கற்றுக் கொடுக்கும். அதை போட்டுப்போட்டு ஜாய் ஸ்டிக் வைத்து வீடியோ கேம் விளையாடுவது போல விளையாடி அதன் நுட்பத்தைக் கண்டுபிடித்து, எளிமையான, சூட்சும வழியில் குரானில் என்னென்ன கேள்விகள் கேட்க முடியும் என்பதை கண்டறிந்து, தன்னைத் தயார் படுத்திக் கொள்கிறாள்.

போட்டி நாளன்று வஜ்டா டான் டான் என பதில் சொல்லி, முதல் பரிசை வெல்கிறாள். குரான் டீச்சர் இந்தப் பணத்தை வைத்து என்ன செய்யப் போகிறாய் என்று கேட்டதும், அவள் சைக்கிள் வாங்கி ஓட்டப் போகிறேன் என்கிறாள்.

உடனே அடிப்படைவாதத்தில் ஊறிப்போன அந்த டீச்சர் அதிர்ந்து போகிறாள். அப்படியென்றால் அந்தப் பணத்தை உனக்குத் தர முடியாது. அதை ரகசியமாய் பாலஸ்தீனத்திற்கு நன்கொடையாக அனுப்பி வைத்து விடுகிறேன் என்கிறார். உங்களுக்கு இருக்கிற ரகசிய காதலரை மாதிரியா என்று வஜ்டா கேட்க, அந்த குரான் ஆசிரியை உறைந்து போகிறாள். அவள் அதை கவனிக்காதது போலக் கடந்து

குலசேகர் 273

போகிறாள். பரிசுப் பட்டயத்தை மட்டும் கையில் கொடுத்து அனுப்பி வைத்து விடுகிறார்கள்.

அவள் தன் அம்மாவிடம் வந்து நடந்ததை எல்லாம் சொல்கிறாள். அப்படியே என்னை மாதிரியே வந்திருக்கிறாய் என்று சொல்கிற அம்மா, அவளை வீட்டின் பின்பக்கம் அழைத்துச் செல்கிறாள்.

எப்போதும் சமூக அச்சத்தின் காரணமாக மகளைக் கடிந்து கொள்ளும் அந்தத் தாய், அன்று அப்படி எதுவும் கடிந்து கொள்வதில்லை. அவள் அழைத்துக்கொண்டு போய் அந்த வராண்டா விளக்கைப் போடுகிறாள். அங்கே ஏற்கனவே புதிதாய் அவளுக்காக வாங்கி வைத்திருக்கிற சைக்கிள் இருக்கிறது. வஜ்டா அம்மாவைக் கட்டிக் கொள்கிறாள்.

மறுநாள் பக்கத்து வீட்டுப் பொடியனோடு சைக்கிள் விடுகிறாள். முடிஞ்சா என்னை முந்திப் பாருடா என்று சொன்னபடி, சரசரவென அவனை முந்திக்கொண்டு விடுகிறாள். அவன் எத்தனை தான் விரட்டியும் அவளை முந்த முடிவதில்லை. அவள் முகத்தில் அத்தனை மகிழ்ச்சியை அதுவரை யாரும் பார்த்திருக்க முடியாது.

ஒரு இடத்தில் போய் நிறுத்தி, மூச்சிறைக்கப் பின்னால் வந்து கொண்டிருக்கும் தோழன் தன்னோடு வந்து சேர்ந்து கொள்ளட்டும் என்று அவள் மலர்ச்சியுடன் காத்திருக்கிறதோடு, இந்தக் கதை நிறைவடைகிறது.

பேச்சுவாக்கில் மத நம்பிக்கை, கடவுள் நம்பிக்கை என்பார்கள். உண்மையில் நம்பிக்கை என்றால் என்ன? அது அபாரமானது. அசைக்க முடியாதது. அது நம்மில் இருந்து உருவெடுக்கிற படைப்புச் சக்தி.

அது சுயமானது. நமதான தேடலில் கண்டடைகிற உள்ளுணர்வு. அது நமதான பிரபஞ்ச சமிக்ஞை. நமதான பிரபஞ்ச மொழி. காலவெளி கடந்த டெலிபதி.

உதாரணத்திற்கு அபூர்வ ராகங்கள் படத்தில் ஸ்ரீவித்யா கதாபாத்திரத்தை எடுத்துக் கொள்ளலாம். அவளுக்கு, கமல் ஏற்றிருந்த பிரசன்னா கதாபாத்திரத்தின் மீது அபார காதல். ஆனால், அவள் அதை வார்த்தைகளால் ஒரு போதும் வெளிக் காட்டுவதில்லை.

இருவரும் ஒரு மாலை நேரத்தில் பூங்காவிற்குச் செல்கிறார்கள். அப்போது கமலின் நண்பர்கள் அங்கே வந்து விடுவார்கள். அவசரமாக அவரோடு பேச வேண்டும் என்று அழைத்துக் கொண்டு போய் விட, கமல் ஸ்ரீவித்யாவிடம் ‘இங்கயே இருங்க.. வந்திடறேன்’ என்று சொல்லி விட்டுச் செல்வார். சென்றவர் திரும்பி வருவதில்லை. எப்படியோ அதை மறந்து விடுகிறார்.

அடைமழை இடிமேளதாளத்தோடு கொட்டோகொட்டென்று கொட்டிக் கொண்டிருக்கும். ஸ்ரீவித்யாவிற்கு என்ன ஆகி இருக்கும்? தெரியாது. மறதியில் கமல் வேலை முடிந்து நேராக வீட்டுக்குச் சென்று விடுவார். அங்கே பணிப்பெண்ணிடம் கேட்பார். ‘நீங்க சேந்து தானெ போனீங்க?’ என்பாள் அவள். அப்போது தான் அவருக்கு உரைக்கும்.

உடனே பதறிக்கொண்டு பூங்காவிற்கு ஓடுவார். தனியாளாக, இருளில் அடைமழையில் மாறாத அதே புன்னகையோடு ஸ்ரீவித்யா அமர்ந்திருப்பார். கமல் ‘ஏன் இங்கயே உக்காந்திருக்கீங்க?’ என்று கேட்பார். அதற்கு, ‘நான் வர்ற வரை இங்கயே இருன்னு நீ தானெ சொன்ன’ என்று ஸ்ரீவித்யா பதிலளிப்பார். அது தான் நம்பிக்கை. அது அவரின் சுயத்திலிருந்து வருகிற நம்பிக்கை. உண்மையான கண்டடைதல்.

கடவுள் நம்பிக்கை என்பது இந்தச் சமூக வழிகாட்டுதலின்படி, குடும்பத்தால், பிறந்ததிலிருந்து ஒவ்வொரு விசயத்திலும் மதங்களின் அனுட்டானங்கள், சடங்குகள், சம்பிரதாயங்கள் என்று அத்தனை கற்பிதங்களும் மனதிற்குள் ஆணி அடித்து இறக்கப்படுகிறது. ஒரு கட்டத்தில் அது நமக்காக நாமாகவே உருவாக்கிய நம்பிக்கைகள் இவை என்கிற பிரமைக்குள் நம்மை அமிழ்த்தி விடுகிறது.

இப்போது ஒரு நாய் ஏதோ ஒரு காரணத்தின் எதிர்வினையினால் துரத்திக் கொண்டு வருகிறது என்று வைத்துக் கொள்ளலாம். அப்போது நம்பிக்கை என்று நம்பிக்கொண்டிருக்கிற அந்த மதநம்பிக்கையோ, இறை நம்பிக்பிக்கையோ, அந்த நாயிடமிருந்து தன்னைக் காப்பாற்றும் என்று அசையாமல், எப்படி, ஸ்ரீவித்யா காதலின் மீதான நம்பிக்கையில் கமல் சொன்ன இடத்தில் மாறாத புன்னகையோடு அசையாமல் அமர்ந்து இருந்தாரோ, அப்படி இருந்திருப்பார்களா? அப்போது காக்கும் என நம்புகிற அந்த நம்பிக்கை எங்கே போய் விடுகிறது?

மதநம்பிக்கை என்பது உருவாவது அல்ல. உருவாக்கப்படுவது. ஊட்டப்படுவது என்பதை எந்த வியாக்கியானங்களும் இல்லாமல் இயல்பிலேயே வஜ்டா உணர்ந்திருக்கிறாள். அவளால் மதச்சட்டகங்களுக்குள் தன் பறத்தலை அடைத்துக் கொள்ள முடிவதில்லை. அப்படி இந்த சமூகம் வழிகாட்டுகிற போதெல்லாம் அவளுக்கு தங்கக் கூண்டில் சிறைப்பட்ட வலசைப் பறவையாய் மூச்சுமுட்டிக் கொண்டு வருகிறது.

அவள் இயல்பிலேயே யாரையும் எதற்காகவும் சார்ந்திருப்பதில்லை. அவள் ஒரு சுயம்பு. அவள் அவளின் தேவைகளை அவளே தீர்மானிக்கிறாள். அதை அடைவதற்கான வழிகளையும் அவளே அவளுக்குள்ளிருந்தே கண்டடைகிறாள். அந்த

முயற்சிகளில் ஏற்படுகிற சிடுக்குகளை அவளுக்கேயான வழிகளில் அவிழ்க்கவும் யத்தனிக்கிறாள்.

அவள் வழிநெடுக இயங்குகிறாள். அவளின் பயணம் நதியாய்ப் பயணிக்கிறது. அந்தப் பயணம் அவளின் உச்சபட்ச இலக்கு நோக்கி இயல்பாகவே அழைத்தும் செல்கிறது.

மதச்சட்டகத்திற்குள் அடைபடாத பறவையாக இருக்கிறாள். அவளின் அம்மாவும் அப்படித் தான் இருந்திருக்கிறாள். அதனால் தான் அவள் தன்னுடைய வீட்டிற்குள் நவீனமயமான, நேர்த்தியான உடைகளை அணிகிறாள். ஊருக்காக வெளியில் வருகிற போது மட்டும் சிவப்பு வண்ணத்திலான முகம் மறைக்காத பர்தா அணிகிறாள்.

வஜ்டா அதையும் தாண்டுகிறாள். அவள் தாண்ட வேண்டும் என்று எதையும் தாண்டுவதில்லை. அவளின் இயல்பே அது தான். பறவையின் இயல்பு எல்லையற்ற நீலவானத்தில் பறப்பது தான். அப்படித்தான் அவள் பறந்து திரிகிறாள்.

கான்கிரீட் கட்டிடத்தின் சுவர்களில் மரங்கள் வளர்கின்றன என்றால், அந்தப் பகுதி ஆதியில் வனமாக இருந்திருக்கிறது என்பதன் குறியீடாகிறது. யானைகள் ஊருக்குள் வருகிறதென்றால், அது ஆதியில் வனமாக இருந்திருக்கிறது.. யானைகளின் வழித்தடங்களாக அது இருந்திருக்கிறது என்கிற குறீயீட்டையே உணர்த்துகிறது.

பறவைகளுக்கும், விலங்குகளுக்கும் ஆக்கிரமிப்பு, பேராசை என்றால் என்னவென்று தெரிவதில்லை. அவற்றிற்குத் தெரிந்திருப்பதெல்லாம் இருக்கும் வரை மகிழ்ச்சியாக பரிபூரண சுதந்திரத்தோடு வாழ்க்கையை வாழ்ந்து நிறைக்க வேண்டும் என்பது மட்டும் தான்.

பறவைகள் பல லட்சம் மைல்கள் வருடா வருடம் துருவம் விட்டுத் துருவம் திசை தப்பாமல் வான் வழி வலசைப் பாதையில் பறந்து சென்று அதே பாதையில் துல்லியமாக தங்கள் இருப்பிடம் திரும்புகின்றன. அவற்றிற்கு பறத்தல் மட்டுமே தெரிந்திருக்கிறது. அவற்றின் வானம் அனைவருக்குமானது. அவை அங்கே பட்டா போட்டு சொந்தம் கொண்டாடுவதில்லை.

அவை நீலவானத்தைப் பொதுவில் வைத்து ஆடிப் பாடி பறந்து திரிந்து வாழ்வைப் பரவசங்களால் மொழி பெயர்க்கின்றன.

அதற்கு சடங்கு, சம்பிரதாயங்கள் எதுவும் தெரியாது. அதெல்லாம், பிடிபடவும் படாது. மகிழ்ச்சியாக, குதூகலமாக, கொண்டாட்டமாக மனதிற்குப் பிடித்த மாதிரி வாழ மட்டுமே தெரிந்திருக்கிறது. உணர்விற்கு மதிப்பளிக்க மட்டுமே தெரிந்திருக்கிறது.

அதுவே அவற்றின் சமூக நியதி. இறுதி கணங்கள் வரை மகிழ்ந்திருப்பதே அதன் இலக்கு. மழையாய், அருவியாய், நதியாய், கடலாய், வனமாய், வானமாய் அவை படிமங்கள் கொள்கின்றன. அப்படிப் பார்க்கையில் வஜ்டா என்கிற அந்த பருவத்தின் வாசலில் அடியெடுத்து வைக்கிற மாசற்ற, விளிம்பற்ற இளம்பெண்ணும் ஒரு மழை தான்.. ஒரு வனம் தான்.. ஒரு நதி தான்.. ஒரு அருவி தான்.. ஒரு கடல் தான்.. ஒரு வானம் தான்.. ஒரு வலசைப் பறவை தான்..

ஆரவல்லி

22

இதன் திரைக்கதை மகாபாரதக் கிளைக்கதைகளில் ஒன்றை மையமாகக் கொண்டு வடிவமைக்கப்பட்டிருக்கிறது. இதில் வரும் நாயகன் அல்லிமுத்து தர்மரின் தங்கை மகன். ஒன்றுவிட்ட தங்கையாக இருக்கலாம்.

ஆரவல்லியும், சூரவல்லியும் இணை சகோதரிகள். இருவருமாய் ஒரு ராஜாங்கத்தையே உருவாக்கிப் பரிபாலித்து வருகிறார்கள். அதில் அனைத்து அங்கத்தினர்களுமே பெண்கள். ஆரவல்லி தான் தலைமை.

அங்கே வரும் ஆண்கள் எல்லோரையும் ஆரவல்லி தன்னுடைய மதிநுட்பம் வாய்ந்த கேள்விகளால் தோல்வியடையச் செய்து, அங்கே கடைநிலைச் சேவகம் செய்ய வைக்கிறாள். அவர்களின் பிரதான வேலை பெண்களுக்கு குழந்தை பெற்றுக்கொள்கிற விருப்பம் வருகிற போது உறவு கொள்வதும், வீட்டு வேலைகள், அரச வேலைகள், சமையல் வேலைகள் என பெண்களுக்கென ஆணாதிக்க சமுதாயம் ஒதுக்கி வைத்திருக்கிற அத்தனை வேலைகளையும் செய்வதும்தான்.

ஆரவல்லி அந்த நாளின் உண்மையான பெண்மைக்கான மேன்மையை மீட்டெடுக்கத் துடிக்கிற ஒரு கலகக்காரி. அல்லியின் நீட்சி.

ஆணாதிக்கச் சமூகத்தில் எப்படி ஆண்டாள் எந்தவொரு ஆணையும் என்னைத் தீண்ட அனுமதியேன் என்று தனக்குள்ளிருக்கிற ஆசை நாயகன் கண்ணனை தன்னின் ஆண் படிமத்தை நேசித்திருந்தாளோ, அப்படியாகவே ஆண் சமூகத்தின் ஓரவஞ்சனை பொறுக்காமல் ஆண் வாசனையே இல்லாமல் வாழ ஆரவல்லி தலைப்படுகிறாள்.

அப்படியாக, ஆங்கிலத்தில் வொன்டர் விமன் என்றொரு பெண் கதாபாத்திரத்தைக் கொண்ட படம் வந்திருக்கிறது. அது கிரேக்கக்

காதல் கடவுள் அப்ரோடைட்டின் அம்சமான ஒளிக்கடவுள் ஜீயஸ் மற்றும் ஹிப்போடைட் இருவருக்கும் பிறந்த அதிசயக் குழந்தை. அந்தப் பெண் குழந்தை வளர்ந்து, தீவில் பெண்கள் மட்டுமே இருக்கிற ஒரு தனி உலகத்தைச் சிருட்டிக்கிறாள். சகல கலாவல்லியாகத் திகழ்ந்து பலருக்கும் ரட்சகியாக இருந்திருக்கிறாள்.

ஆப்பிரிக்காவில் உள்ள ஒரு கிராமத்தில் முழுக்கமுழுக்க பெண்களே இருந்து சிறப்பாக நிர்வாகம் செய்கிறார்கள். கிளாரி கிளிண்ட்டன் நேரடியாக அவர்கள் நடத்துகிற பள்ளிகளுக்குச் சென்று பார்வையிட்டு, உலகக் கல்வி அமைப்புகள் மூலம் மேலும் பல உதவிகள் செய்திருக்கிறார்.

இந்த ஆணாதிக்க சமுதாயம் பெண்களை எப்படியெல்லாம் சமன் நிலை பிழறச் செய்திருக்கிறார்கள். நின்றால் குற்றம்.. உட்கார்ந்தால் குற்றம்.. மாராப்பை இழுத்து விடு.. காலெ அகட்டி உக்காராத.. சத்தமாச் சிரிக்காத.. நிமிந்து பேசாத.. அவங்கிட்ட என்ன பேச்சு.. அளவாச் சாப்புடு.. அடக்கொடுக்கமா இரு.. வாயாடறது என்ன பழக்கம்.. பொட்டக் கழுதைக்கு எந்நேரமும் என்ன அலங்காரம் வேண்டிக் கிடக்கு.. இன்னொரு வீட்டுக்குப் போயிச் சோத்தாக்கிப் போட்டு, பிள்ளை பெத்து போடப் போறவளுக்கு படிப்பு எதுக்கு.?

பத்தாததற்கு.. தங்கச்சி.. முள்ளுல சேலை விழுந்தாலும், சேலையில முள்ளு விழுந்தாலும் சேலை தாம்மா கிழிஞ்சி போயிரும்.. என்று திரைப்படங்கள், இலக்கியங்கள் வாயிலாக இந்த ஆணாதிக்கச் சமூகம் எவ்வளவு அடக்குமுறைகளை பெண்கள் சமூகத்திற்கு ஐந்தாயிரம் ஆண்டு காலங்களாக விடாமல் வழங்கிக் கொண்டிருக்கிறது.

எவனோ ஒருவன் ஒரு பெண்ணை பலாத்காரம் பண்ணிவிட்டால் அவனையே கட்டிக்கொண்டாக வேண்டும்.. அவன் பொறுக்கியாக

இருந்தாலும், ஏன் ஒரு கல்லாக இருந்தாலும் அவனையே கல்யாணம் செய்து கொள்கிறபோதே அவளுக்கு இழைக்கப்பட்ட பலாத்காரம் இயல்பானதாக மாற்றம் கொள்ளும்.

இல்லையென்றால், அவளை ஒரு கெட்டுப்போன காய்கறியைவிட மோசமாகப் பார்ப்பார்கள்.. நடத்துவார்கள்... பெண் எப்போதும் ஆணின் உடமை.. கல்லானாலும் கணவன்... ஃபுல்லானாலும் புருசன் என்று வாழ்ந்தாக வேண்டும். சரக்கடித்து மட்டையானால் கைத்தாங்கலாக, தோள் கொடுத்துத் தூக்கிக்கொண்டு வர வேண்டும். எத்தனை அடித்தாலும், உதைத்தாலும் அழாமல் வாங்கிக்கொள்ள வேண்டும். அவனுக்கு, பார்த்துப்பார்த்து எல்லாம் செய்ய வேண்டும். படுக்கச் சொல்கிறபோது படுக்க வேண்டும். முதலில் தந்தைக்கு அடிமையாக, பிற்பாடு தமையர்களுக்கு அடிமையாக, பிற்பாடு கணவனுக்கு அடிமையாக, பிற்பாடு தனையர்களுக்கு அடிமையாக இருந்து உண்மையில் அவள் யார் என்றே மறந்து போய் விட வேண்டும்.

அவர்களுக்கு அந்த வலியை, அந்தப் பாடத்தைத் திருப்பிப் புகட்ட வேண்டும் என்கிற தீராவேட்கை ஆரவல்லிக்குள் சுடர்கிறது. அதன் நீட்சியாகவே தன்னை வீரத்திலும், அறிவுத்திறனிலும் மேம்பட்டவளாக வளர்த்தெடுத்து, படிப்படியாக ஆண்களைத் தன் ராஜ்ஜியத்திற்குள் சேவகர்களாக்கி புதிய விதி செய்கிறாள்.

இதில் ஆரவல்லியாக நடித்திருப்பவர் அந்த நாளைய கனவுக்கன்னிகளில் ஒருவராகத் திகழ்ந்த ஜி.வரலட்சுமி. இவர் தான் அரிச்சந்திராவில் சிவாஜிகணேசனுக்கு ஜோடியாக சந்திரமதியாக நடித்தவர். எம்.ஜி.ஆரோடு ஜோடியாக குலேபகாவலி படத்தில் நடித்தவர். இதில், அர்ஜுனனாக நடித்திருப்பவர் வி.கோபாலகிருஷ்ணன். நகைச்சுவைப் பாத்திரத்தில் காகா

ராதாகிருஷ்ணன், ஜி.முத்துலட்சுமி, ஏ.கருணாநிதி ஆகியோர் நடித்திருக்கிறார்கள்.

தேனீக்கள் எத்தனை வண்ணங்களோடு இருந்தாலும் காகிதப்பூக்களை நாடுவதில்லை. மல்லிகையின் வாசம் பிடித்தே அணுகுகின்றன. இந்த இலக்கணத்தை மனிதர்கள் பெருவாரியாகக் கவனிக்காமலே சென்று சுவரை முட்டியே பெயர்த்து விட முடியுமென்கிற நம்பிக்கையில் வேகவேகமாக, இன்னும் வேகவேகமாக முட்டிக் கொண்டே இருக்கிறார்கள்.

குஷ்பாம்பிகா கோயில் கட்டிய வேகத்தில், அண்ணி, அம்மா கதாபாத்திரத்திற்கு அவர் மாறியதும் கட்சி மாறி, கட்டிய வேகத்தில் இடித்து விட்டுப் போய் விட்டார்கள். அப்படியாக ஜி.வரலட்சுமியும் ஒரு காலத்தில் கனவுக்கன்னியாக இருந்திருந்திருக்கிறார்.

ஆரவல்லியின் மகள் அலங்காரவல்லியாக பண்டரிபாயின் தங்கை மைனாவதி நடித்திருக்கிறார். அவர் எதிர்கால ராணி என்கிற விதத்தில் கண்ணுங்கருத்துமாக பெண்ணியச் சிந்தனையோடு வளர்த்தெடுக்கப்படுகிறார் என்றாலும், பருவம் எட்டிய வயதில், அல்லிமுத்துவை எதிர்பாராமல் சந்தித்து காதல் வயப்படுகிறார்.

ஒரு கட்டத்தில் வேறு வழியில்லாமல் ஆரவல்லி அவர்களுக்கு திருமணம் செய்வித்து சுற்றுலா அனுப்பி வைக்கிறார். அவர்கள் சாப்பிட எடுத்துச் சென்ற உணவில் பாம்பின் நஞ்சைக் கலந்து விடுகிறார். அதை அலங்காரவல்லி கையாலேயே உண்ணும் அல்லிமுத்து சரிந்து விடுகிறான்.

இந்தச் சூழ்நிலையில், இமயமலை அடிவாரத்திற்குச் சென்று கார்கோடன் என்கிற பாம்பை பிடித்துக் கொண்டு வந்தால், அதன் மூலம் அந்த நஞ்சைத் திரும்ப உறிஞ்சி எடுத்து விடலாம்.

அப்படியாக, அல்லிமுத்து பிழைத்துக் கொள்ள வழியிருப்பதாக, யாரோ ஒருவர் உபாயம் சொல்ல, அபிமன்யு புறப்பட்டுச் செல்கிறான்.

அல்லிமுத்து தர்மரின் தங்கை மகன் என்று ஏற்கனவே பார்த்திருந்தோம் அல்லவா? நாட்டை ஆளும் தர்மருக்கு இப்போது ஒரு சோதனை வருகிறது. அல்லிமுத்துவின் பிரேதத்தை வீட்டில் வைத்திருக்கும் தர்மரிடம், ஆரவல்லி, பெண் சந்நியாசி வேடத்தில் வந்து யாசகம் கேட்கிறாள்.

அவர்கள் அன்னமிட முனையும் போது, பிரேதம் இருக்கிற வீட்டில் உண்பது பாபம். சொன்ன வார்த்தைப்படி அன்னமிடுவதென்றால், பிணத்தை எரியூட்டி விட்டு வந்து அன்னமிடும்படிச் சொல்கிறாள்.

வேறு வழியின்றி எரியூட்டுவதென முடிவெடுக்கிறார்கள். ஆனால், அதற்குள் சரியான நேரத்தில், அபிமன்யு கார்கோடனை பிடித்துக்கொண்டு வந்து நஞ்சை உறிய வைத்து விடுகிறான். அல்லிமுத்து பிழைத்து எழுகிறான்.

அர்ஜுனன் ஆரவல்லியோடு யுத்தம் செய்து சிறைப்பிடிக்கிறான். தர்மரின் அரசவை கூடுகிறது. வழக்கு தொடங்குகிறது. ஆரவல்லி தன்னுடைய பெண்ணிய நிலைபாட்டை, காலங்காலமாய் பெண்மைச் சக்தியை மதிக்கத் தெரியாத மதிகெட்ட ஆணாதிக்க, குடும்ப அமைப்பு அரசியல் பற்றி பேசுகிறாள். ஆணுக்கு உடல் தடை இல்லை. பெண்ணுக்கு உடம்பின் தடை எனும் அரசியல் மூலம் பெண்மையை அடிமைப்படுத்தி, பெண்களை ஆண்களின் உடமையாக மாற்றி வைத்திருக்கிற கற்பென்னும் கயமை பற்றிப் பேசுகிறாள். கற்பு உடம்பில் இருக்க முடியாது. கற்பென்பது வாக்குத் தவறாமை மட்டுமே என வாதிடுகிறவள், இந்த மனோநிலை புரியாத ஆணாதிக்க மனோநிலை கொண்டிருக்கிற ஆண்களை மதியால் வென்று, அடிமைப்படுத்தி, புத்தி புகட்ட வேண்டும் என்பதற்காகவே இப்படி நடந்து கொண்டதாகத் தெரிவிக்கிறாள்.

ஆனால், தர்மத்தின் தலைவனான தர்மருக்கு அவள் பேசும் பெண்ணியமோ, பெண்மை-ஆண்மை சமன்நிலை, சமவாய்ப்பு குறித்த மனநிலை பற்றியோ புரிவதேயில்லை.

அதனால், அவர் அந்த விசயத்தைப் பற்றி எந்தவிதப் பதிலும் அளிக்காமல், அந்த விசயத்திலிருந்து சட்டெனக் கடந்து போய் விடுகிறார். இப்போதும் காதலிக்கிற பெண்ணைக் கேவலமாகப் பேசுதல், சாதி, மதம் கடந்து காதலித்தால் ஆணவக்கொலை புரிவது, கைம்பெண் திருமணம் செய்தால் முதுகிற்குப் பின்னால் கேவலமாகப் பேசுவது என்று எவ்வளவோ கொடுமைகள் பெண்ணை ஒரு சுதந்திரமான சகபிரஜையாகப் பார்க்காமல், ஆணின் உடமையாகவே பார்க்க இந்தச் சமூகமும், அதிகாரச் சமனற்ற குடும்ப அமைப்பும் பாரபட்சமான கற்பிதங்களைத் தொடர்ந்து கற்றுத் தந்து கொண்டே தான் இருக்கிறது.

ஆரவல்லியின் உயிர்த்துடிப்பிற்குள் நான்காயிரம் ஆண்டின் துரோக வலிகள் கன்றிப் போயிருந்திருக்கின்றன. அதன் வெளிப்பாடாகவே அவள் அப்படியெல்லாம் நடந்திருக்கிறாள். அவள் பெண்மையின் மேன்மையை நிலைநிறுத்தி, பாடம் புகட்டி, பின் காதலியத்தின் மூலம் சமன் எட்ட யத்தனிப்பதே அவள் எண்ணத்தின் நீட்சியாக இருந்திருக்கும்.

அர்த்தமற்ற கோடுகளை மறந்து காதல் வயப்படுகிறவர்களை வேறுக்கிற காரியத்தைச் செய்யும் ஆணாதிக்கச் சமுதாயம் அதற்குத் தருகிற பெயர் கௌரவக்கொலை. அதை அகௌரவக் கொலை என்றோ ஆணவக்கொலை என்றோ உச்சரிப்பவர்கள் வெகு சிலரே. சமத்துவத்தை மேடையில் பேசுகிறவர்களின் ஆன்மங்களின் அடியாழத்தில் ஆணாதிக்கத்தின் நீட்சியாகிற குடும்ப அமைப்பு வகைமையும் பெண் உடல் தடை அரசியலும் தேங்கித்தான் கிடக்கிறது.

ஆணுக்கு இந்த ஆணாதிக்க சமுதாயம் கட்டற்ற சுதந்திரம் வழங்குகிறது. அதனால் ஆண்கள் இஷ்டத்திற்கு இருந்து விடுவதில்லை. பிறகெதற்கு பெண்ணிற்கு மட்டும் கற்பு என்னும் கற்பிதம் மூலம் பெண் உடல் தடை அரசியலை நிர்பந்திக்கிறது. ஆண் தன் உயிரணுவின் நீட்சிக்கே, பேராசையின் விளைவாய் தான் சேமிக்கும் பொருள் அத்தனைக்கும் உரிமை கொள்ள வேண்டும் என்கிற சுயநலத்திற்காகத் தான்.

இயல்பில் உயிரினங்கள் பாலிகெமி தான். ஒன்றுக்கு மேற்பட்ட காதல் உலகம் சந்தர்ப்பங்கள், சூழ்நிலைகளுக்கேற்பத் தேவைப்படவும் கூடும் தான். பிளட்டோனிக் உறவுகளும் இருக்கலாம் தான்.

உணர்வே அறம். பெண்மை தன் உணர்விற்கு மதிப்பளித்தாக வேண்டும் என்பதை எப்போது உணர்கிறதோ, அப்போதே, இந்தச் சமுதாயத்தில் பெண்மையின் சமத்துவம் மலரும். பெண்மையின் சமத்துவம் மலராத சமுதாயத்தில் பெண் மகிழ்ச்சியாக இருக்க முடியாமல் அடிமையாக இருப்பதாக ஆணாதிக்கச் சமுதாயம் இருமாந்து இருக்க வேண்டாம். பெண் மகிழ்ச்சியாக இல்லாத ஒரு சமுதாயத்தில் எந்த ஒரு ஆணும் மகிழ்ச்சியாக இருந்து விட முடியாது.

அதற்குத் தடையாய் இருக்கிற, அதற்குரிய புரிதலற்று இருக்கிற நிலவுடைமை அமைப்பு உருவாக்கிய குடும்ப அமைப்பில் கட்டிதட்டிப்போய் இருக்கிற பெண் உடம்பின் தடை அரசியல் பெண்மையை இரண்டாம் தரத்திற்குத் தள்ளத் தயங்குவதில்லை.

அதற்கு ஒன்றுமட்டும் புரிவதேயில்லை. பெண்மை போற்றப்படாத இடத்தில் ஆண்மை போற்றப் படுவதில்லை. காதலே பிரபஞ்ச மனிதத்தின் அச்சாணி என்பது புரியாத சமூகத்தில் சடங்குகளும், சம்பிரதாயங்களும் சாரம் தொலைத்த சக்கைகளாகவே நிறைந்திருக்கும். பெண்மையை மகிழ்ச்சியாக இருக்க விடாத இடத்தில் ஆண்மை மகிழ்ச்சியாக இருக்கச் சாத்தியமென்பதே இல்லை.

அப்படியாக, ஆரவல்லி இந்த ஆணாதிக்கச் சபையில் தன்னுடைய கலகக்குரலை முழுமையாக வெளிப்படுத்துவதில் எந்தப் பயனுமில்லை என்பதை அனுமானித்து மௌனித்துக் கொள்கிறாள். அவளிடமிருந்து முதன்முறையாக கண்ணீர் பெருக்கெடுக்கிறது.

அதன் ரணம் துளியும் அந்தச் சபையினரால் உணரப்படவில்லை. அவளின் எந்தக் கேள்விகளுக்கும் தர்மரிடம் பதிலுமில்லை.

அல்லிமுத்து அலங்காரவல்லியைச் சந்தேகப்பட்டு ஒதுக்குகிறான். அவள் தான் தனக்கு நஞ்சு கலந்த பட்சணம் தந்ததாக வழக்கம் போலச் சந்தேகிக்கிறான். மகளோ அம்மாவின் நிலையையும் புரிந்து கொண்டவளாய் அவரையும் காட்டிக் கொடுக்காமல், காதலையும் வாழ வைக்க முயற்சிக்கிறாள். முடிவில் தர்மர் ஒரு தந்திரம் செய்கிறார்.

அதன்படி, அல்லிமுத்துவை நாடு கடத்துவதாகத் தீர்ப்பளிக்கிறேன் என்று தர்மர் ஒரு நாடகம் ஆடுகிறார், உடனே, அலங்காரவல்லி, தன் பெண் விடுதலைக்காகப் பாடுபட்ட, தன் தாயைக் காப்பாற்ற எண்ணி, தான் தான் நஞ்சு வைத்து கணவரைக் கொன்று விட்டு, தானும் மரித்துப் போகத் திட்டமிட்டதாகச் சொல்கிறார். இப்போது மகள் தண்டனைக்கு ஆளாக நேரிடுகிற சூழ்நிலை.

உடனே மனது கேட்காமல் நடந்ததற்குக் காரணம் தான் தான் என ஆரவல்லி ஒத்துக் கொள்ள, ஆரவல்லி, சூரவல்லி இருவரையும் நாடு கடத்த தர்மர் உத்தரவிடுகிறார். அலங்காரவல்லியும், அல்லிமுத்துவும் ஒன்றிணைகிறார்கள்.

ஆரவல்லி எழுப்பிய கேள்விகள் மட்டும் காணாத விடையைத் தேடித்தேடிக் காற்றில் ஏக்க அலைகளாய் இப்போதும் அலைந்து கொண்டே இருக்கின்றன.

முலகாரம்

23

முலை வரி அல்லது மார்புக் கச்சை வரி என்று சொல்லலாம். இது உண்மைச் சம்பவத்தை மையமாக வைத்து எடுக்கப்பட்டவொரு ஆவணப்படம்.

இந்த முலை வரி என்கிற சட்டம் ஒரு காலக்கட்டத்தில் இந்தியாவெங்கும் இருந்திருக்கிறது. குறிப்பாக, தாழ்த்தப்பட்ட, ஒடுக்கப்பட்ட வகுப்புகளைச் சேர்ந்த பெண்கள் தங்கள் முலைகளை மறைத்துக் கொள்ள வேண்டுமென்றால், மாதாமாதம் அதற்கென முலை வரி கட்ட வேண்டும் என்றிருந்திருக்கிறது. இந்து மதத்தின் சனாதனச் சாதிய கோட்பாடு. கேரளாவைச் சேர்ந்த திருவாங்கூர் சமஸ்தானப் பகுதிகளில் அப்போது இந்த நடைமுறை உச்சத்தில் இருந்திருக்கிறது.

கொஞ்சம் இது குறித்த உலக வரலாற்றை பார்க்கலாம். அப்போது தான் இதிலுள்ள முரண் பிடிபடும். ஆப்பிரிக்காவை தங்களின் அடக்குமுறைக்குக் கீழே கொண்டு வந்த ஆங்கிலேயர்கள், பதினேழாம் நூற்றாண்டு வாக்கில், அங்கே கிறித்துவ மதத்தைப் பரப்ப, பாதிரிமார்களை அனுப்பி வைக்கிறார்கள். அப்படி அனுப்பப்பட்டவர்கள் பதினேழாம் நூற்றாண்டு வாக்கில், அங்கே எழுப்புகிற தேவாலயத்திற்குள் நுழைய வேண்டுமானால், மார்புக் கச்சை இல்லாத பெண்கள் தங்கள் முலைகளை மறைத்துக்கொண்டு தான் வர வேண்டும் என்று சட்டம் இயற்றுகிறார்கள். அதுநாள் வரை ஆண்கள் எப்படித் திறந்த மார்போடு இயல்பாக இருக்கிறார்களோ, அப்படித்தான் பெண்களும் இருந்து வந்திருக்கிறார்கள். நம் தொன்மையான கோயில்களில் உள்ள சிற்பங்களே அதற்குப் பிரதான சாட்சி.

அந்த நாட்களில், இளவரசிகள், ராஜகுமாரிகள் உட்பட பெண்கள் எவரும் மார்புக் கச்சை அணிந்திருக்கவில்லை. அப்படியொரு பழக்கமே உலகமெங்கிலும் இருந்திருக்கவில்லை. காற்றோட்டமாக,

சுதந்திரமாகவே இருந்திருக்கிறார்கள். அது எந்த மனதின் கண்களையும் உறுத்தவில்லை. ஆபாசமாகப் பார்க்க அந்த கண்கள் பழக்கப்பட்டிருக்கவும் இல்லை. அதற்கான கற்பிதங்களும் அந்த நாளில் தோன்றியிருக்கவுமில்லை.

அதுவரை முலைகள் பாலுறுப்பாக உலகத்தில் கருதப்பட்டிருக்கவில்லை. அது குழந்தைகளின் சிற்றுண்டிச்சாலை. காலங்காலமாக மழலையரின் உணவுச்சுனையாக மட்டுமே பார்க்கப்பட்டு வந்திருக்கிறது.

பதினேழாம் நூற்றாண்டிற்குப் பிறகு கிறித்துவ மதவாதிகளால் அந்த சட்டம் கொண்டு வரப்படுகிறது. பின்னர் பத்தொன்பதாம் நூற்றாண்டில், அதற்கு எதிராக பல பெண்கள் கலகக்குரல் எழுப்புகிறார்கள். திறந்த மார்போடு ஊர்வலம் வருகிறார்கள். பிற்பாடு, ஆங்கிலேய அரசு, பெண்களுக்கு மட்டும் மார்பை மறைக்க வேண்டும் என்கிற பாரபட்சமான சட்டத்தை திரும்ப பெற்றுக் கொண்டு விட்டது. பெண்கள் தங்கள் முலைகளை மார்பு கச்சைகளால் மறைப்பது அவர்களின் சௌகர்யத்திற்காக மட்டுமே இனிமேல் இருக்கும். மார்புக் கச்சை அணிவதும், அணியாததும், அவர்களின் தனிப்பட்ட விருப்பத்தைச் சார்ந்தது என்று சட்டத்தை மாற்றி அமைக்கிறார்கள். இது தான் முக்கியம். அணிவதையோ, அணியாமல் இருப்பதையோ சம்மந்தப்பட்ட பெண் தீர்மானிக்க வேண்டியதே தவிர, எந்தவொரு ஆணும் அல்ல என்பதே இந்தச் சட்டத்தின் சாராம்சம்.

இப்படியான ஒரு எதிர்வினையாகவே 90 களில் பிரோத்திமா பேடி மும்பை ஜுகு பீச்சில் நிர்வாண ஓட்டம் நடத்திக் காட்டினார். என் உடம்பு என் உரிமை. என் உடம்பின் மீதோ, மனதின் மீதோ எந்த ஒரு ஆணும் உரிமை கொண்டாட முடியாது. ஆதிக்கம் செலுத்த முடியாது என்பதன் வெளிப்பாடே இப்படியான அதிரடிச் செயல்கள்.

இதன் நீட்சியாகவே இந்தியன் பீனல் கோட் ஐ.பி.சி செக்சன் 497 - ஐ உச்சநீதிமன்றம் நீக்கியிருக்கிறது. இதன் மூலம் திருமணம் ஆகாத, ஆன, எந்தவொரு ஆணும், பெண்ணும் சுயவிருப்பத்தின் பெயரில் உறவு வைத்துக் கொண்டால், அது குற்றமாகாது. இந்த செக்சன் ஆண்-பெண் சமத்துவத்தைக் கேள்விக்குள்ளாக்குவதாக, அதை நீக்குகிறபோது, நீதிபதிகள் கருத்து தெரிவித்திருக்கிறார்கள்.

உலகத்தில் இந்து மதம் உள்ள இடத்தில் மட்டுமே சாதிகள் இருக்கின்றன. சாதிகளின் வழியான பேதங்கள், ஏற்றத்தாழ்வுகள் இருக்கின்றன. சாதி அமைப்பு ஏதோ ஒரு தருணத்தில் இந்து மதத்திற்குள் இடைச்செருகலாக மநு ஸ்மிருதி மூலமாகத் திணிக்கப்பட்டு, பிற்பாடு ஆதிக்க நிர்பந்தங்களின் மூலம் படிப்படியாகப் பதிய வைக்கப்பட்டிருக்கிறது.

கதைக்கு வரலாம். இங்கே அதே காலக்கட்டத்தில், திருவாங்கூர் சமஸ்தானப் பகுதியில் வாழ்ந்து வந்த நங்கேலி என்கிற தாழ்த்தப்பட்ட வகுப்பைச் சேர்ந்த இளம்பெண், தன் தோழியோடு சேர்ந்து ஒரு முடிவு எடுக்கிறாள். தங்களின் முலைகளை, காணாததைக் கண்டது போல அப்படி வெறித்துவெறித்துப் பார்க்கிற முற்படுத்தப்பட்ட சாதியினர்களின் கண்களில் இருந்து தங்களின் மார்பகங்களை மறைக்க நினைக்கிறார்கள்.

அப்படியாக நங்கேலி தண்ணீர் எடுக்கப்போக, தென்னங்கீற்று வேயப்போக, என்று வெளியே தன் தோழியோடு செல்கிற போதெல்லாம், மார்புக் கச்சை அணிந்தபடி செல்ல ஆரம்பிக்கிறாள்.

மேட்டுக்குடி நம்பூதிரி, நாயர் இளந்தாரிகளுக்கு அது கண்ணை உறுத்துகிறது. அவர்கள் பஞ்சாயத்துத் தலைவரை அழைத்துக்கொண்டு வந்து, அடுத்த மாதத்தில் இருந்து முலைவரி கட்ட வேண்டும் என்று மிரட்டி விட்டுச் செல்கிறார்கள்.

நங்கேலியின் கணவனும் அவளின் துணிச்சலான எண்ணத்திற்குத் துணை நிற்கிறான். முலை வரி கட்டாமல், எதிர்ப்பைக் காட்டுவதென நங்கேலி எடுத்த முடிவிற்கு, அவனின் சமத்துவ மனது வழிமொழிகிறது.

சொல்லி வைத்தாற் போல், அடுத்த மாதத்தின் முதல் நாள் முலை வரி கேட்டு, அந்த அதிகார வர்க்கம் திறந்த மார்பில் ஒரு துண்டை போட்டுக்கொண்டு அவள் வீட்டு வாசல் வந்து நிற்கிறது.

உண்மையில் எவ்வளவோ முயன்றும் அவள் கணவனால் முலை வரி கட்டுவதற்கு உண்டான பொருளை ஈட்ட முடியவில்லை. அவள் மௌனமாகச் சமைந்து போய் நிற்கிறாள். வரிப்பணம் எவ்வளவு என்பதைத் தீர்மானிக்க, முலையின் அளவைப் பார்வையால் அளக்க வேண்டும் என்கிறார்கள். அவள் தன்னுடைய முண்டை அவிழ்த்து, அவர்களுக்கு தன் மார்பகங்களைக் காட்டுகிறாள்.

அவர்கள் கண்கள் விரிகிறது. ஆபாச மனதால் அதன் மீது அருபமாய் பாவுகிறார்கள். அது விரிந்து நிமிர்ந்திருந்ததால், கூடுதலாக முலை வரி தர வேண்டும் என்று உத்தரவிடுகிறார்கள். அவள் உறைந்து போய், வரிப்பணத்தை எடுத்து வருவதாகச் சொல்லி, தன் குடிசைக்கு உள்ளே செல்கிறவள், தன் இரண்டு கொங்கைகளையும் அறுத்து, ஒரு வாழை இலையில் வைத்து, அவர்கள் முன் நெஞ்சுரத்துடன் நீட்டுகிறாள்.

மிரண்டு போய் அந்தக் கூட்டம் தெறித்து ஓடுகிறது. நங்கேலி வெட்டுண்ட மரமாய் தரையில் சரிகிறாள்.

கணவன் அவளை எரியூட்டுகிற போது, மனம் பொறுக்காமல் அந்த நெருப்பிலேயே அவனும் பாய்ந்து உயிர் துறக்கிறான். இந்தியாவில் உடன்கட்டை ஏறிய முதல் ஆண் அவன் தான். அதுவும் காதலின் நிமித்தம். பெண் சமத்துவத்தின் நிமித்தம்.

அந்தப் பிராந்தியமெங்கும் நங்கேலியின் மரணம் கொந்தளிப்பை ஏற்படுத்துகிறது. நங்கேலி விசயம் திருவிதாங்கூர் சமஸ்தானத்தின் கவனத்திற்குச் செல்கிறது. ராஜா அதிர்ந்து போகிறார். உடனே முலை வரிச் சட்டத்தை, தங்கள் சட்டப் புத்தகத்திலிருந்து நீக்கும்படி ஆணை இடுகிறார்.

இப்போதும் பல நாடுகளில் வாழ்கிற பழங்குடி பெண்கள் மார்புக் கச்சை அணிந்து கொள்வதில்லை தான். அதை அங்குள்ள எந்த ஆண்களும் ஆபாசமாகப் பார்ப்பதில்லை. உடம்பில் உள்ள பல உறுப்புகளில் அதையும் ஒன்றெனத் தான் பார்க்கிறார்கள். ஆபாசத்தை அப்படிக் குறிப்பிட்ட உறுப்புகளுக்குள் புகுத்துவதென்பது ஆணாதிக்கச் சமூகக் கற்பிதம் மட்டுமே.

தாய்மை, பெண்மை என்று மிகுவுணர்ச்சி ததும்ப பல விசயங்களைச் சொல்வார்கள். அவை எதையும் இந்த ஆணாதிக்கச் சமூக மனநிலை கொண்டவர்கள் பின்பற்றுவதுமில்லை செயல்படுத்துவதுமில்லை.

ஒரு கவிஞனுக்குப் பெண்ணின் மார்பகம் என்பது குழந்தைகளின் சிற்றுண்டிச் சாலையாகப் படுகிறது. மற்றொருவருக்கோ ஆபாசம் ததும்பும் பாலுறுப்பாகப் படுகிறது. இந்த அவலை நிலை, சமூக கற்பிதங்களின் நீட்சியாகவே நிலை கொள்கிறது.

பாலித் தீவில் வாழ்கிற பழங்குடியினப் பெண்கள் மார்புக் கச்சை அணிந்ததேயில்லை. இதை அறிந்த நடிகர் சார்லி சாப்ளின் அங்கே சென்று அவர்களோடு பழகி, அவர்களின் எளிய, மகிழ்ச்சியான, ஆபாசமற்ற வாழ்க்கை முறையை ஆவணப்படமாக எடுத்திருக்கிறார்.

ஆண்களுக்கும் மார்பகம் இருக்கிறது. பெண்களை விடச் சற்று சிறியதாக இருக்கிறது. பெண்களுக்கு சற்று பெரியதாக இருப்பதற்கான காரணம் குழந்தைகளுக்கு உணவளிக்கிற பாகமாக

அது பங்காற்றுகிறது. அதன் நிமித்தமே பரிணாம வளர்ச்சியில் மார்பகங்கள் ஆண்களை விடப் பெண்களுக்கு சற்றுப் பெரிய அளவில் இருக்கிறது.

பிறகெப்போது அது பாலுறுப்பாக பாவிக்கப்படுகிறது. ஆணாதிக்க சமூகக் கற்பிதமே இதற்கான காரணம். இப்படித்தான் இப்போது இடுப்பு, தொப்புள் முதலான பாகங்களை பாலுறுப்பாகக் கற்பிதம் செய்ய வைத்து, அறியாமையில் இருக்கிறவர்கள் மனங்களில் ஆணியடித்து அதைப் பதிய வைத்துப் படிப்படியாக, பழக்கப்படுத்துகிறது இந்த ஆணாதிக்க சமுதாயம்.

இங்கே பல வகையான 'பாடி ஷேமிங்' உண்டு. பெண்களின் மார்பகங்களை பல வகைக் கனிகளோடு ஒப்பிடுகிற போக்கும் இப்படியாகவே இங்கே வழக்கத்தில் வந்திருக்கிறது. தட்டையாக இருந்தால் ஃபுட்பால் கோர்ட் என்று நகைப்பார்கள். சிறியதாக இருந்தால் எலுமிச்சைக் காய், நெல்லிக்காய் என்று கிண்டல் செய்கிற நிலைக்கு அந்தப் பெண்கள் ஆளாக்கப்படுவதுண்டு. பெரியதாக இருந்தால் மாங்காய், தேங்காய் என்று ஒப்புமை வைத்துப் பகடி செய்கிற வழக்கம் இங்கே இல்லாமல் இல்லை.

ஒரு உறுப்பின் அளவு வித்தியாசம் கேலிக்குரியதா? அதன் நோக்கம் பிறக்கிற குழந்தைகளுக்குப் பாலூட்டுவதே. அதை மார்பகம் எந்த அளவில் இருந்தாலும், ஒரே மாதிரி தான் நிறைவேற்றுகிறது- அதன் செயல்பாட்டிற்கும், அளவிற்கும் எந்தத் தொடர்பும் இல்லை.

தமிழ்க் கலாச்சாரம், பண்பாடு, நாகரிகம் தொன்மையானது. காதலிலும், காமத்திலும் தெய்வீகத்தை உணர்ந்த நாகரிகம் தமிழ் நாகரிகம். நிர்வாண ஓவியங்களை, ஆண்பெண் விதவிதமான பாலுறவு நிகழ்வுகளைக் கோவில்களில் பண்டைய தமிழர்கள் கலைச் சிற்பங்களாக வடித்திருக்கிறார்கள். அந்நாளில் இருந்தவர்களின்

பார்வையில் இந்த உறுப்புகள் எல்லாம் ஆபாசப்படுத்தப் பட்டிருக்கவில்லை. நிர்வாணம் என்பது வெளிப்படை, தூய்மை என்கிறதன் படிமமாகவே இருந்திருக்கிறது.

நிலவுடமைச் சமூகமும், ஆணாதிக்கம் வடிவமைத்த சமனற்ற குடும்ப அமைப்பும் தோன்றிய பிறகே, பெண்களின் அங்கங்கள் ஒவ்வொன்றாகப் பாலுறுப்பாக கற்பிதம் செய்யப்பட்டு, அதன் மூலமாக அவள் ஒரு பண்டமாக படிப்படியாக மாற்றப் பட்டிருக்கிறாள்.

பெண்ணியம் பற்றிய முதல் நூலை எழுதியவர் சிமோன் டி பூவார். அதன் பெயர் இரண்டாம் பாலினம். இவர் பிரான்ஸ் தேசத்தைச் சேர்ந்த இருத்தலியல்வாதி. அதில் இவர் முக்கியமாகக் குறிப்பிடுகிற ஒரு விசயத்தை இங்கே சொல்லாமல் இருக்க முடியவில்லை.

தாய்மை, பெண்மை என்கிற இரண்டு வார்த்தைகளும் இந்த ஆணாதிக்க சமூகத்தில் உண்மையில் நாடகத்தனமானது. ஆணாதிக்கச் சமூகத்தால் கட்டமைக்கப்பட்டது. அப்படி அவர்கள் மிகைப்படுத்திச் சொல்கிறாற்போல் எந்த அர்த்தமும் உண்மையில் அந்தப் பதங்களுக்கு இல்லை. அது ஒரு பிரமை. அது படிப்படியாக ஆணாதிக்கச் சமூகத்தினால் கட்டமைக்கப்பட்டு, நிஜம் என நம்ப வைக்கப்பட்டிருக்கிற கற்பிதச் சிந்தனைகள் என்கிறார். அந்த வார்த்தைகளை வைத்து, பெண்களை இரண்டாம் தர பிரஜைகளாக இந்தச் சமூகத்தில் அனைவரையும் நம்ப வைப்பதற்காகவே இப்படியான கருத்தியல் அரங்கேற்றம் நிகழ்ந்திருக்கிறது என்கிறார்.

எந்த ஒரு ஆணும் வெற்று மார்போடு நடந்து போனால் அது ஒரு காட்சிப் பொருள் ஆவதில்லை. அதுவே ஒரு பெண் என்றால் காட்சிப் பொருளாகி விடுகிறது. கேமராவை தூக்கிக்கொண்டு வந்து விடுவார்கள். அடுத்த ஒரு வாரத்திற்கு சோசியல் மீடியா, தொலைக்காட்சிகளின் முக்கிய விவாதப் பொருளாகி அல்லோலப்படும்.

அந்தப் பெண், மனநிலை பிறழ்ந்தவளாக இருந்தால் கூட, காணாததைக் கண்டது போல ஆணாதிக்க மனநிலை கொண்டவர்களை வேடிக்கை பார்க்க வைக்கிறது.

அழுக்கு, உடைகளில் அல்ல; மனங்களில், அதன் பார்வைகளில் இருக்கிறது. பெண் அங்கங்களைப் பாலுறுப்புகளாக பார்த்து ஆபாசப்படுத்துகிற பார்வையில் தான் குறைபாடு இருக்கிறது. பெண்களின் அங்கங்களிலோ, ஆடைகளிலோ அல்ல. அந்தக் குறைபாடு ஆணாதிக்கச் சமூகம் விதைத்தது. அதன் தாக்கம், சராசரி பொதுபுத்தியுள்ள ஆண்களை மட்டுமல்ல பெண்கள் மனதையும் சேர்த்தே நஞ்சாக்கியிருக்கிறது.

அதைப் படிப்படியாக வேரறுக்கிற போதே, பெண் விடுதலை முழுமை கொள்ளும்.

மார்பகம் என்பது ஒரு அங்கம். அவ்வளவு தான். பெண் ஆணுக்கு இணையான ஆறறிவு படைத்த மானுடத்தின் சரி பாதி. அங்கங்களை ஆபாசப்படுத்தி, பெண் இனத்தை அடுப்படியைத் தாண்டி வெளியே அடியெடுத்து வைக்க விடாதபடி பார்த்துக் கொள்வதற்கான நெடுநாளைய சதி அது.

பெண் உடல் தடை அரசியலில் இருந்து பெண் சமூகம், வளர்ந்த நாடுகளைப் போல எப்போது விடுபடுகிறதோ, அப்போதே இங்கே உண்மையான பெண்ணியம் தழைக்கும். ஆண் பெண் சமத்துவம் நிலைக்கும்.

உணர்வே அறம். சமத்துவமே இலக்கு. என் உடம்பு என் உரிமை. உடை போடுவதும், போடாததும் கூட என் உரிமை தான். எந்த ஒரு நபரும் இதுபற்றி கேட்கக் கூடாது. அதற்கு அவர்களுக்கு எந்த உரிமையும் கிடையாது என்பதன் ஆணித்தரமான நிரூபணமே நங்கேலி.

சத்தம் போடாதே / கேளடி கண்மணி

24

சத்தம் போடாதே கதையில் நாயகி பத்மபிரியாவிற்கு, தான் ஆணாதிக்கச் சமூக நியதிகளுக்குக் கட்டுப்பட்ட பெண் என்கிற உணர்வு வந்துவந்து உறுத்திக் கொண்டே இருக்கும். அவளால் அதிலிருந்து வெளிவர முடிவதில்லை.

அவள் ஒரு மனச்சிடுக்கு கொண்ட சைக்கோவைத் திருமணம் செய்து கொள்கிறாள். அவனின் ஓவர் பொஸசிவ்னெஸ் என்கிற பாசாங்கிற்குள் பெண் உடம்பு ஆணின் உரிமை என்று நம்புகிற பழமையோடிப்போன நம்பிக்கை ஒளிந்திருக்கிறது.

அவன் ஆண்மையற்றவனாக இருக்கிறான். நாயகியின் விருப்பத்தைத் தட்டமுடியாமல், ஒரு குழந்தையைத் தத்தெடுக்கிறார்கள். பிற்பாடு அந்தக் குழந்தையை தன் குழந்தையாக அவனால் ஏற்றுக்கொள்ள முடிவதில்லை. உடனே நாயகி இத்தனை நாள் அன்பாக வளர்த்து வந்திருந்த அந்தக் குழந்தையின் கனவுகள் அத்தனையையும் உடைத்தெறிகிறாற்போல், அவனைத் திருப்திப்படுத்துவதற்காக, திரும்ப அதே அனாதை ஆசிரமத்தில் கொண்டு போய் விட்டு விடுகிறாள்.

அந்த நாயகிக்கு அது குறித்த குற்றவுணர்வு தோன்றாதா? சைக்கோ காதலன் செய்த டார்ச்சர் காரணமாக அவனைப் பற்றிய நினைவு வருகிறபோதெல்லாம் கை நடுங்கும் நாயகியின் நடுக்கத்தை நாயகன் பிருதிவிராஜ் சரி செய்வதெல்லாம் சரி.

அந்த நாயகிக்கு அந்த அனாதைக் குழந்தையை மறுபடியும் எடுத்து வளர்க்க வேண்டும் என்கிற எண்ணம் ஏன் வரவில்லை.

சுயநலம். குழந்தையை எடுத்து வளர்க்க நினைத்தது ஆணாதிக்க மனோநிலையில் ஒரு சமூக அங்கீகாரத்திற்காக மட்டும் தான். அன்பினால் அல்ல. இப்போதுள்ள நாயகனும் இன்ஃபெர்டைலாக

இருக்கிற பட்சம், மீண்டும் அவள் வேறொரு குழந்தையை ஆணாதிக்க சமூகம் மலடி என்று சொல்கிற சொல்லில் இருந்து தப்பித்து, இந்த ஆணாதிகக் சமூகத்தின் அங்கீகாரத்தைப் பெறுவதற்காக மறுபடியும் தத்தெடுப்பதற்கு யத்தனிக்கக் கூடும்.

கேளடி கண்மணி

விடோயரான எஸ்.பி. பாலசுப்ரமணியம் இளம்பெண் ராதிகா இருவரும் காதலுறுகிறார்கள். எஸ்.பி.பி-யின் மகள் அஞ்சுவிற்கு, ராதிகாவை தன் இறந்து போன அம்மா கீதா இருந்த இடத்தில் வைக்க ஒப்பவில்லை. பொசஸிவ்னெஸ் காரணமாக ராதிகாவை அம்மாவாக ஏற்றுக் கொள்ள மறுக்கிறாள், பாலசுப்பிரமணியமும் மகளின் அறியாமையைப் புரிய வைக்க முயற்சிப்பதில்லை. அவளின் இரண்டுங்கெட்டான் பிடிவாதப் பருவம் காரணமாக இருக்கலாம். ராதிகாவும் தன் விருப்பத்தைத் தனக்குள்ளேயே புதைத்துக் கொண்டு வேறு எங்கோ கண் காணாத இடம் தேடிச் சென்று விடுகிறார்.

இருபது வருடத்திற்குப் பிறகு, அஞ்சு தனக்கு வந்திருக்கும் நோயின் நிமித்தம் விரைவிலேயே தன்னுடைய காதலனைப் பிரிந்து விடுவோமோ என்கிற அச்சத்தில், பதின்பருவத்தில் தன் அப்பாவின் காதலைப் பிரித்த விசயம் எங்கிருந்தோ வந்து இப்போது உறுத்துகிறது. தன் காதலனோடு சேர்ந்து எப்படியாவது ராதிகாவைத் தேடிக்கண்டுபிடித்து மீண்டும் அப்பாவோடு சேர்த்து வைக்க நினைக்கிறார். நினைத்ததைச் செய்தும் முடிக்கிறார்.

இந்தக் கதையில் எஸ்.பி.பி கையறுநிலையில் இருந்தாலும், தன் மகளின் அறியாமையால், பிடிவாதத்தால், ராதிகாவிற்குக் கொடுத்த வாக்கைக் காப்பாற்ற முடியாமல், அவரை விட்டுப் பிரிந்து செல்கிறார்.

அதன் பிறகு அது குறித்து எந்தவித வருத்தமும் கொண்டவராகத் தெரியவில்லை. ராதிகாவிற்கு என்னவாயிற்று என்றெல்லாம் அவர் ஒருபோதும் நினைத்துப் பார்ப்பதில்லை. ராதிகா ஒரு கன்னியாகவே அடுத்த இருபது ஆண்டுகள் கிட்டத்தட்ட தன் இளமைப் பருவம் முழுக்க தன்னை ஏற்றுக்கொள்ள இயலாத காதலனை நினைத்துக்கொண்டு எங்கோ ஒரு மூலையில் தனிமையில் வாழ்ந்திருக்கிறார். அது குறித்து இந்தச் சமூகமும் எந்தக் கவலையும் கொண்டதாகத் தெரியவில்லை.

ஆர். சூடாமணியின் இறுக மூடிய கதவு சிறுகதையில், நாயகியே கைம்பெண்ணாக இருக்கிற தனக்கு அனுசரணையாக இருக்கிற தன் காலஞ்சென்ற கணவனின் நண்பனோடு காதலுறுகிறாள். அவளின் பதின்பருவ மகனிடம் தன் மறுமணம் பற்றிப் பேசுவார். ஆனால், ஆணாதிக்க ஆணின் பெண் உடம்பு ஒரு ஆணின் சொத்து... அவன் இறந்தே போயிருந்தாலும், கையாலாகாமல் போயிருந்தாலும் அவள் உடம்பு அவனின் சொத்து என்கிற ஆணாதிக்க மனோநிலையை மரபணுவின் நீட்சியில் அந்த விடலைப் பையன் வெளிப்படுத்துவான். அவள் அவனுக்குப் புரிய வைக்க முயன்று தோற்றுப் போவாள். அதன் பிறகு அவனுக்காக, தன் மனதில் உதித்த காதலை வெளிப்படுத்தாமல் மறைத்துக் கொள்வாள்; மருகுவாள்; அந்தக் காதலின் நினைவோடேயே வாழ்வாள். ஒரு கட்டத்தில் நாயகிக்கு அதற்கு மேல் வாழவே பிடிப்பதில்லை. நோய்மையுறுகிறாள். படுத்த படுக்கையாகிறாள். மருத்துவர் அவரை சோதித்துப் பார்க்கையில் அவருக்கு உடம்பு ரீதியாக ஒரு பிரச்சனையும் இல்லை. அவர் நினைத்தால் தான் அவர் பிழைக்க முடியும். அவருக்கு வாழ விருப்பமில்லை என்று சொல்கிறார். இப்போது வளர்ந்திருக்கும் அந்த மகனுக்கு அத்தனையும் புரிகிறது. தன்னுடைய பதின்பருவத்தில்

எத்தனை பெரிய மடத்தனத்தை அம்மாவின் வாழ்க்கையில் நிகழ்த்தி இருக்கிறோம் என்பது புரிகிறது.

மகனுக்கு தாய் மீது இடிபஸ்காம்ப்ளக்ஸ், மகளுக்கு தந்தை மீது எலக்ட்ரா காம்ப்ளக்ஸ் சற்றேனும் எல்லோருக்குமே இயற்கையில் இருக்கவே இருக்கிறது என்கிறது மனோதத்துவம்.

அதன் நிமித்தம் அவன் அறிந்தும் அறியாமல் செய்த பாதகம் அவனுக்குள் குற்றவுணர்வாக ஒளிந்திருந்து உறுத்துகிறது. அதற்காக இப்போது பிராயச்சித்தம் தேடிக் கொள்ள நினைக்கிறான். அது ஒன்றே அம்மாவைக் காப்பாற்ற உள்ள மார்க்கம். அல்லது அம்மா நிச்சயம் சில நாட்களில் நிறைவேறாத காதலின் நிராசையோடு மரித்துப் போவாள் என்பது அவனுக்கு விளங்கி விடுகிறது.

கேளடி கண்மணியில் மகள் என்கிற பெண்ணிற்குள் இருக்கிற ஆணாதிக்க மனோநிலை காட்டப்படுகிறது. இறுக மூடிய கதவு சிறுகதையில் மகன் என்கிற ஆணிற்குள் இருக்கிற ஆணாதிக்க மனோநிலை காட்டப்படுகிறது.

அம்மாவின் டைரியில் அம்மாவின் காதலர் பற்றிய விவரத்தைத் தேடுகிறான். அம்மாவின் டைரி எங்கும் அவரின் காதலன் பற்றிய பதிவுகளே இருக்கிறது. அதை அவன் வளர்ந்தநிலையில் புரிந்து கொண்டு, அதற்காகக் கூசிப்போகிறான். அவனே அம்மாவின் காதலரைத் தேடிக் கண்டுபிடித்து சேர்த்து வைக்கிறான்.

அப்போது ஒரு அற்புதமான நிறைவுக்காட்சியை சூடாமணி எழுதி இருப்பார். நீண்ட நாட்களுக்குப் பிறகு தங்களுடைய மத்திம வயதில் சந்தித்துக் கொள்கிற அந்தக் காதலனைப் பார்த்ததும், நாயகியை விட்டுப் பிரிந்து கொண்டிருந்த உயிர், திரும்பவும் அவளுக்குள் புத்துயிர்ப்பு கொள்வதையும், அவளுக்காகவே அவளின்

நினைவுகளோடு காத்திருக்கிற காதலனைப் பார்த்ததும் நீண்ட நாட்களுக்குப் பிறகு அப்படியொரு மலர்ச்சியான புன்னகையை அவள் வெளிப்படுத்துகிறதிலிருந்து புரிந்து கொள்கிறான். அந்த நொடியில் அந்த மகனின் மனதில் அழுத்திக் கொண்டிருந்த குற்றவுணர்ச்சி விடை பெறுகிறது. அது ஒரு அற்புதமான தருணம். அவனின் ஆணாதிக்க மனோநிலையிலிருந்து சமத்துவ மனோநிலைக்கு அவனின் மனதை அவன் தாயின் அழுத்தமான காதல் நகர்த்துகிறது. வைத்த கண் வாங்காமல் அவர்கள் பார்த்துக் கொண்டிருக்கிறார்கள். அவர்களின் பிரைவஸிக்கு இடைஞ்சலாக, தான் இருப்பதை உணரும் நாயகியின் மகன், தன் அம்மாவை அவளின் காதலனோடு தனியாக விட்டுவிட்டு அந்த அறையின் கதவைச் சாத்திவிட்டு, வெளியே வந்து நிம்மதிப் பெருமூச்சு விடுகிறான். அவனையும் அறியாமல் அவன் கண்கள் ஈரம் பாரிக்கிறது.

கைம்பெண்ணாக இருக்கிற இந்தச் சிறுகதையின் நாயகி தன்னுடைய மகன் பதின்பருவத்தில் இருக்கிறபோது தன்னுடைய காதலைத் தெரிவிக்கிறாள். விடோயராக இருக்கிற கேளடி கண்மணி நாயகன் தன் மகளிடம் தன் காதலைத் தெரிவிப்பதை விட இது துணிச்சலானது. மேலும் இறுக மூடிய கதவில் வருகிற நாயகி இறுதி வரை மனதிற்குள் தன் காதலைத் தேக்கி வைத்து இருக்கிறாள். அந்த நிறைவேறாத காதல் தருகிற வெம்மையைத் தாளாமல் தானே தன்னை மாய்த்துக் கொள்ள நினைக்கிறாள். அதாவது தனக்கு தன் காதலனைப் பிரிந்து வாழ்கிற வாழ்க்கை சகித்துக் கொள்ளக் கூடியதாக இல்லை என்பதை அவள் வெளிப்படுத்துகிறாள். அந்த விசயமும் ரொம்பவே துணிச்சலானது தான்.

என் திரை ஆசான்களில் ஒருவரான இயக்குநர் வஸந்த் கேளடி கண்மணி திரைப்படத்தை இயக்கியபோது, 90 காலக்கட்டத்தில்

அந்தளவு நாயகியை சித்தரிக்கக் கூடிய சூழல் இல்லாமல் இருந்திருக்கலாம். இப்போதும் அதே நிலமைதான் அப்படியான திரை நாயகிகளுக்கு இருக்கிறது என்பதே ஆகப் பெரிய சோகம். அந்தத் துயரமான சமூகநிலை நிச்சயம் மாற்றப்பட வேண்டும்தான்.

எழுத்தாளர் ஜெயந்தன் எழுதிய ஒரு சிறுகதையில் இதே மாதிரியான சம்பவம் நிகழும். இதே மாதிரி அதிலும் காதலர்கள் பிரிந்து விடுவார்கள். பிற்பாடு இருபது வருடங்களுக்கும் பிறகு இதே மாதிரி அம்மா உயிருக்குப் போராடிக் கொண்டிருக்கிற போது, அவளுக்கு அவளின் காதலனைப் பார்க்க விருப்பம் இருப்பதை உணர்ந்து கொள்ளும் வளர்ந்த மகன், அவரைத் தேடிக் கண்டுபிடித்து வரவழைப்பான். அப்படியாக புறப்பட்டு வரும் அந்த மத்திம வயதில் இருக்கிற காதலன் ரயிலில் வருவார். காதலியின் மகன் இப்போது அவரை ஆரத்தழுவி அப்பா என்று வாய் நிறைய அழைப்பான். சட்டென அவருக்கு விழிப்பு தட்டும். ரயில், காதலியின் ஊர் வந்து சேர்ந்திருக்கும். காதலியின் மகன் முன்னால் வந்து நின்று அவரை பார்த்து ‘வாங்க அங்கிள்’ என்பான்.

மொத்தத்தில் பெண் உடம்பால் அளக்கப்படுகிற விசயம் தான் இதில் ஊடாடுகிறது. பெண் உடம்பானது ஆணின் உடைமை. ஆணின் சொத்தாகவே ஆணாதிக்கச் சமூகத்தில் பாவிக்கப்படுகிறது. அதிலிருந்து படிப்படியாக பெண்கள் மீண்டு, என் உடம்பு என் உரிமை என்று ஒருமித்து முழங்குகிற தருணம், இங்கே பெண்+ஆண் சமத்துவம் மலர்ந்து விடும். அப்போது, பெண்கள் அறிவாலும், அன்பாலும் அளக்கப்படுவார்கள்.

ஜீவன் சந்தியா
25

‘கைலாயத்தில் சிவன் பார்வதி திருமணத்தின் போது உலகம் ஒரு பக்கமாய் இறங்கிக் கொண்டே செல்ல, அகத்தியர் வந்து மேரு மலை மீது நின்று உலகைச் சமன்படுத்தியதாகப் புராணக் கதை உண்டு. அப்படியாக இந்தக் குடும்ப அமைப்பு மறுசீரமைப்பிற்கு உட்படுத்தப்பட வேண்டி இருக்கிறது. அப்போது தான் ஆண் பெண் இடையே சமஅளவிலான அதிகாரப் பகிர்வு ஏற்பட வாய்ப்புண்டு.

அதில்லாத வரை, குடும்ப அமைப்பில் நிம்மதி என்பதை ஆணாதிக்க மனநிலை கொண்டவர்கள் நினைத்துக் கூட பார்க்க முடியாது. எந்த ஒரு பெண்ணும் தன்னை மகிழ்ச்சியாக இருக்க விடாத குடும்பத்தை, அதற்குக் காரணமாக இருக்கிற குடும்ப அங்கத்தினர்களை ஏதாவது ஒரு வகையில் மகிழ்ச்சியாக இருக்க விட்டதாக சரித்திரம் இல்லை. இயற்கை, வினைக்கு நிகரான எதிர்வினையைச் சூட்சும வடிவில் நிகழ்த்திக்கொண்டு தான் இருக்கிறது. ஆண்பெண் இடையே சமத்துவமான அதிகாரப் பகிர்வு சாத்தியப்படுகிற போதே ஆணும், பெண்ணும் உண்மையான மகிழ்வை எட்ட முடியும். முகமூடிகளின்றி வாழவும் முடியும்.’

தீபக் பிரபாகர் இயக்கிய மராத்தி படம் இது. இந்த படத்தின் சாரமும் கேளடி கண்மணி கதையின் சாரத்தோடு ஒத்திருந்தாலும், இதன் திரைக்கதை இன்னொரு தளத்திற்கு எடுத்துச் செல்கிறது.

ஆர்.சூடாமணியின் இறுக மூடிய கதவு சிறுகதையிலோ, ஜெயந்தனின் சிறுகதையிலோ, கேளடி கண்மணி திரைப்படத்திலோ வருகிற நாயகிகள் எப்படிப்பட்ட துயரத்தை அனுபவிக்கிறார்களோ, அதே துயரையே ஜீவன் சந்தியா திரைநாயகியும் அனுபவிக்கிறாள்.

கிஷோரி நாயகியாக மனதை நிறைக்கிறார். அநாயாசமான நடிப்பை, பிரயத்தனமின்றி வெளிப்படுத்தி இருக்கிறார். சந்தியா கதாபாத்திரமாகவே வாழ்ந்திருக்கிறார். ஐ.எம்.டி.பி இணையதளம்

இந்தத் திரைப்படத்திற்கு பத்துக்கு எட்டு மதிப்பெண் வழங்கி இருக்கிறது.

சந்தியா ஒரு கைம்பெண். அசோக் ஒரு விதவன். இரண்டு பேரும் உடம்பால் ஐம்பது வயதைக் கடந்தவர்கள். சந்தியாவிற்கென யாருமே இல்லை. அசோக் தன் ஒரே மகனுக்கு கல்யாணம் செய்து வைத்தாகி விட்டார், ஒரு பேத்தி இருக்கிறாள். அவனின் சம்பாத்தியத்தில் கட்டிய வீட்டில் தான் மகன் குடும்பத்தாரும் வசிக்கிறார்கள். அவர்களோடு சேர்ந்தே அசோக் வசிக்கிறார்.

சந்தியா, அசோக் இருவரும் பூங்காவில் தற்செயலாக ஆசீவகக் கோட்பாட்டின் நிமித்தம் சந்திக்கிறார்கள். ஒருவர் ஒருவரின் மனபாரங்களை, சொல்லத் தெரியாத தவிப்புகளை படிப்படியாக மனம்விட்டுப் பகிர்ந்து கொள்கிறார்கள். அவர்களின் அன்றாட நடைப்பயிற்சியோடான உரையாடல்கள் அவர்களின் ரகசிய வலிகளுக்கும், தாபங்களுக்கும் ஒத்தடமிடுகின்றன. அவர்களின் அலைவரிசை ஒத்த அலைவரிசை என்பதைப் படிப்படியாக உணர்கிறார்கள்.

ஒரு கட்டத்தில் திருமணம் செய்து கொள்வதென முடிவெடுக்கிறார்கள். அசோக்கின் மகன் கடுமையாக எதிர்க்கிறான். இந்த விசயம் சமூகத்தில் தனக்கு மிகப் பெரிய அவமானத்தை தேடித் தந்து விடும் என்று கொந்தளிக்கிறான்.

அசோக் தன் காதலில் உறுதியாக இருக்கிறார். அதனால் தன் வீட்டில் அவர்களே இருந்து கொள்ளட்டும் என்று சொல்லி விட்டு அங்கிருந்து வெளியேறுகிறார்.

சந்தியாவும், அசோக்கும் திருமணம் செய்து கொள்கிறார்கள். ஒரு மினிமலிஸ்டிக் லைஃப் வாழ ஆரம்பிக்கிறார்கள். வாழ்க்கை கொண்டாட்டமாக நகர்கிறது. அவர்கள் தினமும் நடைப்பயிற்சியின்

போது தங்களின் புதிய புதிய மனப்பக்கங்கள் ஒவ்வொன்றாய் பரஸ்பரம் திறந்து காட்டிப் பரவசிக்கிறார்கள்.

இந்தத் தருணத்தில் அவருக்கு யாரும் எதிர்பாராத வகையில் நெஞ்சு வலி வருகிறது. அவருடைய பால்ய நண்பரும், குடும்ப மருத்துவருமானவர் அவருக்கு உடனே பைபாஸ் சர்ஜரி செய்தாக வேண்டும் என்று தெரிவிக்கிறார்.

சந்தியா தன்னிடம் உள்ள நகைகளை விற்று அவருக்கு முதற்கட்ட மருத்துவம் செய்கிறாள். இருந்தாலும் பைபாஸ் செய்ய, போதிய பணம் அவளிடம் இல்லை. அதனால் அசோக் மகனின் உதவியை நாடுகிறார். மகனும் ஆபரேசனுக்கு உதவுகிறான்.

இப்போது அப்பா மகனின் கட்டுப்பாட்டில் வாழ்ந்தாக வேண்டிய நிர்பந்தம். மகன் இந்தத் தருணத்தை பயன்படுத்திக் கொண்டு, தான் எல்லாம் பார்த்துக் கொள்வதாகவும், நீங்கள் ரகசியமாய் திருமணம் செய்து கொண்டு வாழ்கிறீர்களே அந்த நபரிடமிருந்து விவாகரத்து பெற வேண்டும் என்று அழுத்தமாய் கூறி விடுகிறான்.

அசோக் உடைந்து போகிறார். அவர் உயிரை அவரிடமிருந்து பறித்துச் செல்கிற மாதிரி ஒரு உணர்வு.

சந்தியாவிடம் இதுபற்றி விவாதிக்கிறார். அவள் அது குறித்து மேற்படி பேசுவதற்கு எந்தவித அவசியமும் இருப்பதாக நினைக்கவில்லை. முழுமனதோடு விவாகரத்து பண்ணிக் கொள்ளலாம். இது குறித்து எந்தவிதக் குற்றவுணர்ச்சியும் தேவையில்லை என்கிற தன்னுடைய நிலைபாட்டில் தீர்மானமாக இருக்கிறாள். விவாகரத்தினால் நம்முடைய உறவு எந்தவிதத்திலும் மாறி விடப்போவதில்லை என்கிறாள்.

ஒரு வழியாக விவாகரத்து செய்து கொள்ளக் கையொப்பமிடுகிறார்கள். அதற்காக குடும்ப நீதிமன்றம்

வந்திருக்கிறபோது கூட மகன் தன் அப்பாவின் மனைவியை சந்திக்கத் தயாராக இல்லை. இதுவரை சந்தித்ததும் இல்லை. அப்பாவை மட்டும் உடன் அழைத்துக்கொண்டு போகிறான்.

அப்பாவிற்கு அந்த அதிர்ச்சியைத் தாங்கிக்கொள்ள முடியவில்லை. சந்தியா கையறுநிலையில் தனித்து விடப்படுகிறாள். இந்த நேரத்தில் அவருக்கு வருகிற பக்கவாதம் ஒரு வகையில் கை கொடுக்கிறது.

படுத்த படுக்கையாகிறார். ஒரு பக்கம் செயலிழந்து போகிறது.

அவர் சந்தியா மீதான காதலை மட்டும் மறப்பதேயில்லை. அவளும் தான். இப்போது தன் நிலையைப் பற்றி தன் மருத்துவ நண்பனிடம் ஆலோசிக்கிறார். சந்தியாவின் நிலை குறித்து ஆதங்கப்படுகிறார்.

மருத்துவர் ஒரு உபாயம் செய்கிறார். அதன்படி இதுவரை அவரின் மகன் பார்த்தேயிராத சந்தியாவை அவருக்கான தாதியாக, ஒரு முழுநேர தாதியாக அந்த வீட்டில் வேலைக்கு அமர்த்துகிறார்.

இப்போது காட்சிகள் மாறுகின்றன. சந்தியா ஒரு குழந்தையைப் போல அப்படிப் பார்த்துக் கொள்கிறாள். அந்தக் குடும்பத்தில் ஒரு நபராகவே அவள் தன்னை பாவித்துக் கொண்டு, அவருக்காகவும், அந்த குடும்பத்திற்காகவும், இரவு பகலென உருகுகிறாள். விரும்பிவிரும்பி ஓடாய்த் தேய்கிறாள்.

அசோக்கை, பக்கத்தில் இருந்து கண்ணின் இமை போல அன்பையும் நேசத்தையும் அளவின்றித் தந்து பராமரிக்கிறார். அவரின் அருகாமை அசோக்கை விரைவிலேயே குணமாக்குகிறது. மருத்துவரே ஆச்சர்யப்படுகிற வகையில் படுவேகமாகக் குணமடையத் துவங்குகிறார்.

அவருக்கு கொஞ்சங்கொஞ்சமாக குழறலோடு பேச இப்போது முடிகிறது. ஊன்றுகோல் மற்றும் சந்தியாவின் தோள் பிடித்து வீட்டிற்குள் நடக்கவும் முடிகிறது. அவரின் இறுதிக்காலம் இத்தனை வசந்த காலமாக மாறும் என்று அவர் கனவிலும் நினைத்துப் பார்த்திராத வகையில், அவரின் உலகம் பரவசத்திலும், மகிழ்ச்சியிலும் நிறைந்து ததும்புகிறது.

அவர் வாழ்நாள் முழுவதும் அனுபவித்திராத நேசத்தின் உச்சத்தை, தீரா அன்பை திவ்யமாய் அனுபவிக்கிறார். அவர் வாழ்க்கை அந்தத் தருணங்களால், நிகழ்வுகளால் முழுமை கொள்கிறது. அவர் தன் வாழ்வின் பரிபூரணத்தை அந்தக் கணங்களில் தரிசித்து விடுகிறார்.

சந்தியா அவரை மட்டும் பார்த்துக் கொள்வதில்லை. அசோக்கின் மகனைத் தன் மகனாகவே பாவித்து, அப்படி அன்பைக் கொட்டிப் பார்த்துக் கொள்கிறார். மருமகளையும் பேத்தியையும் கூட அவள் வித்தியாசமாய்ப் பார்ப்பதில்லை. அசோக்கை எப்படிக் கவனித்துக் கொள்கிறாளோ, அப்படித்தான் அந்தக் குடும்பத்து உறுப்பினர்களையும் கவனித்துக் கொள்கிறாள். அத்தனை பேரும் சந்தியாவின் அன்பிற்கு விரைவிலேயே விரும்பித் தங்களின் இதயங்களை ஒப்புக்கொடுக்கிறார்கள்.

எதையும் கணக்குப் பார்க்கிற பொருள்சார் மனநிலை கொண்ட, அதே சமயம் தன்னளவில் நியாயமாக இருப்பதாக நம்பிக்கொண்டிருக்கிற அசோக்கின் மகனுக்கு, சந்தியாவை விட்டு விட இப்போது மனமில்லை. எத்தனை பணம் தந்தும், எப்போதும் தன்னுடைய வீட்டிலேயே வைத்துக் கொள்ள வேண்டும் என்று நினைக்கிறான்.

சந்தியாவோ தனக்கு எந்தப் பணமும் தேவையில்லை. உங்களின் அன்பே எனக்கான சம்பளம் என்று சொல்லாமல் சொல்லி

குலசேகர்

விடுவதோடு, இறுதிவரை அவர்களோடேயே இருப்பதாகவும் வாக்களிக்கிறாள்.

அசோக் வாழ்வின் நிறைவை முழுமையாகத் தொடுகிற ஒரு தருணத்தில் அவருக்கு திரைக்கதையை நிறைவு செய்யச் சொல்லி அழைப்பு வருகிறது. அவர் மனப்பூர்வமாய் இருத்தலியல் பார்வையின் அந்த கடைசி நொடித் துளிகளில் எந்தவித வருத்தமுமில்லாமல், நியாயமான அத்தனை உணர்வுகளுக்கும் மதிப்பளித்து அத்தனையையும் நிறைவேற்றிவிட்ட நிறைவோடு சந்தியாவின் மடியில் மாறா மகோன்னதப் புன்னகையோடு இயற்கையோடு இயைந்து நிறைந்து விடுகிறார்.

அதன் பிறகு தான் மகனுக்கு இந்த சந்தியா தான், தன் அப்பாவின் மனைவி என்பதும், தன்னைப் பெறாத தாய் என்பதும் தெரிய வருகிறது. தன் மனத்தடைகள் அத்தனையும் அந்தக் கணத்தில் கரைந்து போவதை உணர்கிறான்.

இந்தக் கதையில் மத்திம வயதில் இருக்கிற சந்தியா, அசோக்கிற்காக, அசோக்கின் காதலுக்காக தன்னுடைய விருப்பங்களை, தன் உடம்பை, அதன் இயல்பை, அதன் எதிர்பார்ப்பை நாடகத்தனமான பெண்ணியத்தை நிறுவும் பழஞ்சமூகத்தின் பார்வைக்கு, வேறுவழி தெரியாமல் பலி கொடுக்கிறாள்.

இங்கேதான் ஐம்பது வயதைத் தாண்டி விட்டால், அவர்களுக்குள் இன்டர்கோர்ஸ் என்கிற உடல்மனஉறவு அந்நியமாக்கப்படுகிற சூழல் நிலவுகிறது. வளர்ந்த நாடுகளில் இணையர்கள் பரஸ்பரம் விரும்புகிற போது, இறுதி வரை உடல்மனஉறவில் ஈடுபடவே செய்கிறார்கள். அதுவும் எந்தவிதக் குற்றவுணர்வும் இன்றி அதனை அனுபவிக்கிற பக்குவம் கொண்டவர்களாய் இருக்கிறார்கள்.

வித்துகளின் கனா

இந்தச் சமூகத்தில் நல்ல பெண் என்றால் அவளின் அபிலாசைகள், தனிப்பட்ட விருப்பங்கள், கனவுகள், இன்பங்கள், உடம்பின், மனதின் தேவைகள் என அத்தனையையும் தான் சார்ந்திருக்கிற குடும்பத்திற்காக, இந்த சமூகத்தின் நற்சான்றிதழுக்காகக் கட்டாயத் தியாகம் செய்தாக வேண்டிய நிலை இப்போதும் இருக்கவே செய்கிறது.

அப்படியான கோடானுகோடி பெண்களின் ஓர்மைப் படிமம் தான் சந்தியா. சந்தியாக்களின் விருப்பங்கள், இஷ்டங்கள், எதிர்பார்ப்புகள் அத்தனையையும் இந்த ஆணாதிக்கச் சமூகம் மௌனமாய் நிராகரிக்கப்படுவதோடு, அதனை ஒரு விசயமாகவோ, பொருட்டாகவோ கூட கண்டுகொள்வதில்லை.

அசோக்கின் மகன் அத்தனையையும் இந்தப் படைப்பின் இறுதியில் உணர்கிறதைப் போல, ஒட்டுமொத்தமான இந்தச் சமூகமும் உணர்கிற போது, பால்பேதம் கடந்து, பால் இனச் சமத்துவத்தோடு, மகிழ்வான, ஆரோக்கியமான வாழ்வியலை நோக்கி இந்தச் சமூகம் அடியெடுத்து வைத்து விடும்.

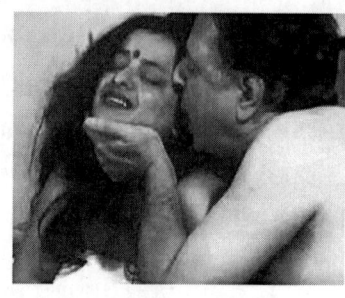

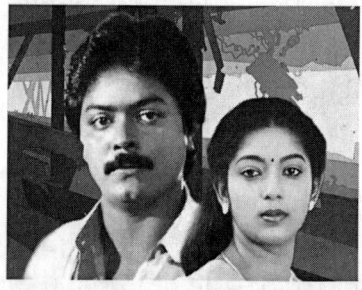

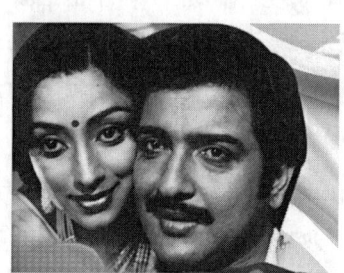

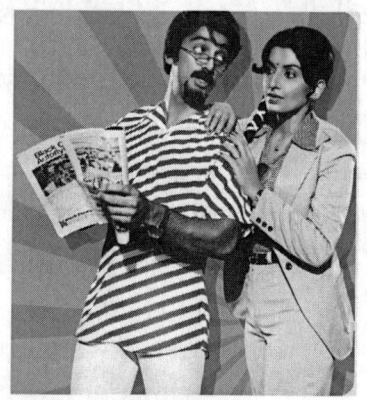

சகல கலா வல்லவன்
புது வசந்தம்,
தண்டிக்கப்பட்ட நியாயங்கள்,
ஆஸ்த்தா.

26

கமல்ஹாசன் அதிக நாட்டமில்லாமலே நடித்த ஒரு படம் சகலகலா வல்லவன். அந்தப் படம் வசூலில் மாபெரும் வெற்றி பெற்றது. அப்படிப்பட்ட படங்களைத் தொடர்ந்து நடிப்பதில் கமலுக்கு உடன்பாடு இல்லை.

அப்படி அவர் பெருமை கொள்ள முடியாதபடிக்கு சகலகலா வல்லவனில் என்ன முள் கிடந்து மனதில் நிமிண்டிக்கொண்டே இருந்திருக்கிறது என்பதை முதலில் பார்க்கலாம்.

வளர்ந்த நாடுகளில் குடும்ப அமைப்புகள் பலவிதமான மாற்றங்களை மேற்கொண்டு உணர்விற்கு மதிப்பளிக்கிற விதத்தில் முன்னேற்றம் கண்டுகொண்டே வருகின்றன. அந்த வகையில் ஒரு பெண் அங்கே பதினான்கு வயது வந்து விட்டால், தனக்குப் பிடித்த ஒரு ஆணோடு டேட்டிங் செல்வதென்பது இயல்பான விசயம். பரஸ்பரம் எதிர்பாலினர் பற்றிய அறிதலுக்கான வைபவம் அது.

அவர்கள் பெண் உடல் தடை அரசியலை வென்றெடுத்து விட்டவர்கள். அதனால் அவர்கள் பெண்களை உடம்பின் வழியாக, பாலுறுப்புகளின் வழியாக அளவிடுவதில்லை. அங்குள்ள பெற்றோர்கள் வயதுக்கு வந்த பெண் டேட்டிங் செல்லவில்லை என்றால் அவளுக்கு பாலியல் சார்ந்து ஏதோ பிரச்னையோ, குறைபாடோ இருக்கிறதென நினைத்து, அதற்கான மருத்துவரிடம் அழைத்துச் சென்று விடுவார்கள்.

டேட்டிங் என்பது ஒரு பெண் தனக்குப் பிடித்த ஆண்களோடு வெவ்வேறு தருணங்களில் வெளியே சென்று சுற்றிப்பார்த்து விட்டு, பிடித்ததை உண்டு விட்டு, பிடித்ததையெல்லாம் பகிர்ந்து கொள்வதே. அதில் செக்ஸ் என்பது கட்டாயம் என்பதில்லை. தணிக்கைக்கு உட்படுத்தப்பட்டதுமல்ல. அது அவரவர்களின் விருப்பம் சார்ந்தது.

ஒரு மேலைநாட்டுத் தொலைக்காட்சி நிகழ்ச்சியில் கடற்கரையில் ஒரு தொலைக்காட்சித் தொகுப்பாளன் ஒவ்வொரு பெண்ணாக சந்தித்து, எத்தனை வயதில் கன்னித்தன்மை அல்லது வெர்ஜினிட்டி இழந்தீர்கள்? யாரால்? எப்போது? அப்போது உணர்ந்தவை? என்று கேள்விகளை அடுக்குகிறார். ஒரு பெண்கூட பொய் பேசவில்லை. வெகு இயல்பாக மெலிதான புன்னகையோடு அத்தனை கேள்விகளுக்கும் தயங்காமல் பதிலளிக்கிறார்கள். பெண் உடல் தடை அரசியல் அங்கே காலாவதி ஆகிவிட்டதால் அங்கே இதையெல்லாம் அவர்கள் கடந்து பெண் முன்னேற்றம் குறித்த பாதையில் வெகுதூரம் பயணித்து விட்டார்கள்.

இதன் நோக்கம், பெண்கள் ஆண்களின் மனநிலைகளையும், ஆண்கள் பெண்களின் மனநிலைகளையும், பரஸ்பரம் எதிர்பாலினத்தவர்களின் விருப்பு, வெறுப்பு, எதிர்பார்ப்பு எப்படி அமைந்திருக்கிறது என்பதை உணர்ந்து கொள்வதற்காகத் தான். மொத்தத்தில், ஆண்பெண் இருவருக்குமிடையேயான புரிதல் அதிகரிக்க வேண்டும் என்பதே இதன் நோக்கம்.

அந்த அர்த்தத்தில் தான் அங்கே கோ-எஜுகேஷன் பள்ளி, கல்லூரிகள் நடத்தப்படுகின்றன. இங்கே அப்படியே தலைகீழ். இங்கே கோ-எஜுகேஷனில் படிக்கிற மாணவமாணவியர்கள் ஒருவரோடு ஒருவர் பேசினால் அபராதம் கட்ட வேண்டும் என்பதே எழுதப்படாத விதி. இங்கே முதலில் பெற்றோர்கள், அவர்களைத் தொடர்ந்து ஆசிரிய-ஆசிரியைகளுக்கு பாலியல் கல்வி குறித்த புரிதலும், கவுன்சிலிங்கும் தேவைப்படுகிறது.

இல்லாவிட்டால், அவர்கள் இளம் பிஞ்சுகளின் மனங்களில் திணிக்கிற கற்பிதங்கள், கீழ்க்காணும் திரைப்படங்களில் வருகிற திரைநாயகிகளின் குணாம்சம் எப்படி வார்க்கப்பட்டிருக்கிறதோ, அப்படியாகவே பெண் சமூகம் தேங்கிப் போகிற ஆபத்து இருக்கிறது.

ஜே.கே ஸ்கூல், ஜவஹர் வித்யாலயா போன்ற சில விதிவிலக்குகள் நீங்கலாக, பரவலாக இங்கே கோ-எஜுகேஷன் கான்செப்ட் தெளிவோடு புரிந்து கொள்ளப்படவில்லை. இங்கே காட்டப்பட்டிருக்கும் திரைநாயகிகள் அதற்கான உதாரணங்கள் தான்.

சகலகலா வல்லவனின் துளசி கமலின் தங்கை. கமலின் காதலி அம்பிகா. அம்பிகாவின் அண்ணன் ரவீந்தர். துளசியின் உடற்கவர்ச்சியில் மதி மயங்கும் ரவீந்தர் பலாத்காரம் செய்து விடுவார். கமல் சூராதி சூரர். சகலகலா வல்லவர்.

அவர் தன் தங்கையை பலாத்காரம் செய்தவரை நீதியின் முன் நிறுத்தி, தங்கைக்கு நியாயம் வாங்கிக் கொடுக்க முன்வருவதில்லை. மாறாக, பலவிதமான தகிடுதத்தங்கள் செய்து தன் தங்கைக்குப் பாதகம் செய்தவனையே திருமணம் செய்து கொள்ள வைத்து, வாழ்நாள் தண்டனையை வழங்குவதே இந்தக் கதையின் சாரம். இங்கே பெண்களுக்குக் குற்றம் இழைக்கிறவர்களே நீதிபதிகளாக இருந்து அந்தப் பிரச்னையைத் தீர்த்து வைக்கிறவர்களாக இருக்கிறார்கள். குற்றவாளியே தீர்ப்பளிக்கிற விசித்திரம் தான் பெண்கள் விசயத்தில் இந்த ஆணாதிக்க சமூகம் கையாளும் நடைமுறை.

காட்டு ராணி என்றொரு படம். அதில் அசோகனும், கே.ஆர்.விஜயாவும் ஒருவரை ஒருவர் காதலிப்பார்கள். அசோகனின் தம்பியான பாலாஜி, இது தெரியாமல், கே.ஆர்.விஜயா மீது காமுற்று, அவரை வன்புணர்வு செய்து விடுவார். உடனே அசோகன் தியாகி ஆகி, கே.ஆர்.விஜயாவை பாலாஜிக்குக் கட்டி வைத்து விடுவார். பிரச்னை தீர்ந்தது. பெண் உடல்தடை அரசியலும் கிடைத்த சந்தில் தப்பித்துக் கொள்ள, படமும் முடிந்தது.

அந்தத் திரைநாயகியின் வாழ்க்கையில் அதன் பிறகு அரங்கேறும் அவலங்கள் தான், முடிவில்லா தொடர்கதையாய் நிஜத்தில் நீண்டு

குலசேகர் 315

கொண்டிருக்கும். அதைத் தான் ஜனரஞ்சக திரைப்படங்கள் சௌகர்யமாக காட்டுவதில்லையே.

இதையே எழுத்தாளர் ஜெயகாந்தன் தன்னுடைய அக்கினிப் பிரவேசம் கதையில் பலாத்காரம் செய்யப்படும் நாயகியின் தாய் அவளின் தலையில் தண்ணீர் ஊற்றி விட்டு, நீ சுத்தமாயிட்டேடி குழந்தே என்று சொல்வார்.

புதுமைப்பித்தன் தன்னுடைய சாபவிமோசனம் சிறுகதையில் கல்லாய்ச் சமைந்திருக்கிற அகல்யா, ராமனின் பாதம் பட்டு உயிர்த்தெழுவாள். உயிர்த்தெழுந்தவள் ராமனின் சந்தேகத்தால் சீதைக்கு அக்கினிபரீட்சை நடத்தியதையும், சலவைத் தொழிலாளிகள் இருவரின் கிசுகிசுவிற்கு முக்கியத்துவம் தந்து காட்டிற்கு அனுப்பியதையும் அறிந்த அந்தக் கணத்தில், தான் மீண்டும் கல்லாய் சமைந்து போகவே விரும்புவதாகச் சொல்ல, அடுத்த கணம் கல்லாய்ச் சமைந்து போகிறாள். சிந்திக்க வைக்கிற படைப்பு.

எங்கேயோ கேட்ட குரல் என்றொரு படம். அதில் அம்பிகாவிற்கு விருப்பம் இல்லாமலேயே வீட்டில் முறைமாமன் ரஜினிகாந்திற்குக் கட்டி வைத்து விடுவார்கள். அவள் நாகரிக மனநிலை கொண்டவள். அவரோ கிராமத்தை விட்டு வெளிவந்திராத மனநிலை கொண்டவர். ஒரு கட்டத்தில், அம்பிகாவிற்கு ரஜினியைப் பிடிக்காமல் போய் விடுகிறது. அவரின் ரசனைக்கேற்ற முதலாளியின் மகனோடு காதல் வருகிறது. அவர்கள் இருவரும் சொல்லாமல் கொள்ளாமல் ஊரை விட்டுச் சென்று விடுகிறார்கள்.

ஆனாலும், இந்த ஆணாதிக்க சமூகம் விதைத்து வைத்திருக்கிற குற்றவுணர்வு அம்பிகாவை விடாமல் வதைக்கிறது. அதன் காரணமாக அம்பிகா அந்த நபரோடு உறவு கொள்ளாமல் ஊருக்கே திரும்புகிறார். ஊர் அவரை ஒதுக்கி வைக்கிறது.

ரஜினிக்கு வேறு திருமணம் செய்து வைக்கிறது. அம்பிகா ஊருக்கு ஒதுக்குப்புறமாய் காலம்பூராவும் அதன் பிறகு தனிக்கட்டையாய் இருந்து மரிக்கிறார். ஒரு பெண்ணை இந்தச் சமூகம் இப்படித்தான் நடத்துகிறது.

எம்ஜிஆரின் பெரும்பாலான படங்களில் அக்கா, தங்கைக்கு இந்த நிலைமை தான். ஒரு நீண்ட நெடிய பலாத்காரக் காட்சி தொடர்ந்து அரங்கேறும். பிற்பாடு எம்ஜிஆர் அந்த அயோக்கியனைத் தேடிக்கண்டுபிடித்து, சண்டையிட்டு, தன் தங்கைக்கோ, அக்காவிற்கோ கல்யாணம் செய்து வைத்து விடுவார்.

ஆயிரத்தில் ஒருவன் படத்தில் நம்பியார் பெட்டி என்னுடையது என்பார்; அதற்குள் ரகசியமாய்க் கொண்டு வரப்பட்டிருக்கும் ஜெயலலிதாவை உரிமை கொண்டாடுவதற்காக. அதற்கு எம்ஜிஆர், பெட்டி வேண்டுமானால் உங்களுடையதாக இருக்கலாம். அதற்குள் இருக்கிற பொருள் என்னுடையது' என்பார்.

ஆக, பெண் என்பவள் இந்தப் பெருவாரியான சமூகத்தில் ஒரு பொருள். ஜடம்... அவளை ஆண்கள் விரும்புகிற விதத்தில் உரிமை கொண்டாடலாம். அவள் அவனின் விருப்பத்தை ஏற்றுக்கொள்ளவில்லை என்றால், இருக்கவே இருக்கிறது பலாத்காரம். அதன் பிறகு அவன் அவளை வென்றவனாகி விடுகிறான். அவள் அவனின் அடிமையாகி விடுகிறாள்.

அரங்கேற்றம் படத்தில் வேலைக்கு இன்டர்வியூ செல்கிற இடத்தில் பலாத்காரம் செய்யப்படுகிறாள் பிரமிளா. பிற்பாடு குடும்பத்தைக் காப்பாற்றுவதற்காக செக்ஸ் வொர்க்கராக மாறிப் போகிறாள். பிற்பாடு ஒரு சமயம் அவளிடம் பட்டாளம் சென்று திரும்பும் அவளின் காதலனே வருகிறான். அவளை அந்த நிலையில் பார்த்து ஊருக்கு அழைத்து வருகிறான். அவளைத் திருமணம் செய்து கொள்ளவும்

தயாராகிறான். அதற்குள் அவளுக்குப் பைத்தியம் பிடிக்க வைத்து விடுகிறார் இயக்குநர். அவள் புதுமைப் பெண்ணாக புதுவாழ்வு தேடிக்கொள்வதை இந்த சமூகம் ரசிக்காது. அவள் அழிந்து போவதையே இந்தக் குரூர ஆணாதிக்க சமூகம் ரசிக்கும் என்று அவரை நம்ப வைக்கப்பட்டிருக்கிற இங்கே நிலவுகிற கசப்பான நிஜம்தான் அதற்குக் காரணம்.

புது வசந்தம்

புது வசந்தம் படத்தில், நாயகி சிதாரா நான்கு பேச்சுலர் இசைக் கலைஞர்களோடு தவிர்க்க முடியாத சூழ்நிலையில் தங்க நேரிடுகிறது. பிற்பாடு வெளிநாட்டில் இருந்து திரும்புகிற நாயகன் அவள் மீது சந்தேகப்பட்டு அவளுக்கு வெர்ஜினிட்டி டெஸ்ட் செய்து பார்க்கிறான். அவளின் ஹைமன் இன்னும் கிழியாமல் இருக்கிறதா என்று தெரிந்து கொள்ள, ஒரு பெண் மருத்துவர் மூலம் சோதிக்க வைக்கிறான். அதன் பிறகும் அவனுக்கு அவள் மீதான சந்தேகம் தீர்ந்தபாடில்லை. இதுவரை சரி. எதிர்காலத்தில் அவர்களிடம் அவள் உறவு வைத்துக் கொள்ளமாட்டாள் என்று என்ன நிச்சயம் என்று நினைத்து, அவர்களோடு இனிமேல் பழகக் கூடாது என்று ஒரு நிபந்தனையை விதிக்கிறான். அவள் அதற்கு உடன்படாமல், கல்மிஷமில்லாத அந்த நான்கு ஆண் நண்பர்களோடு சேர்ந்து ஒரு பாடகியாக அந்த இசைக் கச்சேரியை நடத்த ஆரம்பிப்பதாக கதை நிறைவுறுகிறது.

ஆனால், சந்தேகப்பட்ட ராமனிலிருந்து, இந்தப் படத்து நாயகன் சுரேஷ் வரை பெண் உடல் தடை அரசியலில் இந்த நான்காயிரம் ஆண்டு பழமையோடிப் போன ஆணாதிக்க சமூகம் என்ன கற்பிதத்தை இங்கே திணித்து வைத்திருக்கிறதோ, அதிலிருந்து

இம்மியும் பிசகாமல், அப்படியே அனைத்து பெண்களும் பின்பற்ற வேண்டுமென நினைக்கிறார்கள்.

இரு கோடுகள் படத்தில் மனைவி சௌகார் ஜானகி வெள்ளத்தில் இறந்து விட்டதாக நினைத்து கணவன் ஜெமினி, ஜெயந்தியை இரண்டாவது திருமணம் செய்து கொள்கிறார். உண்மை தெரிந்து மருகும் சௌகார் ஜானகி இறுதிவரை தான் இன்னொரு திருமணம் செய்து கொண்டு வாழ நினைக்கவில்லை. அப்படி வாழ நினைத்தால், இந்த ஆணாதிக்கச் சமூகம் சும்மா விட்டு வைக்காது என்பதை உள்ளுணர்வில் அறிந்து வைத்திருப்பதாலோ என்னவோ, இங்கே அப்படிப்பட்ட நிலையில் இருக்கிற பெண்கள் ஜெமினியைப் போல் அத்தனை சுலபமாக மறுமணத்திற்கு முயற்சிப்பதில்லை.

தண்டிக்கப்பட்ட நியாயங்கள்

தண்டிக்கப்பட்ட நியாயங்கள் படத்தில் லட்சுமிக்கு பாத்ரூமில் குளிக்கும் போது ஃபிட்ஸ் வருகிறது. காப்பாற்றச் செல்லும் கணவன் சிவகுமாரின் நண்பன் சிவசந்திரன் அந்த நேரத்தில் உணர்ச்சிவசப்பட்டு அவரோடு உறவு கொண்டு விடுகிறார். இதில் லட்சுமியின் தவறு என்ன இருக்கிறது. தவறுக்கு வருந்தி சிவசந்திரன் ரயிலில் மோதி தற்கொலை செய்து கொள்கிறார். ஆக, அவர் அந்தச் செயலலைத் திட்டமிட்டு செய்யவில்லை என்பது ஊர்ஜிதமாகிறது. ஆனாலும், சிவகுமார் லட்சுமியை மன்னிப்பதேயில்லை. சித்த வைத்தியர் பாபாவாக மாறி தேசாந்திரம் சென்று விடுகிறார். அவரின் சேவையை ஊரே கொண்டாடுகிறது.

'உடம்பில் என்ன இருக்கிறது? மனதில் தான் எல்லாமே இருக்கிறது' என்று சித்தர்கள் சொல்லிச் சென்றிருப்பது இந்த நிகழ்காலச் சித்தருக்குத் தெரியாமலே போகிறது.

ஆஸ்த்தா

ஆஸ்த்தா என்றொரு படம். ஓம்பூரி, ரேகா நடித்த படம். பாசு பட்டாச்சாரியாவின் இயக்கத்தில் வெளியான கடைசிப் படம். இதில் ரேகா பாலின்பத்தின் உச்சக்கட்டத்தை ஒரு தடவையும் அறிந்திராத கோடானுகோடி இந்தியச் சராசரி பெண்களில் ஒருவர்.

எதிர்பாராதவொரு தருணத்தில் ஒரு மனோதத்துவ நிபுணர் மூலம் கலவியின் உச்சக்கட்டம் என்ன என்பது அவளுக்குள் அறிமுகப்படுத்தப்படுகிறது. அந்த நிகழ்வு எதிர்பாராத ஒன்று. அவளுக்கு எப்படி அதை எதிர்கொள்வதென்றே தெரியவில்லை. ஆனால், அந்தப் பரவசம் முன்னெப்போதும் கணவன் வழியாக அறிந்திராதது.

அதை அறிய வரும் கணவன் ஊடல் கொள்கிறான். அவன் ஒரு பேராசிரியன். பிற்பாடு அவனுக்குப் பிடித்த ஒரு மாணவன் மற்றும் மாணவி ஒருவர் மூலம் பேசி, சமாதானம் செய்து, சேர்த்து வைக்கப்படுவார்கள்.

ஆனால், ஆணாதிக்க சமூக மனநிலை கொண்ட ஓம்பூரியால் மனதளவில் அந்த நிகழ்விலிருந்து வெளிவர முடியவில்லை. அதுதான் 'சராசரி இந்தியப் பொது மனநிலை' என்று இயக்குநர் அடிக்கோடிடுகிறார்.

இந்தக் கேள்விகளுக்கெல்லாம் திரைநாயகிகள் இன்னும் விடை தேடிக் கொண்டே தான் இருக்கிறார்கள். இதற்கான நியாயமான பதில்கள் அவர்களுக்குக் கிடைக்கிறபோது, இந்தச் சமூகம் பாலின சமத்துவத்தை எட்டியிருக்கும்.

அவள் அப்படித்தான்

27

தமிழின் ஆகச்சிறந்த படம் என்று சில படங்களை விரல் விட்டு எண்ணினால், அதில் முதல் வரிசையில் இடம் பிடிக்கக் கூடிய படம் இது. இதில் வருகிற மஞ்சு கதாபாத்திரத்தை ஸ்ரீப்ரியா ஏற்றிருப்பார். கமல்ஹாசனின் ஆலோசனைக்கு மதிப்பளித்தே இந்த பாத்திரத்தில் நடிக்க ஒப்புக் கொண்டிருக்கிறார். கமல் ருத்ரய்யாவின் வீரியம் அறிந்திருப்பவர். அதனால் பல புதிய முயற்சிகளைத் தொடர்ந்து செய்து வந்திருக்கிற அவர், இந்தப் புதிய முயற்சியிலும் மனப்பூர்வமாகத் தன்னை ஈடுபடுத்தி இருக்கிறார்.

இவர்கள் இணைந்து தி.ஜானகிராமனின் அம்மா வந்தாள் நாவலை படமாக்க இருந்தார்கள். ராஜா என்னை மன்னித்து விடு என்கிற படத்தை எடுக்க ஆரம்பித்து பிற்பாடு கைவிடப்பட்டது. இந்த படைப்புகள் எல்லாம் அரங்கேற்றம் ஆகி இருந்தால், ருத்ரய்யாவின் பரிணாமம் தமிழ் சினிமாவின் திரைமொழிக்கு மேலும் வலு சேர்த்திருக்கும்.

ஒரே ஒரு திரைப்படத்தின் மூலம் ருத்ரய்யா தமிழின் ஆகச்சிறந்த இயக்குநராக மட்டுமல்ல, இந்தியாவின் தலைசிறந்த இயக்குநர்களில் ஒருவராக தன்னை நிலைநிறுத்திக் கொண்டவர். இந்தத் திரைப்படத்தை பார்த்து விட்டு, மேற்கு வங்க இயக்குநர் மிருணாள் சென் உலகத்தரமான படம் என்று மனம் ததும்பப் பாராட்டியிருக்கிறார்.

கதைப்படி விளம்பர நிறுவனம் நடத்தி காசு பார்த்துக் கொண்டிருக்கிற கதாபாத்திரத்தில் ரஜினி. நடைமுறை யதார்த்தத்திற்கேற்ப வாழ்க்கையை கொண்டாட்டமும், கும்மாளமுமாக அனுபவிக்க நினைப்பவன். லௌகீகத் தேடலே வாழ்வின் தேடலாக நினைக்கிறவன். இவனின் நண்பனான நாயகன்

கமல் ஒரு ஆவணப்பட இயக்குநர். முன்னோக்கிச் சிந்திப்பவன். உலகத்தின் முரண்களைப் பார்த்துப் பார்த்து ஆதங்கப்பட்டுக் கொண்டிருப்பன். தன் கலைப் படைப்புகள் வழியாக அதற்கு ஒத்தடமிட்டுக் கொள்கிறவன்.

அவன், எல்லாப் படிநிலைகளிலும் உள்ள பெண்களின் மனநிலை, சமூகநிலை குறித்து ஒரு ஆவணப்படம் எடுக்க நினைக்கிறான். அதற்கு உதவியாளராக ரஜினி, தன்னிடம் டிசைனராகப் பணியாற்றிக் கொண்டிருக்கிற மஞ்சுவைப் பணி அமர்த்துகிறான். கருப்பு வெள்ளைப் படத்தில் சமூகத்தின் இருண்ட பக்கங்களை கலாப்பூர்வமாய் இந்தப் படைப்பு பதிவு செய்கிறது.

மஞ்சு ஒரு விட்டேத்தியான ஆசாமி. மூட் ஸ்விங் உண்டு. எந்த நேரத்தில் எப்படி நடந்து கொள்வாள் என்று அவளுக்கே தெரியாது. ஒரு நொடி பட்டாசாக வெடிப்பாள். அதில் எல்லை மீறல் இருப்பதாகத் தோன்றினால் உடனே மன்னிப்பும் கேட்கத் தயங்க மாட்டாள். தான் நினைப்பதை எந்தவித ஜோடனையும் இல்லாமல் முகத்திற்கு நேராக படார் படார் என போட்டு உடைத்து விடக்கூடிய பெண்மணியாக, தன்னை நம்பிக் கொண்டிருப்பாள். அதற்கென அவளுக்குள் ஒரு வரலாறும் உண்டு.

மனதின் அடியாழத்தில் ஒரு கவிதையான காதலின் கனவிற்காக ரகசியமாக ஏங்கிக் கொண்டிருப்பவள். அதனால், கமலிடம் மட்டும் அவர் நிறையவே முரண்படுவாள். அப்படி சீண்டிப் பார்ப்பாள். தன் ரகசிய அறைகளை கமல் கண்டுபிடிக்கவும் வேண்டும். கண்டுபிடித்து விடவும் கூடாது என்று ஒரே சமயத்தில் நினைப்பாள்.

அவனை அதன் நிமித்தம் அலைக்கலைக்கிற நிகழ்வுகளில் துல்லியமாகச் செயல்பட்டிருப்பாள்.

அவன் தன்னை விரும்புவதாக நினைக்கிற அடுத்த நொடி கமலிடம் எரிமலையாய்ப் பொங்குவாள். நீ யாரோ, நான் யாரோ என்று இடையே ஒரு மாயக் கோட்டைப் போட்டுக் கொண்டதாய் பாவனித்து, நகர்ந்து போய் நின்று கொள்வாள்.

கமல் தன் மீது காட்டுகிற கரிசனத்தை மட்டும் மஞ்சுவால் தாங்கிக் கொள்ளவே முடிவதில்லை. அவளின் கடந்த காலம் அப்படி. அவள் பதின் பருவத்தில் இருக்கிற போது, தன் அம்மாவின் காதலனால் பாலியல் துன்புறுத்தலுக்கு பலமுறை உட்படுத்தப்படுகிறாள். பெண்களும், ஆண்களுமே பதின்பருவத்தில் ஏதோ ஒரு வகையில் பாலியல் துன்புறுத்தலுக்கு நூற்றுக்கு தொண்ணூறு சதவீதம் ஆளாக்கப்படவே செய்கிறார்கள்.

மஞ்சுவின் வாழ்க்கையில் தொடர்ந்து நிராசைகள் துரத்திக்கொண்டே இருக்கின்றன. தொடர்ந்து பாலியல் துன்புறுத்தல்கள், பாலியல் அத்துமீறல்கள், வன்புணர்வுகள், துரோகங்கள் என்று அடுக்கடுக்காக அவள் மீது பாய்ந்ததில், மனதின் மென்மையான பக்கங்கள், அவளது பூமியின் அடியாழத்திற்குள் அமிழ்த்தி வைக்கப்பட்டுத்தான் விட்டது. அப்படியும் அதை அவன் தன் உள்ளுணர்வின் நீட்சியில் உணர்ந்து கொள்கிறான். காதல் சொல்லாமலே அத்தனையையும் உணர்ந்து கொள்ளும் தான்...

மஞ்சு பதின்பருவத்தில் இருக்கிற போது தன் அம்மாவின் ரகசியக் காதலனால் பாலியல் சீண்டலுக்கு உட்படுத்தப்படுகிறாள். அவள் அப்பா எல்லாம் தெரிந்திருந்தும், சமூக நியதிகளுக்கு அஞ்சி மெல்லவும் முடியாமல் விழுங்கவும் முடியாமல் அதை அப்படியே சகித்துக் கொள்கிறவராய் இருக்கிறார்.

பருவ மங்கையானதும் மஞ்சு காதலிக்கிற ரவீந்தர் தன் குடும்பப் பின்புலத்தை காரணமாகக் காட்டி, அவளிடமிருந்து நழுவி விடுகிறான். அவனைப் பார்த்து மஞ்சு பரிதாபமே படுகிறாள்.

ஒரு வகையில், அவள் தி.ஜாவின் அம்மணி கதாபாத்திரத்திற்கு இணையானவள்.

அவளுக்குப் பியானோ இசை வழியாக ஆறுதல் தருவதாகச் சொல்லி, அவளை சர்ச் ஃபாதர் மூலம் பரிட்சயமாகிற சிவச்சந்திரன் கவர்கிறான். அவளை ஒரு தோற்றப்பொலிவுள்ள உடம்பாகவே அவனும் பார்க்கிறான். அதனால் அவளோடு உறவு கொண்ட பிற்பாடு மற்றவர் முன் அவளைத் தங்கை போன்றவள் என்கிறான்.

ஆணாதிக்கச் சமூகம் அவளை விரட்டிவிரட்டி வேட்டையாடுகிறது. அவள் ஓடிஓடிக் களைத்துப் போய், ஒரு கட்டத்தில் ஆண்கள் மீதே அவளுக்கு நம்பிக்கையற்றுப் போகிறது. தொழில்முறையில் தன் நிறுவனத்தின் தலைவரான ரஜினியிடம் நடைமுறை யதார்த்தத்தோடு பழகினாலும், ரஜினி கதாபாத்திரமும் தன் உடம்பை அடைய உள்ளூர சமயம் பார்த்திருக்கிறவன்தான் என்பதை அறிந்தே, அவள் அவனிடம் பணிபுரிகிறாள். அவள் இரண்டையும் தனித்தனியாக அணுகுகிற பக்குவம் உள்ளவளாக இருக்கிறாள்.

அவள் கமல் கதாபாத்திரத்தின் மீது எரிந்து எரிந்து விழுவது அத்தனையும் அவளுக்கே தெரியாமல் ஒளித்து வைத்து இருக்கும் அவன் மீதான காதலினால் தான். அவள் தன்னை தண்டித்தவர்களை, துக்கிக்க செய்தவர்களை, வேட்டையாடியவர்களை, தன் மனதை ஒரு பொருட்டாக மதிக்கத் தெரியாத ஆணாதிக்க மனநிலை கொண்டு பெண்ணை ஒரு போகப்பொருளாக, ஒரு உடம்பாக, ஒரு

உடைமையாக மட்டுமே பார்க்கத் தெரிந்தவர்கள் அத்தனை பேரையும் அவள் பழி வாங்க நினைக்கிறாள். அவர்களுக்குப் பாடம் புகட்ட நினைக்கிறாள்.

அவளால் எதுவும் முடிவதில்லை. அவர்கள் அவளுக்குள் விதைத்த இயலாமை அத்தனையையும் கமல் மீது காட்டுகிறாள். அவன் அவளின் அத்தனை பாரங்களையும், அழுத்தங்களையும் தனக்குள் வாங்கித் தாங்கிக் கொள்கிறான்; காதலின் நிமித்தம்.

மஞ்சு ஒரு சூடுபட்ட பூனை. அவள் எளிதில் கமலை நம்பிவிடுவதில்லை. நம்ப நினைத்துநினைத்து அவளின் கடந்த கால அனுபவங்கள் பின்னோக்கி அவளை பின்னுக்கு இழுத்துஇழுத்து விடுகின்றன.

அதை ஒரு அற்புதமான காட்சி மூலம் இயக்குநர் ருத்ரய்யா உணர்த்தியிருப்பார். கமலோடு தனிமையில் அவளின் அறையில் மிக இயல்பாக பேசிக்கொண்டிருக்கிற அதே வேளையில் அவளின் ஆழ்மனதில் கடந்த கால ரணங்கள் புகுந்து அவஸ்தைக் குள்ளாக்குகிறது. அவள் வேறு ஒரு மனிதியாக நொடியில் மாறிப் போகிறாள். கலவையான மனநிலைக்குள் பயணிக்கத் துவங்குகிறாள்.

அந்த நொடியில் தன்னைச் சூறையாடிய அத்தனை பேரின் ஒட்டுமொத்த உருவகமாக கமலை பார்க்கிறாள். அவளுக்கு அங்கே கமல் தான் வடிகால்.

திடீரென்று ஆவேசமாகிறாள். தன்னைத் தொடாதே, ஐ வில் கில் யூ.. என்று கமல் தன்னை பலாத்காரம் செய்ய வருவதாகப் பாவித்துக் கொண்டு கமலை தாக்குகிறாள். அவன் அத்தனையையும் பெற்றுக் கொள்கிறான். மஞ்சுவிற்கு இந்த ஆணாதிக்கச் சமூகம் வெவ்வேறு தருணங்களில் என்னென்ன உடல், மன ரணங்களை நைச்சியமாக

வாரி வழங்கியதோ அதையே அவள் தன்னிடம் வெளிப்படுத்துகிறாள் என்பதை கமல் புரிந்து கொள்கிறான்.

அவளைப் பொறுத்தமட்டில் முன்னால் இருப்பது கமல் அல்ல. ஒட்டுமொத்த ஆணாதிக்கத் துரோகத்தின் சங்கமம். தன்னை வீழ்த்திய பாதகத்தின் கூட்டு சக்தி. மஞ்சு கிள்ளுகிறாள். கீறுகிறாள். அடிக்கிறாள். அத்தனையையும் கமல் அவள் மீது கொண்டிருக்கிற காதல் வாங்கிக் கொள்கிறது.

மஞ்சு ஹிஸ்டீரியா வந்தவள் போல நடந்து கொள்கிறாள். அந்த ரகளையில் அவர்கள் இரண்டு பேரும் பாத்ரூமிற்குள் ஒருவர் மீது ஒருவரென இழுத்துக் கொண்டு போய் விழுகிறார்கள்.

குளிர்ந்த நீர்த் திவலைகள் அவள் முதுகிலும், மனதிலும் தொடுகிறது- அவள் தனக்குள் இருக்கும் இன்னொரு மனிதியாக மாறிப்போய் அவனை அப்படியே கழுத்தோடு இறுக்கிக் கட்டிப்பிடித்துக் கொள்கிறாள். அந்தப் பிடி இரும்புப் பிடி. எப்போதும் விடுவிக்க முடியாதபடியான பிடி. தன் மார்போடு சேர்த்து இறுக்கிக் கொள்கிற பிடி.

அவளுக்குள் கமல் ஆபாசமாகவும், புனிதமாகவும், துரோகமாகவும், உச்சபட்ச நேசமாகவும் ஒரே நேரத்தில் ஊடாடுவதாய் அவள் உணர்கிறாள். அதையே அவளின் செய்கைகள் காட்சி மொழியில் உணர்வாடுகின்றன. அவனை அணைத்துக் கொண்ட பிற்பாடே அவளின் பதட்டம் விடுபட ஆரம்பிக்கிறது. மனம் படிப்படியாக நிதானம் கொள்கிறது. அவன் அமைதியாக இருக்கிறான். அசைவற்றுப்போய் கிடக்கிறது மனது. நிசப்தத்தின் அமைதியில் சில நிமிடங்கள் அப்படியே உறைந்து போய்க் கிடக்கிறார்கள். பிற்பாடு அவள் மயங்கி விடுகிறாள். அவளைத்

தூக்கிப் படுக்கையில் கிடத்தி, அவளின் களைந்திருந்த ஆடையைச் சரி செய்து விடுகிறான். நுட்பமான காட்சி அது.

வென் வி மிஸ் தி டைம் வி மிஸ் தி கோல் என்றொரு பழமொழி உண்டு. அப்படியாக அவளுக்குள் திணிக்கப்பட்டிருந்த ஆணாதிக்கத் துரோகங்கள் அவளை முழுநேரமும் இயல்பாக இருக்க விடுவதில்லை. அவள் சில நேரங்களில் இயல்பாகவும், சில நேரங்களில் புரியாத புதிராகவும் கமல் முன் விசுவரூபமெடுக்கிறாள். அத்தனையும் சேர்ந்தவள் தான் மஞ்சு என்பதை கமல் கதாபாத்திரம் புரிந்தே வைத்திருக்கிறது.

காலம் ஒரு கணம் முன்னோ, பின்னோ தாமதிக்கையில், முன் நடக்கிற காட்சிகள் அனைத்தையும் முற்றிலுமாக மாற்றி அமைத்து விடுகிறது. அப்படித்தான் மஞ்சுவின் கமல் மீதான காதலை ஒத்துக் கொள்வதற்காக, தான் எடுத்துக் கொள்கிற அந்த கூடுதல் காலம், அவனுக்கு பெற்றோர் நிர்பந்தத்தின் பெயரில் அதிகம் படித்திராத, கிராமத்துப் பெண்ணை திருமணம் செய்வித்து அனுப்பி வைக்கும்படி ஆகிறது.

மஞ்சு தன் காதலை மனதிற்குள் பத்திரமாய் அப்படியே பொத்தி வைத்துக் கொள்கிறாள்.

ருத்ரய்யா சென்னை திரைப்படக் கல்லூரியில் பயிலும் போதே கமலுடன் பழக்கமாகி, நண்பராகி விடுகிறார். அப்போதே கமல் அவரின் புதிய சிந்தனைகளுக்கு வடிவம் கொடுப்பதென தீர்மானித்து விடுகிறார். தனக்கு சூட்டிங் இல்லாத நாட்களில் எல்லாம் படப்பிடிப்பு வைத்துக்கொள்ளச் சொல்கிறார். கிட்டத்தட்ட சம்பளம் என்று

பெரிதாக வாங்கிக் கொள்ளவில்லை. ருத்ரய்யாவும் பெரிதாக எதுவும் கொடுக்கிற நிலையில் இல்லை.

அப்படி இந்த படைப்பில் என்ன அதிசயத்தை ருத்ரய்யா நிகழ்த்தி இருக்கிறார்? நிஜத்தை கலாப்பூர்வமாக, திரைமொழி நுட்பங்களோடு தரிசிக்க வைத்திருக்கிறார்.

ஒரு பெண் தன்னுடைய அறிவால், ஆற்றலால், தான் யாருக்கும் உசத்தியும் இல்லை, தாழ்த்தியும் இல்லை.. தானே தன்னை படிப்பால், வேலையால், அறிவால் காத்துக் கொள்ள இயலும் என, திடமாக நம்புகிற நாயகி மஞ்சு கதாபாத்திரத்தை துல்லியமாக உருவாக்கி இருக்கிறார். காதல் ததும்பும் அப்படிப்பட்ட ஒரு பெண் மனதை இந்த ஆணாதிக்க சமூகம் எப்படியெல்லாம் துரத்தித்துரத்திக் குதறி எடுக்கிறது என்பதே இதன் அடிநாதம்.

ஒரு இளம்பெண் புத்திசாலியாக, ஆண்களைச் சார்ந்திராதவளாக, கவிதையாக, மனவசீகரத்தோடும் இருந்து விட்டால், இந்த ஆணாதிக்கச் சமூகத்தின் பொதுப்புத்தியால் அதைத் தாங்கிக் கொள்ளவே முடியாது. அவளை எப்படியாவது அவமதித்து விட வேண்டும். அசிங்கப்படுத்தி விட வேண்டும்.

எதுவும் முடியவில்லை என்றால், குறைந்தபட்சம் வதந்தியின் மூலமாகவாவது அவளை ஆபாசப்படுத்தி விட வேண்டும் என்று மனதின் கோரைப்பற்களோடு அலைந்து திரிகிறது.

இந்தப் புரையோடிப்போன பாரபட்சமான சமூகத்தை மிகுந்த துணிச்சலோடு எது பற்றியும் கவலைப்படாமல் கேள்விக்குட்படுத்துகிறாள் மஞ்சு. இந்த ஆணாதிக்க சமூகம் பெண்களுக்கென தனியாக வைக்கிற அளவீடுகளை, நியமங்களை,

சம்பிரதாயங்களை, சடங்குகளை, சட்டதிட்டங்களை அவள் அடியோடு மறுதலிக்கிறவளாய் இருக்கிறாள்.

இந்த, சராசரி பொதுப்புத்தி கொண்ட ஆணாதிக்கச் சமூகம் சந்தர்ப்பம் கிடைக்கிறபோதெல்லாம் அவளைக் குதறி எடுக்கிறது. அல்லது சந்தர்ப்பத்தை உருவாக்கிக் கொண்டு குதறி எடுக்கிறது. தன்னை தாண்டிப்போய் சிந்திக்கிற மஞ்சுவைப் போன்றவர்களை இந்த கட்டிதட்டிப் போன சமூகம் எப்போதும் ஒருவிதப் பதட்டத்தோடே வைத்திருக்கிறது.

அவர்கள் இயல்பு நிலையில் இருந்தால் பேராபத்தென கருதுகிறது. அவர்கள் இந்தச் சமூகத்தால் தொடர்ந்து பதட்டத்திற்கு உள்ளாக்கப்படுவதோடு, அதன் நீட்சியாக அவர்கள் எடுக்கிற முடிவுகளில் சறுக்கி விழ வைக்கப்படுகிறார்கள்.

அப்படியாகவே, அவள் கமலின் காதலையும் எட்டிப்பிடிக்க இயலாமல் போய் விடுகிறது.

ஒரு நாள் பெண் சமூகம் சமத்துவத்தின் வேட்கை புரிந்து எழுச்சி கொண்டெழும். மஞ்சுகளுக்கு இழைத்த துரோகங்களுக்கும், ரணங்களுக்கும் இந்த ஆணாதிக்கச் சமூகம் பதில் சொல்லியே ஆக வேண்டி வரும்.

புதிய பாதை

28

இயக்குநர் பார்த்திபன் இயக்கிய முதல் படம். தமிழின் சிறந்த படம் என்கிற தேசிய விருதோடு, சிறந்த குணச்சித்திர நடிகைக்கான தேசிய விருதையும் மனோரமாவிற்குப் பெற்றுத் தந்த படம்.

ஒரு வித்தியாசமான கதைக்களம். இந்த உலகத்தில் இன்னொருவர் இருக்கிற வரை யாருமே அனாதை கிடையாது என்கிற அன்னை தெரஸாவின் வாசகம் பொறிக்கப்பட்ட பதாகை இயக்குநர் பார்த்திபன் அலுவலத்திற்குள் நுழைகிற ஒவ்வொருவரையும் வரவேற்கும்.

நாயகி ஒரு சமூக சேவகி. சமூக அக்கறை மிக்கவள். அவளுக்குத் திருமணம் நடக்க இருக்கிற தருணத்தில் அவள் மீது தனிப்பட்ட காழ்ப்புணர்ச்சி கொண்டிருக்கிற ஒருவனின் தூண்டுதலால், அனாதையும், ரௌடியுமான நாயகன் பலாத்காரம் செய்து விடுகிறான்.

எதற்காக என்று கேட்கிறாள். காசு தந்தார்கள் அதனால் செய்தேன் என்கிறான். மற்றபடி இந்த விசயத்தில் எனக்குத் துளி விருப்பமோ, வெறுப்போ இல்லை என்கிறான். அவனின் பதில் அவளை யோசிக்க வைக்கிறது. இதன் வேர்க்காரணம் அவன் அல்ல. அவன் அப்படி ஆக்கப்பட்டவன் என்பதைப் புரிந்து கொள்கிறாள். அதனால், அந்த மாப்பிள்ளை அவளை ஏற்றுக்கொள்ள முன்வருகிற போதும் அந்தத் திருமணத்தை மறுதலித்து விட்டவளாய், அவன் வசிக்கும் சேரிக்கு வந்து எதிரில் உள்ள குடிசையிலேயே வாழ்க்கையைத் துவக்குகிறாள்.

அவன் துவக்கத்தில் பழக்க தோசம் காரணமாக சண்டித்தனம் செய்கிறான். படிப்படியாக அவனுக்குள் இருக்கிற மனிதத்தை வெளிக்கொண்டு வருகிறாள். திருமணம் செய்து கொள்கிறாள்.

அவனை ஒரு நல்ல குடிமகனாக மாற்றிய திருப்தியில் எதிர்பாராதவொரு தருணத்தில் அவனைக் காப்பதற்காக தன்னுடைய உயிரை ஈந்து அவர்களின் காதல் பரிசாக அவள் ஈன்ற கைக்குழந்தையைத் தந்து விட்டு மரிக்கிறாள்.

அதற்குக் காரணமானவனை அவன் பழி வாங்க நினைத்தாலும், தன்னைப்போல ஒரு அநாதையாக தன் குழந்தையும் ஆகி விடக்கூடாது என்பதற்காக, அத்தனை பெரிய பாதகம் செய்தவனை மன்னிக்கிறான். தன் குழந்தையோடு பயணத்தைத் தொடர்கிறான்.

எல்லாம் சரி. மனிதம் தோய்ந்திருக்கிற ஒரு விசயம். நாயகியின் பாத்திரப்படைப்பும் ஆழமாக, சமயோசிதமானவளாக, புத்திசாலியாக, எளிமையில் மேன்மையான மகிழ்ச்சியை சிருட்டிக்க கூடியவளாக படைக்கப்பட்டிருப்பது நிறைவான விசயம் தான். ஆனாலும், அவள் சொல்லும் ஒரு வார்த்தையில்தான் இந்தக் கட்டுரை தொக்கி நிற்கிறது.

தான் யார் என்றே தெரியாத ஒருவனால் பலாத்காரம் செய்யப்பட்டு, இந்தச் சமூக நிலவரத்தின் நியதிப்படி நிர்கதியாக நிற்கிற அவளை, நடந்த விசயத்தைக் கொஞ்சமும் பெரிது படுத்தாமல், அவளை அப்படியே ஏற்றுக் கொள்ளச் சித்தமாக இருக்கிற, அந்த டாக்டர் மாப்பிள்ளையிடம் அவள் அந்தத் திருமணத்தை மறுப்பது வரை சரி. அதற்கு காரணமாக அவள் ஒரு புறக்காரணத்தை சொல்கிறாள். அது குறித்துதான் இங்கே அலச இருக்கிறோம்.

அப்போது, அவள் இப்படிச் சொல்வாள். ''நான் களங்கப்பட்டவள். என்னை ஏற்றுக் கொள்ள நீங்கள் தயாராக இருந்தாலும், நான் உங்களுக்குப் பொருத்தமானவள் இல்லை. தொலைத்த இடத்தில்தான் தேட வேண்டும். அதை நான் பார்த்துக் கொள்கிறேன். உங்களின் அன்பிற்கு நன்றி மட்டுமே இப்போது என்னால் கூற முடிகிறது. இந்த நிலையில், உங்களிடம் என்னை ஒப்புக்கொடுக்க மனம் ஒப்பவில்லை..''

அப்படியென்றால் அந்த உயர்வாக சிருட்டிக்கப்பட்ட அந்த நாயகிய கதாபாத்திரத்திற்குள்ளும், பெண் உடல் தடை அரசியல்

புகுந்து, அவளைக் குழப்பமான மனநிலைக்குள் தள்ளித்தான் விடுகிறது.

தன்னை எவனோ ஒருவன் பலாத்காரம் செய்கிறபோது, அது ஒரு விபத்து. அதிலிருந்து முழுமையாக விடுபட முடியும். இயல்பு வாழ்க்கைக்குத் திரும்பி விட முடியும் என்று அவள் நம்பவில்லை. அவனிடம் தான் தனக்கு ஏற்பட்டிருக்கிற இந்த அவமதிப்போடு, குறைபட்டவளாய்த் தன்னை ஒப்புக்கொடுக்க விரும்பவில்லை என்று அந்த மருத்துவரின் பெருந்தன்மையான இயல்போடேயே நாகரிகமாக மறுத்து விடுகிறாள்.

சராசரி பொதுப்புத்தி கொண்டிருக்கிற பெண்கள் சமூக அச்சம் காரணமாக இப்படி யோசிப்பதென்பது இயல்பு தான். ஆனால், இந்த நாயகி எதையும் மன்னிக்கத் தெரிந்திருக்கிறவள். பிசகைத் திருத்தி வாழ்க்கையை மீளுருவாக்கம் செய்து விடுகிற திராணி கொண்டிருப்பவள்.

அவள் சொல்கிற அந்த வார்த்தையை இந்த படைப்பில் தவிர்த்து இருக்கலாம். தவிர்த்து இருந்தால், அந்த மருத்துவரை மறுப்பதற்கு ஒரு காரணம் சொல்லியாக வேண்டும். அப்படியொரு நிலை வருவதாலேயே, திரைக்கதை, அப்படியொரு வார்த்தையை ஆணாதிக்கச் சமூக மனநிலையிடமிருந்து கடன் வாங்கி அந்த கதாபாத்திரம் வழியாகப் பயன்படுத்தி, அந்த நெருக்கடியிலிருந்து அவளைத் தப்பிக்க வைக்கிறது.

உண்மையில் அவள் அந்த அறியப்படாதவன் அத்துமீறி நிகழ்த்திய வன்புணர்வினால் அவள் குறைந்து விடுகிறாளா? களங்கப்படுத்தப்பட்டுத் தான் விடுவாளா? அது அவளின் விருப்பம் இல்லாமல் நடக்கிற விசயம்? அதற்கு அவள் எப்படி பொறுப்பேற்க முடியும்? அவள் உடம்பு அவள் உரிமை தானே? அவள் அவளுக்கு மட்டுமேயான உடைமை தானே?

அது அவளுக்கும் தெரிந்திருக்கும் தானே? இந்தச் சமூகம் அதை தெரிந்து கொண்டே தெரியாதது போல பாவனை செய்யலாம். அவளுக்கு அவளின் மனது புரியும் தானே? அவள் அனுமதியில்லாமல் பலவந்தமாய் அவளை எப்படி மற்றவர்களால் மாசுபடுத்தி விட முடியும்? அப்படி நிகழ்கிற அத்துமீறலில் சம்பந்தப்பட்ட அந்த அறியாமையில் உழல்கிற மனிதன் தானே உண்மையில் மாசுபடுகிறான்.

அப்படியிருக்கையில் அவள் தன் மீது ஏதோ கண்ணுக்குத் தெரியாத மாசு படிந்து விட்டதாக அந்த நாயகி தன் மனதின் அடியாழத்தில் நினைப்பதை நயந்துருகும் வார்த்தைகளில் வெளிப்படுத்துவதாக இருந்தபோதும், அது எப்படி அறத்திற்கான நியாயமாகும்?

அவள் வசீகரித்து ஒரு ஆணோடு உறவு கொண்டு விடுகிறாள் என்று கற்பனையாக நினைத்துப் பார்ப்போம். அப்படி நடக்கிறபட்சம் அந்த ஆண் தன்னிடம் இருந்ததாக நம்புகிற கற்பிதத்தின்படி ஏதோ ஒன்றை இழந்து விட்டதாக, மாற்று குறைந்து விட்டவனாக அதன் நிமித்தம் நம்புகிறானா? இல்லை என்றால் ஏன் இல்லை. அங்கே தான் ஆணுக்கொரு நியாயம் பெண்ணுக்கு இன்னொரு நியாயம் என்கிற பேதக்கோட்டை பழமையோடிப் போயிருக்கிற சமூகம் விதைத்திருக்கிறது.

அது அத்தனை முன்னோக்கிச் சிந்திக்கத் தெரிந்திருக்கிற நாயகிக்கு தெரியாமலிருக்க நியாயமில்லை. சமூகத்தின் சூழலால் மூர்க்கனாக மாற்றப்பட்டிருக்கிற ஒருவனை மனிதனாக மாற்றக்கூடிய துணிச்சலும், மதிகூர்மையும் கொண்டிருக்கிற ஒரு புதுமை பெண்ணிற்கு இந்த விசயம் தெரியாமல் எப்படி போகும்?

அப்படி அவன் மூலம் அவள் உடம்பின் மீது தானே கறை படிகிறது. அதை எளிதில் நீரால், சிகிச்சையால் சுத்தப்படுத்தி விட முடியுமே? அவளின் மனது பரிசுத்தமாக இருக்கிற போது, அதை அவளன்றி வேறெவரால் எப்படி களங்கப்படுத்தி விட முடியும்.?

அவள் கம்பீரமாக, தனக்கு இப்படியொரு விபத்து நிகழ்ந்ததற்காக உங்களோடான திருமண பந்தத்தை ஏற்பதற்கு மறுப்பு தெரிவிக்கவில்லை. அந்த அறியாமையில் உழலும் எளிய மனிதனை நேர்மையான, வீரியமான குடிமகனாக மாற்றிக் காட்டுவதென மனதில் ஒரு வைராக்கியம் வரிந்து கொண்டு விட்டேன். அதனால் தான் உங்களோடான திருமண பந்தத்தை எற்க இயலாத நிலைக்குத் தள்ளப்பட்டிருக்கிறேன். இதை நீங்களும் மதிப்பீர்கள் என்று நம்புகிறேன் என்று அந்த நாயகி சொல்லியிருந்தால், இன்னுமே முழுமையாக, நிறைவாக இருந்திருக்கும்.

முழுமையான பெண் விடுதலை என்பது, பெண் சுதந்திரம் என்பது, பாலின சமத்துவம் என்பதெல்லாம் கொடுப்பது மட்டுமல்ல. எடுத்துக் கொள்ளப்படுவதும் சேர்ந்தது தான். தருவதும் பெறுவதும் என்பது ஒருபக்கத் தெளிவு. தரப்படுவதும் பெற்றுக்கொள்ளப்படுவதும் இருபக்கத் தெளிவு. தருகிற மனநிலையும், தர வைக்கிற மனநிலையும் சங்கமிக்கிற புள்ளியே முழுமை.

இந்தக் கதையில் வருகிற நாயகியை இணையாக ஏற்றுக்கொள்ளத் தயாராக இருந்த மருத்துவர் கதாபாத்திரம் பெண் உடல் தடை அரசியல் என்கிற சமூகக் கற்பிதத்தை, அதிலுள்ள அதிகார வர்க்கத்தின் ஒரு சார்புப் பார்வையை புரிந்து கொண்டவராய் அதிலிருந்து தன்னை முழுமையாக விடுவித்துக் கொண்டவராய் இருக்கிறார். அப்படியான அதே மனநிலைக்கு அந்த நாயகியும் நகர்கிற புள்ளியே, பரிபூரணமான பெண் ஆண் சமத்துவ சமுதாயம் மலர்வதற்கான தொடக்கம்.

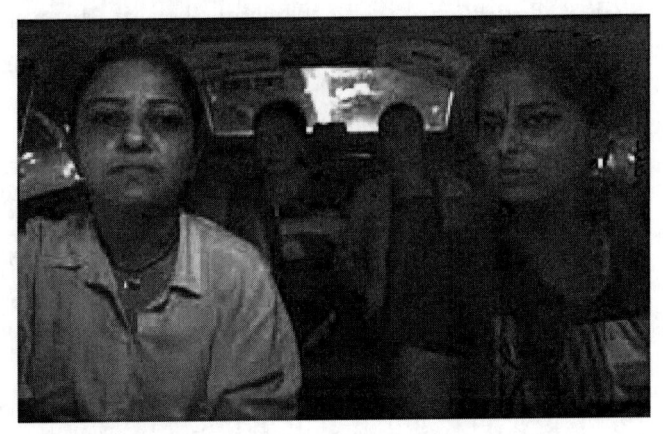

டோட்டா பட்டாக்கா ஐட்டம் மால்

29

இதன் இயக்குநர் ஆதித்ய கிருபாலினி. ஷாலினி வட்ஷா, சித்ராங்கதா, சோனல், கிருத்திகா பாண்டே முக்கிய கதாபாத்திரங்களில் நடித்து இருக்கிறார்கள்.

டெல்லியின் ஒதுக்குப்புறப் பகுதிகளில் அடிக்கடி இரவு நேரங்களில் நடக்கிற பாலியல் பலாத்காரத்தின் போது, அதில் உட்படுத்தப்படுகிற பெண் மனது எப்படிப்பட்ட ரணங்களை அனுபவிக்கிறது என்பதை, அப்படிப்பட்ட ரணங்களைத் தந்து கொண்டிருக்கிற ஒரு ஆணைத் தேர்ந்தெடுத்து, அவனுக்கு திருப்பி வழங்க வேண்டும். அந்தத் துடிப்பை அவன் அணுஅணுவாக அனுபவிக்க வேண்டும் என்று அந்த நான்கு தோழிகள் ஒன்று சேர்ந்து திட்டமிடுகிறார்கள்.

நான்கு பெண் தோழிகள். ஒருத்தி கால் டாக்சி ஓட்டுனர். ஒருத்தி சப்-இன்ஸ்பெக்டர் ஆஃப் போலீஸ், ஒருத்தி பிரைவேட் டிடெக்டிவ். அவளின் அலுவலகம் ஒதுக்குபுறத்தில் இருக்கிற அந்த வணிக வளாகத்தின் அடித்தளத்தில் இருக்கிறது. ஒருத்தி சின்னச்சின்ன கதாபாத்திரங்களில் நடிக்கிற இன்னும் பிரபலமாகாத நடிகை.

தொடக்கக் காட்சியில் ஒரு பெண் இரவு நேரத்தில் ஒரு பாருக்குச் சென்று, இரண்டு ரவுண்ட் வொய்ன் அருந்தி விட்டு தன்னுடைய ஸ்கூட்டியில் தன் இருப்பிடம் செல்லப் புறப்படுகிறாள்.

ஆளில்லாத அந்த வாகன நிறுத்தத்திற்கு வருகிறபோது கடத்தப்படுகிறாள். காரில் வைத்தே, கத்தி முனையில் வன்புணர்வு செய்யப்படுகிறாள். பின்னர், காகிதத்தைக் கசக்கி எறிவது போல, அவள் இரவில் சாலையோரம் வீசியெறியப்படுகிறாள்.

டெல்லியில் இப்படியான சம்பவங்கள் நடப்பதென்பது வாடிக்கையான விசயம் தான். இந்த மாதிரி நிகழ்வுகளை அந்தப் பெண் சப்-இன்ஸ்பெக்டர் மூலம் கேள்வியுற்றுக் கேள்வியுற்றுக்

கேள்வியுற்று மற்ற மூன்று பெண் தோழிகளுக்கும் அலுப்புத் தட்டி விடுகிறது.

இப்படியான வன்கொடுமைகளில் சிலர் அடிக்கடி ஈடுபட்டுக் கொண்டு தான் இருக்கிறார்கள். அப்படியொருவனை தேடிக் கண்டுபிடித்து பாடம் புகட்ட வேண்டும் என்று கதையில் வருகிற அந்த நான்கு தோழிகள் நினைக்கிறார்கள்.

அப்போது தான், அந்த சமீபத்திய சம்பவத்தைப் பற்றி பெண் சப்-இன்ஸ்பெக்டர் தன் மற்ற தோழிகளை வரவழைத்துச் சொல்கிறாள்.

அவனின் ஆணாதிக்க திமிருக்குச் சரியான பாடம் புகட்ட வேண்டும் என்று தோழிகளிடம் சொல்கிறாள். அதனால் நான்கு பேரும் சேர்ந்து நிதானமாகத் திட்டமிடுகிறார்கள்.

அவர்கள், அப்படியாக பணத்தின் உதவியோடு சட்டத்தின் பிடியில் இருந்து தப்பித்து இரவின் அமைதியை நரகமாக்கிக் கொண்டு திரியும் அந்த நபரைக் கண்டுபிடிக்கிறார்கள். தொடர்ந்து கண்காணிக்கிறார்கள். சரியான தருணத்திற்காகக் காத்திருக்கிறார்கள்.

ஒரு நாள் இரவு அவர்கள் அந்த ஓப்பன் ரெஸ்டாரண்டில் சாப்பிட்டுக் கொண்டிருக்கையில் அந்த வசதி படைத்த சண்டியர் போதையில் வந்து அவர்களிடம் ரகளை செய்கிறான். மேலும், அதில் ஒருத்தியான அந்த நடிகை ஒதுக்கமாய் இருக்கிற ரெஸ்ட் ரூம் சென்று வருகிற வழியில் அவளின் பிட்டத்தை அத்துமீறிப் பிடித்து அழுத்திவிட்டு எதுவும் தெரியாதது போல நகர்ந்து விடுகிறான்.

அவள் தன் தோழிகளிடம் அந்த விசயத்தைச் சொல்கிறாள்.

தொடர்ந்து அவனை காரில் பின்தொடர்கிறார்கள். இரவு விடுதிக்குச் செல்கிறான். அதில் சின்னச்சின்ன வேடங்களில் நடிக்கிற

குலசேகர் 339

நடிகை இரவு விடுதியில் அவனிடம் தற்செயலாகப் பழகுகிறவள் போலப் பழகுகிறாள். அப்போது அவன் அருந்தும் மதுவில் மயக்க மருந்து கலந்து விட, அவன் கமுக்கமாக அந்த பேஸ்மென்ட்டிற்குக் கடத்தி வரப்படுகிறான்.

அங்கே அவனின் கைகளில் விலங்கிடப்பட்டு, வாயில் பிளாஸ்திரி ஒட்டப்பட்டநிலையில் ஒரு பீரோவிற்குள் அடைத்து வைக்கப்பட்டிருக்கிறான். அவனால் சத்தம் எழுப்ப முடியவில்லை. எழுப்பினாலும் அங்கே எதுவும் கேட்காது.

அவர்கள் நான்கு பேரும் இரவில் ஒன்று கூடி அங்கே ரகசியமாக வருகிறார்கள். அவனை என்னவெல்லாம் செய்ய வேண்டும் என்று நினைக்கிறார்களோ, அத்தனையையும் ஒவ்வொன்றாகக் செய்கிறார்கள்.

முதல் இரண்டு நாள் முரண்டு பிடிக்கிறான். அவர்கள் அவனுக்கு அந்த நாட்களில் பச்சை தண்ணீர் கூட கண்ணில் காட்டுவதில்லை. பிறகு பீரோவிற்கு மேலே போடப்பட்டிருக்கிற துவாரம் வழியாக டியூப் விட்டு கொஞ்சமே திரவ உணவைச் செலுத்த, அவன் அவர்கள் வழிக்கு வருகிறான்.

அவர்கள் அவனைச் சமைக்கச் சொல்கிறார்கள். சமையல் திருப்தியாக இல்லாதபோது அவனின் முகத்திலேயே ரெண்டு போடுகிறார்கள். நான்கு பேரில் நடிகையைத் தவிர மூன்று பேரும் கராத்தே முதலான தற்காப்பு கலைகள் கற்றுத் தேர்ந்தவர்கள். அப்படித்தான் ஒரு முறை அவன் தப்பிக்க யத்தனிக்கையில், அவர்கள் சேர்ந்து தங்களின் கைவரிசையைச் செமத்தியாய்க் காட்ட, சப்-இன்ஸ்பெக்டரின் லத்தி இஷ்டத்திற்கு விளையாட, வலி பொறுக்கமாட்டாமல், அவர்கள் சொல்கிற வழிக்கு வருகிறான். இனிமேல் அப்படித் தப்பிக்க யத்தனிக்க மாட்டேன் என்று அவர்களின் காலில் விழுந்து மன்னிப்புக் கேட்கிறான்.

அவர்கள் அவனை அரை நிர்வாண ஆடை தந்து கிளப் டான்ஸ் ஆடச் சொல்கிறார்கள். சுற்றி நின்று கொண்டு அவனை ஒரு காட்சிப்பொருளாக்கிக் கைதட்டி ரசிக்கிறார்கள். அவனுக்குள் எரிகிறது.

அவனால் எதுவும் செய்யமுடியாத நிலை. அப்படியாக பலவிதமான தண்டனைகள் தருகிறார்கள். இந்தச் சமூக பொதுப்புத்தியில் வார்த்தெடுக்கப்படும் சராசரி ஆணாதிக்க ஆண் எப்படியெல்லாம் பெண்களை தினந்தினம் குடும்பத்தில் சித்திரவதைக்கு உட்படுத்துகிறானோ, அத்தனையையும் அவனை அனுபவிக்க வைத்து ரசிக்கிறார்கள். கை, கால் அமுக்கி விடச் சொல்கிறார்கள். நிர்வாணப்படுத்துகிறார்கள். பிட்டத்தில் அடிக்கிறார்கள். சிசுனத்தில் பிரம்பால் தட்டி வாலைச் சுருட்டிக் கொள்ள வைக்கிறார்கள். எதிர்த்துப் பேசுகிற போது பளார் பளார் என கொடுக்கிறார்கள்.

பெண் இனத்தை இங்கே உள்ள குடும்ப அமைப்பு எப்படி இரண்டாம் தர பிரஜையாக நடத்துகிறதோ, அப்படியாக அவனை நடத்துகிறார்கள். சில நாட்களுக்குள்ளாகவே, அவனின் ஆணவத்தை ஆணிவேரிலிருந்து அடித்துத் துவம்சம் செய்கிறார்கள்.

அவனுக்கு வேறு வழியில்லை. அத்தனையையும் சகித்துக் கொண்டு செய்கிறான். தனக்கு என்ன நடக்கிறதென்றே தெரியாதபடி அவன் அத்தனையையும் ஒருவித தாங்கவொண்ணா பதைபதைப்போடு அனுபவிக்கிறான்.

சில நாட்கள் வைத்து துன்புறுத்திய பின் ஒரு நாள் இரவில் அவனை எப்படிக் கடத்தி வந்தார்களோ அப்படியாகவே அவன் வாயெல்லாம் டேப் ஒட்டி, கைகளுக்குப் பின்னால் விலங்கிட்டு, மயக்க மருந்து கொடுத்து, காரில் ஏற்றுகிறார்கள். பிற்பாடு ஆளில்லாத ஒரு புறநகர்ச்

சாலையில் அவனின் கைவிலங்கை நீக்கி விட்டு, ஜட்டியோடு தூக்கிக் கடாசுகிறார்கள்.

அவன் நினைவு வந்ததும் நடுரோட்டில் அரைநிர்வாணத்தோடு படுத்துக் கிடப்பதை பார்த்து ஆற்றாமையில் பொருமுகிறான். அவனுக்கு கோபம்கோபமாய் வருகிறது. இதைவிட மோசமாக யாராலும் தன்னை அவமதிக்க முடியாது என்பது அவனுக்குள் உரைக்கிறது.

அவன் தன்னையே அந்நியமாகப் பார்க்கிறான். தன் மீதே இனம்புரியாதவொரு வெறுப்பு சூழ்கிறது. என்ன செய்வதென்றே அவனுக்குப் புலப்படவில்லை. தன் ஆணவம் அடியோடு வெட்டி வீழ்த்தப்பட்டு விட்டதாக உணர்கிறான்.

இப்படியொரு கொடூரமான கேவலமான நிலைக்கு நாம் தள்ளப்படுவோம் என்று கனவிலும் அவன் நினைத்திருக்கவில்லை. அதனால் அவனுக்கு அந்தக் கணம் என்ன செய்வதென்றே தெரியவில்லை. தலை சுற்றிக்கொண்டு வருகிறது. இப்படித்தான் எத்தனையோ பெண்களைப் பலாத்காரம் செய்து விட்டு நடுநிசி சாலையில் கடாசி விட்டுச் சென்றிருந்ததெல்லாம் ஒரு நொடி கண் முன் வந்து மறைகிறது. அவனுக்குள் எதுவோ வலிக்கிறது.

அந்த இரட்டைச் சாலையில் வேகமாக எதிர்புறமிருந்த சாலையை நோக்கி குறுக்காக ஓடுகிறான். எதிர்புறமிருந்து வேகமாக வந்த வாகனம் எத்தனை தான் பிரேக் பிடித்தும் அந்த வேகத்தில் அது சாத்தியப்படாமல் போக அவனை அடித்து சாலையோரம் தூக்கி எறிகிறது.

அந்த நபர் பெண்களுக்கு நிகழ்த்திய கொடூரங்கள் அனைத்தையும் ஒரு பத்திரிகையாளருக்கு ரகசியமாய் அனுப்பி வைக்க, அது கட்டுரையாக வெளி வருகிறது.

வித்துகளின் கனா

அந்த நான்கு பெண்களும் நேரடியாக இதில் பாதிக்கப்படவில்லை என்றாலும், தனக்கென்ன என்று செல்லாமல், ஊரில் பல பெண்களுக்கு நடக்கிற இந்த அநியாயத்திற்கு தங்களுக்குத் தெரிந்த வழியில் ஒரு நியாயத்தைத் தேடிக் கொள்ள வேண்டும் என்று துணிந்து தான் இப்படியொரு செயலுக்குள் இறங்குகிறார்கள். இது இந்த மாதிரி பெண் மனதை மதிக்காமல், உடம்பைப் பலவந்தமாக நுகரத் துடிக்கும் காமுகர்களுக்கு ஒரு படிப்பினையாக இருக்கும் என்றும் நம்புகிறார்கள்.

இந்த முயற்சியில் ஈடுபடுகிறபோதே நடுத்தர வர்க்கத்தைச் சேர்ந்த அந்த நான்கு பேரும் தங்களின் வாழ்க்கை கேள்விக்குறியாக்கப்படலாம், நம்முடைய வேலை பறிபோக நேரிடலாம் என்பதை எல்லாம் தெரிந்தே தான் இப்படியொரு ரிஸ்க் எடுக்க முன் வந்திருக்கிறார்கள்.

இதற்கான, முழுமையான தெளிவான நிரந்தர தீர்வு எட்ட காலதூரம் அதிகம் எடுக்குமென்றாலும், உடனடியான இந்த அதிர்ச்சி வைத்தியம் சிறிது காலத்திற்காகவாவது பெண்களைப் பண்டமாக நினைக்கிற மனநிலை குறித்து யோசிக்க வைக்கும் என்கிற நம்பிக்கையோடு தங்கள் இல்லங்களுக்குச் சென்று நீண்ட நாட்களுக்குப் பிற்பாடு நிம்மதியாக உறங்குகிறார்கள்.

சதிலீலாவதி

30

இது லீலாவதி என்கிற பெண் தன் கணவனை மீட்பதற்காக நவீன முறையில் செய்கிற சதி பற்றி அங்கதத்தோடு அலசுகிற பாலுமகேந்திரா படம்.

கதை என்று பார்த்தால் தன் கணவனுக்கு விசுவாசமாக, அக்கறையாக இருந்து செயலாற்றுகிற மனைவி, மரபணுவின் காரணமாகவோ, இரண்டு குழந்தை பெற்றெடுத்ததன் காரணமாகவோ, மனச்சோர்வு காரணமாக உணவுப் பிரியையாக மாறிப் போனதன் காரணமாகவோ வாளிப்பாக இருந்தவள் படிப்படியாக பூசினாற் போல மாறி விடுகிறாள்.

அவர்கள் முதன்முதலில் பார்த்தபோது இணையாள் எப்படி இருந்தாளோ அப்படியே அச்சில் செய்து வைத்தாற்போல எப்போதும் அதே தோற்றப்பொலிவோடு இருக்க வேண்டும் என்று பிரயாசைப்படுகிறார்கள்.

அப்படித்தான் இதில் வருகிற ரமேஷ் அரவிந்த் கதாபாத்திரமும் எதிர்பார்க்கிறது. சற்றே பூசினாற்போல மாறிவிட்ட கல்பனா மீது முன்பு போல பெரிதாக ஈர்ப்பும் இருப்பதில்லை. நடைமுறையில் இரண்டு பக்கமும் நிகழ்கிற சிக்கல் தான்.

ரமேஷ் அரவிந்த் ஹீரா என்கிற இளம்பெண்ணை, சின்னதாக ஒரு அபார்ட்மெண்ட் வாங்கித் தந்து வைத்துக் கொள்கிறார். இந்த விசயம் தெரிந்ததும், ரமேஷ் அரவிந்தின் நண்பர் கமல் உதவியோடு கல்பனா சிலபல தந்திரோபாயங்கள் நிகழ்த்தி கணவனைத் தன் வழிக்குக் கொண்டு வருகிறாள்.

இதில் ஆணாதிக்கச் சமூகம் வழக்கமாக பெண்களுக்கு இழைத்துக்கொண்டிருக்கிற அவலங்களை இந்த படைப்பு தொட்டுக்காட்டவில்லை என்கிற ஆதங்கம் தான் இந்த கட்டுரை.

இயக்குநர் பாலுமகேந்திரா இதற்கு முன் இதே பாணியிலான கதையமைப்பு கொண்ட ஒரு படத்தை இயக்கி இருக்கிறார். ரெட்டை வால் குருவி. அந்த படைப்பின் சற்றே திருத்திய படிவம் தான் சதி லீலாவதி. தன் கணவனை அவனின் பிரியசகியிடமிருந்து மீட்பதற்காக முன்னெடுக்கிற போராட்டமே இந்தப் படம்.

இங்கே ரமேஷ் அரவிந்த் கதாபாத்திரம் சிந்து பைரவி, கோவலன் மாதவி கதாபாத்திரங்கள் போல ஒத்திசைவான ரசனைக்காக இன்னொரு இணையை தேடிச் செல்லவில்லை.

ஆணாதிக்க சராசரி பொதுப்புத்தியில் பதிந்திருக்கிற தோற்றப்பொலிவான மற்றொரு பிம்பத்தை மட்டுமே தேடி ஓடுகிறது. அந்தக் கதாபாத்திரம் ஹீரா கதாபாத்திரத்திடம் எதிர்பார்ப்பது புறத்தோற்றம் மட்டுமே. அதோடு உறவு கொண்டுவிட்டால், அந்த புறம் அவனின் ஆளுமைக்கு உட்பட்டதாக ஆகிவிடுவதான பிரமையில் உழல்கிறது, அந்தக் கதாபாத்திரத்தின் ஆணாதிக்க பொதுப்புத்தி.

அப்படியான பொதுப்புத்தி மனநிலை தான் ஒன்றோடு ஒன்றை ஒப்பிட்டுக்கொண்டே இருக்கிறது. முடிவற்ற பயணத்தைத் தொடர்ந்து கொண்டே இருக்கிறது. அது எப்போதும் எதிலும் நிறைவடைவதில்லை. விரைவிலேயே அலுத்து விடுகிறது. அதனால் மரம் விட்டு மரம் தாவிக்கொண்டே இருக்கிறது. இறுதிவரை அதற்கு காமத்தின் நிறைவு எட்டாக்கனியாகிறது. மாயபிம்பமாகவே ஆணாதிக்க மனநிலைக்குள் சித்து விளையாட்டு காட்டிக் கொண்டே இருக்கிறது. இது தான் இந்த சமூகத்தின் ஆதார சிடுக்கு.

புறம் என்பது போகன்வில்லா மலர்களின் நிறத்தை ஒத்தது. அதற்கென பிரத்யேக வாசம் எதுவும் கிடையாது. அதன் புற வசீகரம் பார்த்து எந்தத் தேனீக்களும் செல்வதில்லை. அந்த சூட்சுமம்

ஆணாதிக்க மனநிலை கொண்டவர்களுக்குப் புரிந்ததாகத் தெரியவில்லை. அதன் சூட்சுமம் உடம்பில் இல்லை; மனதில் இருக்கிறது. மனங்களின் சங்கமிப்பில் அதன் நிறைவு ஒளிந்திருக்கிறது.

அகம் வளரக்கூடியது. புறம் தேயக்கூடியது. அகத்தின் அழகு கட்டற்றது. வானத்தை யாரும் பட்டா போட்டு உடைமையாக்கிக் கொள்ள முடியாது. மனதும் அப்படித்தான். அது கட்டற்ற சுதந்திரம் கொண்டது. சுதந்திரமான, விசாலமான மனதோடே அது ஒத்திசைவு கொள்கிறது.

இதில் கவனிக்க வேண்டிய விடயம் ஒன்று இருக்கிறது. கல்பனா தன் கணவன் ரமேஷ் அரவிந்தை ஹீராவிடமிருந்து மீட்பதற்காக, ஹீராவை ஒருதலையாகக் காதலித்திருந்த அவளின் ஒருதலைக்காதலன் ராஜாவை ஆட்டத்திற்குள் அழைத்து வருகிறாள். கமலின் ஒத்தாசையோடு. அப்போது தன் கணவனின் பொறாமையை, பொஸசிவ்னெஸை தூண்டிவிட கல்பனா திட்டமிடுகிறாள்.

ராஜாவையும், ஹீராவையும் ஒரு அறையில் தற்செயலாகச் சந்திக்க நேர்வது போல திட்டமிட்டே சந்திக்க வைத்து மனம்விட்டுப் பேசி ராசியாக வைக்கிறார்கள். அப்படியான ஒரு பிரைவேட் மொமன்ட்டில் அவர்கள் ஒருவரையொருவர் கட்டிக்கொள்கிற அந்த தருணத்தில் ரமேஷ் அரவிந்த்தைச் சரக்கடிக்க ஃபிரிஜில் ஐஸ் எடுத்து வரும்படி கமல் அனுப்பி வைக்கிறார்.

அந்தக் காட்சியைப் பார்த்ததும் ரமேஷ் அரவிந்திற்கு பற்றிக் கொண்டு வருகிறது. தன் சின்ன வீடும் ஏகபத்தினி விரதியாக இருக்க வேண்டும் என்றே அந்த சூழ்நிலையிலும் அவரின் மனம் நினைக்கிறது. மனைவி கோபித்துக் கொண்டு போய் விட்டாள். இவர் மனத்துயரில் அல்லாடுகிற சூழ்நிலை. அப்படியான நேரத்திலும் தான்

தன் பணத்தை வைத்து வசியப்படுத்தி வைத்திருக்கிற ஹீராவை இன்னொருவன் தொடுவதை அவர் மனம் சகிப்பதில்லை. ஒட்டுமொத்த இந்திய ஆணாதிக்க மனநிலையின் வெளிப்பாடு.

தான் இன்னொரு பெண்ணோடு உறவு வைத்துக் கொள்வது ஆணாதிக்க ஆண்களுக்கு ஒரு விசயமாகவே தோன்றுவதில்லை. அவர்களின் இரண்டாவது மனைவி உட்பட வேறு எந்த ஆணுடனும் கூடுதல் உறவு வைத்துக் கொள்ளக்கூடாது. அதை இந்த ஆணாதிக்கச் சமூகம் அனுமதிக்காது. இங்கே சட்டங்களும், ஒழுக்கநியதிகளும் ஆணாதிக்க ஆண்களால் நிர்ணயிக்கப்பட்டிருக்கின்றன.

ஆணாதிக்க ஆண்கள் பெண்களின் மனதை நேசிக்கவில்லை. உடம்பை நேசிக்கிறவர்களாக மேலோட்டமானவர்களாக இருக்கிறார்கள். சுவரில் போய் முட்டுகிற போது சுவர் உடையவில்லை என்பதற்காக இன்னும்இன்னும் வேகமாக காமம் என்கிற அந்தச் சுவற்றில் போய் திரும்பத்திரும்பி விதவிதமாக மூர்க்கமாக முட்டிக்கொண்டே இருக்கிறார்கள். அவர்களின் காமம் ஒரு நாளும் விடிவுக்கு வரப்போவதில்லை. அவர்கள் காமத்தின் சூட்சுமத்தைப் புரிந்து கொண்டிருக்கவில்லை.

இங்கே ரமேஷ் அரவிந்த் கதாபாத்திரத்தின் பிரச்சனை என்பது ஆணாதிக்கச் சமூக ஆண்களின் மையப்பிரச்சனை தான். அது என்ன பிரச்சனை? காமத்தில் கடைத்தேற அவர்கள் ஒன்றுக்கு மேற்பட்ட பெண்களோடு கூடுகிறவர்களாக இருக்கிறார்கள். அந்த எண்ணிக்கை கூடிக்கொண்டே போகிறது. அவர்களுக்குத் திருப்தி மட்டும் கிட்டுவதில்லை. இங்கே தான் சூட்சுமம் இருக்கிறது.

அனுபாவிப்பு என்று ஒரு சொற்பிரயோகம் பயன்படுத்துவதுண்டு. இறப்பை பற்றி எழுதவோ, சிருட்டிக்கவோ இறந்து பார்க்க முடியுமா? அதனால் பல விசயங்களையும் கற்பனையில் பாவனை செய்து

உணர்ந்து அதன் வழியாக அந்தந்த பிரச்சனைகளுக்கானத் தீர்வுகளை கண்டடைகிறதான உத்தி தான் அனுபாவிப்பு.

ஒத்திசைவாகிற மனமும், மனமும்; உடம்பின் வழியாகச் சங்கமிக்கிறபோதே காமம் நிறைவு கொள்கிறது. தொலைத்த இடத்தில் தேடினால் தானே தொலைந்ததை மீட்டெடுக்க முடியும்.

அப்படியாக அனுபாவிப்பின் மூலம் கண்டடைந்த ஞானத்திலிருந்தே இந்த கட்டுரைகளை எழுத முடிகிறது. இங்கே பெண் உடல் தடை அரசியல் உண்மையான பெண்களுக்கே தெரியாமல் பூடகமாய் முதுகில் குத்திக் கொண்டே இருக்கிறது.

உண்மையில் அந்தப் புள்ளியில், ரமேஷ் அரவிந்திற்கு தன் மீதான ஒரு சார்புப் பார்வை, குற்றவுணர்ச்சியை ஏற்படுத்தியிருக்க வேண்டும். மனிதம் தோய்ந்த கதாபாத்திரமாக இருந்திருந்தால், அப்படியான மீட்சியைத்தானே அந்தக் கதாபாத்திரம் இயல்பில் கொண்டிருக்க வேண்டும். அந்தக் கதாபாத்திரம் அப்படி எந்தக் குற்றவுணர்வும் கொள்ளவில்லை. மாறாக, போனால் போகிறதென்று கல்பனாவை பாவம் பார்த்து ஏற்றுக்கொள்வதாக கதை நிறைவடைகிறது. கல்பனாவும் அதில் ஹேப்பி.

கல்பனா கதாபாத்திரமும், ரமேஷ் அரவிந்த் கதாபாத்திரம் குற்றவுணர்வு கொண்டு மனப்பூர்வமாக மன்னிப்புக் கேட்காததை ஒரு பொருட்டாக நினைக்கவில்லை.

தான் சார்ந்து வாழ்ந்து கொண்டிருக்கிற கணவன் வழியாக தன்னுடைய பொருளாதாரப் பாதுகாப்பு நிலைநிறுத்தப் பட்டிருப்பதாக நினைத்து அந்தக் கதாபாத்திரம் தனக்குள் நிறைவு கொண்டு விடுகிறது. அது மறைமுகமாக அவனுக்கு எந்தவித உடல் தடை அரசியலும் இல்லை என்பதாகவே தானும் நம்பிக் கொள்கிறது. அது தான் இங்கே பெண்ணின் பொதுபுத்தியில் பதிக்கப்பட்டுள்ள வரலாற்றுச் சோகம்.

மாறுதல் என்பது மாறாதது

இங்கே மனிதர்களில் ஆண்களுக்கு இருக்கிற அத்தனை உரிமைகளும் பெண்களுக்கும் உண்டு. இந்த உலகத்தில் இருக்கிற அத்தனை பறவைகளிலும், விலங்குகளிலும், அத்தனை உயிரினங்களிலும் ஆண் இனத்திற்கு இருக்கிற உரிமை பெண் இனத்திற்கும் உண்டு. அவற்றில் ஆண் பெண் இருபாலரும் எல்லா விசயத்திலும் சரி பாதி உரிமை கொண்டு, சுதந்திரமாய், மகிழ்ச்சியாய் வாழ்கின்றன.

உருவக் கேலி என்கிற பதத்திற்குப் பின்னால்தான் எத்தனை எத்தனை அவலங்கள் பெண் இனத்திற்கு இழைக்கப்படுகின்றன. ஒரு ஆண் வீட்டில் படுத்து புரண்டால் அது குதூகலத்தின் வெளிப்பாடு. ஒரு பெண் அப்படிச் செய்தால் குணக்கேடு அல்லது மனக்கோளாறு என்று லேபிள் செய்யப்படுவாள். ஒரு ஆண் தன்னுடைய அக்குளில் அல்லது மார்பில் அரிக்கும் போது, சொறிந்து கொள்வதென்பது இயல்பான ஒரு விசயம். அதுவே ஒரு பெண் மார்பில் அரிக்கையில் கைவிட்டு சொறிய நேர்ந்தால் அவளுக்கு மானக்கேடான பெயர் சொல்லி இந்த சமூகம் அந்த பெண்ணைச் சிறுமைப்படுத்தி ஆபாசமாய் நகைக்கும். இப்படி ஆயிரம் ஆயிரம் விசயங்கள் பெண் இனத்திற்கு இழைக்கப்பட்டு வந்திருக்கிறது.

அத்தனை அநீதிகளுக்கும் இந்தச் சமூகம் பதில் சொல்லித் தான் ஆக வேண்டும். அதுதான் இயற்கையின் நியதி. அதற்கான விழிப்புணர்வை நோக்கி பெண்ணியம் பாலின சமத்துவம் என்கிற இலக்கை நோக்கி நகரத் தொடங்கி விட்டது. அதற்குத் தடையாக

கலாச்சாரம், மரபு என்கிற பெயரில் இருக்கிற கபடங்களை களைந்தெறிந்து முன்னேறத் தொடங்கியாகி விட்டது.

இந்த உலகம் மகிழ்ச்சியாக இருக்க வேண்டும் என்பது தானே மானுடத்தின் எண்ணமாக இருக்க முடியும். பின்பற்றுகிற சிந்தாந்தங்கள் மற்றும் வழிமுறைகளை மாற்றி மாற்றி அமைக்கிற போது ஒரு கட்டத்தில் அனைவருக்கும் பொதுவான சமத்துவம் நிச்சயம் வசப்படும்.

உறவுகள் மேம்பட வேண்டியிருக்கிறது. அதற்கு சமத்துவமற்ற அதிகாரப் பகிர்வை உள்ளடக்கி இருக்கிற குடும்ப அமைப்புகளில் நிறைய மாற்றங்களைக் கொண்டு வந்தாக வேண்டியிருக்கிறது.

ஆணும் பெண்ணுமே தங்களுக்கான இணையைத் தேர்ந்தெடுக்கிற போது பல விசயங்களை அனுசரிக்கிறார்கள். பிரதானமாக அனுசரிக்க வேண்டிய ஒரு விசயம் இருக்கிறது.

அதை பறவைகளும், விலங்குகளும் தங்களின் இயல்பான வாழ்வியலின் வழியாக காலங்காலமாகச் சொல்லாமல் சொல்லிக் கொண்டே தான் இருக்கின்றன. வண்டு, தேனீ இன்னபிற பூச்சிகள் மலரில் அமர்கிற போது அவை பார்க்கிற ஒரே விசயம் தேன் தான். அதை இயற்கையாகவே அறிந்திருக்கின்றன. அவற்றிற்குள் வேறெந்தக் கற்பிதங்களும் நிகழ்த்தப்படுவதில்லை. அதனால் அவையாவும் இயற்கையோடு இயற்கையாகவே காலங்காலமாக மகிழ்ச்சி பிசகாமல் வாழ்ந்து கொண்டிருக்கின்றன. தேன் என்பது மனது. மலரின் வண்ணம் என்பது அவற்றிற்கு ஒரு அடையாளம் அல்லது ஒரு லேபிள் மட்டுமே. அதற்கு மேல் அங்கே மலரின் நிறத்திற்கு முக்கியத்துவம் இல்லை. இங்கே வண்ணம் என்பது உடம்பு. உடம்பிற்குத் தருகிற முக்கியத்துவத்தை விட உள்ளத்திற்கு தருகிற முக்கியத்துவமே பிரதானமானது. முகத்தைப் பார்த்து

தீர்மானிப்பதென்பது அகத்தைப் பார்த்து தீர்மானிக்கிற பக்குவத்தை எட்டுகிற போது அதற்குப் பின்புலத்திலுள்ள மகிழ்வின் சூட்சுமம் பிடிபட்டு விடும்.

அப்போது, இங்கே பெண்கள் ஆண்களுக்குரிய அத்தனை உரிமைகளையும் சமூக, பொருளாதார, அதிகார, அரசியல் பகிர்வில் பெற்று ஆண்+பெண் சமத்துவ சமுதாயத்தை அடைவார்கள். அங்கே மனிதம் ததும்பும். மானுடம் மகிழ்ச்சிப் பெருவெளியில் துள்ளித் திரியும்.